குண சித்தர்கள்

குண சித்தர்கள்

க.சீ.சிவகுமார்

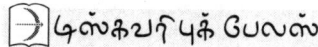 டிஸ்கவரி புக் பேலஸ்

கே.கே.நகர் மேற்கு, சென்னை - 600 078.
(பாண்டிச்சேரி கெஸ்ட் ஹவுஸ் அருகில்)
Ph: 044 - 4855 7525 Mobile: +91 87545 07070

குண சித்தர்கள் (கட்டுரைகள்)
ஆசிரியர்: க.சீ.சிவகுமார்
காப்புரிமை: சாந்தி ராணி சிவகுமார்©

Guna Sithargal (Essays)
Author: **Ka.Si.Sivakumar**
Copyrights: **Shanthi Rani Sivakumar**©

First Edition: Feb - 2019
Pages: 184 - ISBN 978 - 93 - 86555 - 98 - 4

Published by :

Discovery Book Palace (P) Ltd,
6, Mahaveer Complex, Munusamy Salai,
K.K.Nagar West, Chennai-600 078.
Ph: +91 44 48557525
Mobile: +91 87545 07070

E-mail: **discoverybookpalace@gmail.com,**
Website: **www.discoverybookpalace.com**

Rs. 170

உங்கள் மொபைல் போனிலிருந்து ஸ்கேன் செய்து டிஸ்கவரி புக் பேலஸின் மொபைல் ஆப்பை டவுன்லோடு செய்து, அனைத்துப் பதிப்பக புத்தகங்களையும் வாங்குங்கள்.

இந்த நூலில் பிரசுரமாகியுள்ள எந்த ஒரு பகுதியையும் பதிப்பாளரின் எழுத்துபூர்வமான முன்அனுமதி பெறாமல் எடுத்தாள்வதோ, மறுபிரசுரம் செய்வதோ, மொழியாக்கம் செய்வதோ, அச்சு மற்றும் மின்னணு ஊடகங்களில் மறுபதிப்பு செய்வதோ, காப்புரிமை சட்டப்படி தடை செய்யப்பட்டுள்ளது. இந்த நூலிலிருந்து குறிப்பிட்ட பகுதிகளை மேற்கோள்காட்டி புத்தக விமர்சனம் செய்ய, ஊடகங்களுக்கு மட்டும் அனுமதி உண்டு.

களிகூர்தல்

சீத்தப்பட்டி மாப்பிள்ளை
செந்தில்குமார் (ஆர்.எஸ்.கே.)

உள்ளே...

கேள்வியின் நாயகன்	9
தானாகி நிற்பவன்	15
ஏனைய அறிவிப்பாளன்	21
பிறவிக்கவிராயன்	26
பத்தாயப் பத்திரர்	31
எப்போதும் வென்றான்	37
திருவளர் 'செல்'வன்	43
அதிரக சூடாமணி	49
செல்வக் கடுங்கோ கோழியாதன்	55
தேவேந்திரன் சுர அரசன்	59
திலோத்தமா	64
வேக தத்தன்	70
வயோதிக வாலிபர்	75
அர்த்த நரேஸ்வரி	80
சுயம்பு	85
சந்தேக கேஸ்	90
மேக வண்ணன்	95
பொங்கி வழிபவன்	101
தீவ திலகை	106
இரண்டாவது எடிசன்	112
பகலுறங்கும் பெருமான்	117
மரத்தடி மாவீரன்	122
பொசிசன்	128
எரிதழல் வேலவன்	134
பூட்டு ஜான்	139
மன இறுக்கன்	144
அவரைச்சாமி	150
பிளவன்	155
தளவாய் வேலாயுதன்	160
காந்த ரூபன்	167
அதிபர்	173
ஆலினால் அற்புத ராசா	179

கேள்வியின் நாயகன்

எல்லோருடைய அம்மாக்களுக்கும் நிலாவில் பாட்டி நூல் நூற்றுக் கொண்டிருந்தாள். அதை, அவர்கள் குழந்தைகளுக்குக் கதைகளாகச் சொன்னார்கள். அதில் அதிசயம் எதுவுமே இல்லை. நிலாப் பாட்டி வெள்ளைப் புடைவை உடுத்தியவளாக இருக்கிறாள் என்பதும், அவள் வெள்ளைநிற நூல்களையே நூற்கிறாள் என்பதும் நிலா வெளிச்சத்தின்மூலமாக கண்கூடாகத் தெரிகிறது. பழனிச்சாமியின் அம்மா மட்டும், 'நிலாவில் பாட்டி வடை சுடுகிறாள்' என்று கதைவிட்டாள். அப்போது அவனுக்கு அஞ்சு வயசுகூட நிறைந்திருக்காது.

'யாருக்கும்மா வட சுட்றா... பாட்டி?' என எதிர்க்கேள்வி போட்டான். நிலாவில் பாட்டியைத் தவிர வேறு உயிரினங்கள் வாழ்வதற்கு வாய்ப்பில்லை என அறிந்திருந்த அம்மா திகைத்தாள். திகைப்பில் ஒருச்சாண் முழுகியவளை அடுத்து ஒரு முழத்துக்கு அமிழ்த்தினான் பழனிச்சாமி. 'நிலாவுல எண்ணெய் கிடைக்குமா அம்மா?'

அதற்குப்பிறகு அவனுக்குக் கதை சொல்வது அம்மாவுக்கு சிரமமாகிவிட்டது. பள்ளிக்கூடம் அவனைச் சீர்திருத்தும் என நம்பவேண்டிய கட்டாயத்துக்கு ஆட்பட்டாள். எல்லாப் பள்ளிகளுமே சிறுவர் சீர்திருத்தப் பள்ளிகள்தான் என்பதை அவள் எப்படியோ உணர்ந்திருந்தாள். உள்ளூரிலேயே வாழ்ந்து வந்த ஒண்ணாம் வகுப்பு டீச்சர் அடிக்கடி வந்து பழனிச்சாமியின் அம்மாவிடம் வியந்துவிட்டுப் போவாள்.

"உங்க பையனுக்கு மட்டும் எப்படி விதவிதமா கேள்வி கேக்க வருது?'

'தெரியலைங்க. ரெண்டு பரம்பரையிலும் இப்படி யாருமே கிடையாது. ரொம்ப முன்னாடி அப்படி யாராவது இருந்தாங் களோ என்னமோ!'

ஊரின் பள்ளிக்கூடத்தில், ஒன்றாம் வகுப்பு ஓலைக் குடிசையில் இருந்தது. மூன்று பக்கம் மறைப்பு; ஒரு பக்கம் திறப்பு. திறப்பு என்றால், வகுப்பு எவ்வளவு அகலமோ வாசலும் அவ்வளவு அகலம். காக்கைகள் மிகுந்த ஊர் ஆகையால் பள்ளியின் மைதானத்திலும், சமயங்களில் வகுப்பறைகளுக்குள்ளும் வந்து உலவும். ஒரு பதினொன்றரை மணிப்பகலில் ஒரு காக்கையைப் பார்த்தான் பழனிச்சாமி. அது வகுப்பறை முன்னால் நின்று, பள்ளிப் பிள்ளைகளைப்போலவே, ‘கா... கா... காக்கா’ என்று கத்திவிட்டுப் போனது.

டீச்சரிடம், ‘இந்தக் காக்கா திரும்ப எப்ப வரும்?’ என வினவினான்.

‘கொஞ்சநேரத்துல வருமுடா.’

‘கொஞ்சநேரத்துல வரும்னா... காக்காகிட்டதான் வாட்சு கிடையாதே!’

பாடத்துக்கு வெளியில் இந்தப் பயலிடம் பேச்சு வைத்துக்கொள்ளக் கூடாது என முதலாம் வகுப்பு டீச்சர் முடிவெடுத்தபோது கடைசிப் பரீட்சைக்கு மூன்று தினங்களே இருந்தன. கோடை விடுமுறையில் சக சோட்டுக்காரர்களையும் சுற்றுப்புறத்தாரையும் வினோதமான கேள்விகளால் துளைத்தெடுத்தவனின் அடுத்த இலக்காக இரண்டாம் வகுப்பு டீச்சர் பாலாமணி இருந்தார். ஒன்றாம் வகுப்பு டீச்சரைப் புறங்கண்டவன் என்கிற அளவில் பாலாமணி ஆசிரியைக்கு அவன்மீது ரொம்பவும் அன்பு உண்டு, பொறுப்புடன் பதிலளித்து அவனது அறிவை நாளும் விருத்தி செய்துவந்தார்.

‘சூரியன் ஏனுங்க டீச்சர் தினமும் கிழக்கயே உதிக்குது?’ என்ற கேள்வி அவரது அறிவின்மீதான சவாலாக அமைந்தது.

‘அதப்பத்தி நானும் யோசிச்சுக்கிட்டுத்தான் இருக்கிறேன்.’

‘யோசிக்கறதுன்னா?’

‘சிந்திக்கறேன்.’

‘சிந்திக்கறதுன்னா?’

‘நினைக்கறது.’

நினைக்கறதுன்னா?’

‘ஏன், எப்படி, எதுக்குன்னு ஆலோசிக்கறது.’

‘ஆலோசிக்கறதுனா?’

‘கொஞ்சம் உட்காரு பழனிச்சாமி. எனக்கு தல வலிக்குது...’

பகல் பனிரெண்டரை மணிக்கு பாலாமணியை தேநீர் அருந்த வைத்த முதலாவது ஜீவன் என்கிற பெருமையை இதன்மூலம்

பழனிச்சாமி பெற்றான். அதற்குப்பிறகு வகுப்புரீதியாக டீச்சரைப் பிரிய அவனுக்கு ஆறுமாத கால அவகாசம் வேறு இருந்தது.

அவன் மூன்றாம் வகுப்புக்குப் போகிற காட்சியை தாய்மை அன்புடன் கவனித்தார் டீச்சர்.

பழனிச்சாமி முதன்முறையாக ஆண் ஆசானை எதிர்கொள்ள வேண்டிய கட்டம் வந்துவிட்டது. கனகசபாபதி வாத்தியார். சர்க்கரை நோயால் சங்கடப்பட்டு, மதிய உணவாக சப்பாத்தி கொண்டுவந்து சாப்பிடும் அவரை சிலர், 'காஞ்ச சப்பாத்தி' என்றழைத்தனர்.

கைக்குட்டையை வைத்து அணில், சிட்டுக்குருவி போன்றவற்றைச் செய்துகாட்டும் ஒரு பலூன்கார உள்ளம் படைத்தவர். ஆணவமற்ற ஆசிரியரின்கீழ் படிப்பிக்கப்படுகிற மாணவப் பருவத்தின் அலாதியான மகிழ்ச்சி அவரது வகுப்பறைகளை நிறைக்கும். அரையாண்டுப் பரீட்சைகள் முடிந்த ஒரு நாளில், தன் விருப்பமாக ஒரு பாடப்பிரிவு வேளையை அமைத்துக்கொண்டு அவர் மாணவர்களிடம் பேச ஆரம்பித்தார்.

நெடுங்கால வெளிகளைத் தன் உள்ளடக்கத்தில் கொண்டிருக்கிற ஒரு கேள்வியைக் கேட்கிறோம் என்பதனை உணராமல்தான் கேட்டார்.

'கோழி முந்தியா, முட்டை முந்தியா?'

கோழி, முட்டை, முட்டை, கோழி, முட்டைக்கோழி இப்படியான சத்தங்கள் தொடர்ந்து வகுப்பறையை சந்தைக்கடை ஆக்கின. பின்னாளில் சத்துணவில் முட்டை வருவதற்கு இப்படியான சத்தங்கள் மறைமுகக் காரணமாக இருந்திருக்கக்கூடும்.

'பழனிச்சாமி! நீ சொல்றா...'

'கோழிதான் சார் முதல்ல...'

'எப்படிடா இவ்வளவு உறுதியாச் சொல்றே?'

'சார், முட்டையே முதலா இருந்தாலும் அத அடகாக்க ஒரு கோழி இருந்திருக்கணுமல்ல சார்...'

கட்டி அணைத்து அவனை உச்சிமுகர வேண்டும் என உண்மையாகவே அவர் ஆசைப்பட்டார். சிலவகை உணர்ச்சிகளுக்கு அற்ப ஆயுளுக்குமேல் ஒன்றுமில்லை. பழனிச்சாமி மீண்டும் துளிர்த்தெழுந்தான்.

'கோழி எதுக்கு சார் வந்துச்சு?'

கனக சபாபதி உடனடியாக சேரில் அமர்ந்து நெற்றிப்பொட்டில் கைவைத்துக் கொண்டார்.

'கோழி, ஏன் உலகத்தில் வந்தது? அந்த இனத்தின் நோக்கமென்ன?

அசுர இனத்தினை அழிப்பது என்பதுமாதிரியான கங்கணமோ, அவதார நோக்கமோ அவற்றுக்கு இல்லை. பறக்க இறக்கை இருந்தும் அவற்றை பூரணமாகப் பயன்படுத்தத் தெரியாத அந்த தத்தி வாழிகள் ஏன் மனுசக் காலடியையே சுற்றிவருகின்றன. மனுசன் அடசப் போடவும் அடிச்சுத் திங்கறதுக்குமே படைக்கப்பட்டுருக்கா... அப்படின்னா, இதுகளத் தின்னு வாழற மனுசனுக நோக்கமென்ன... தின்னு செரிச்சது போக, மனுச குலம்தான் சாதிச்சது என்ன...'

இப்படியெல்லாம் கண்டமேனிக்கு யோசிச்சு, வேர்த்து அப்படியே மயங்கி விழுந்தார். மாணவர்கள் கூச்சல் போட்டனர். 'அந்த ஆள் கிளாசுன்னாலே அப்படித்தான்' என்று பக்கத்து வகுப்பு ஆசிரியர்கள் வாளாவிருந்தனர். அப்புறம் வகுப்புத் தலைவனான செந்தில்குமார் ஓடிப்போய்ப் பக்கத்து வகுப்பு வாத்தியாரிடம், 'இங்க வந்து பாருங்க சார்!' எனக் கூவவும், அப்புறம் மேற்கொண்ட காரியங்கள் கனகசபாபதியை விழிப்புறச் செய்தன. கட்டுரை நோட்டுகளால் விசிறப்பட்டு அவர் ஆசுவாசமடைந்தார். ஆசுவாசத்தை அதிகரிக்கும் எண்ணத்தில் பாலாமணி டீச்சர், 'பழனிச்சாமி, ஓடிப்போய் சோடா வாங்கிட்டு வா!' என்றார்.

பழனிச்சாமி அமைதியைக் கைவிடாமல் கேட்கிறான்,

'என்ன சோடாவுங்க டீச்சர்?'

இடக்குமடக்கான கேள்விகள் எனக் கருதப்பட்டவைகளுக்காக வகுப்பாசிரியர்கள் சிலரிடம் அவன் அடி வாங்க வேண்டிவந்தது. ('செயல் மறந்து வாழ்த்துவது முறையாகுமா?' எனத் தமிழ்த்தாய் வாழ்த்துமீது கேள்வி கேட்டதற்காக ஆறாம் வகுப்பில் தமிழய்யா இராம, சவுந்திரராசனிடம் அடி.)

எப்படியானாலும் முதல் மூன்று ரேங்குகளுக்குள் பாஸ் ஆகிடுவான் என்பதால் அவனது கேள்வி கேட்கும் குணத்தை யாரும் பெரிதாகப் போற்றவில்லை. சிலநேரங்களில், 'நமக்குத் தெரியாததக் கேட்டு வைக்கிறானே!' என்று சங்கடமாக இருக்கும்.

பொதுவாகச் சுற்றுலா செல்கிற காலங்களில், அந்த இடங்களில் வைத்து மாணவர்களை ஆசிரியர்கள் அடிக்கமாட்டார்கள். போய்விட்டு வந்தபின் அதைப்பற்றி இரண்டு பக்கங்களுக்கு குறையாமல், மூன்று பக்கங்களுக்கு மிகாமல் கட்டுரை எழுதப் பணித்து, எழுத்துவழித் துன்புறுத்தல் நடக்கும்... அவ்வளவுதான்!

சென்னை சுற்றுலாவுக்குச் செல்லும்போது பழனிச்சாமி ஒன்பதாம் வகுப்பு மாணவன். அண்ணா சமாதியைப் பார்த்ததும், சுற்றுலாவின் தலைமை நடத்துனரான வடிவேல் சார், 'சிவாஜி கணேசனைப் பார்க்க வேண்டும்' என்ற பிரத்யேக விருப்பத்தைத் தெரிவித்தார்.

வடிவேல், சிவாஜியின் கடைந்தெடுத்த ரசிகர். 'தெய்வ மகன்' படம் பார்த்துவிட்டு முகத்தைத் தீய்த்துக்கொள்ள வில்லையே தவிர, உடுப்பிலும் இடுப்பிலும் எடுப்பிலும் தன்னை ஒரு சிவாஜியாகவே பாவித்து வாழ்கிறவர்.

பேருந்து, சிவாஜியின் வீட்டை அடைந்தது. 'திரிசூல' வெற்றியைத் தொடர்ந்து 'விசுவரூபம்', 'பட்டாக்கத்தி பைரவன்' போன்ற, வயதுக்கு ஒவ்வாத வேடங்களிலும் தனி முத்திரையைப் பதித்துக்கொண்டிருந்த போறாத பொற்காலம். அவர் கேமரா முன்னால் கண்களையும் முகத்தையும் உருட்டிக் காட்ட சென்று விட்டிருந்ததால் அவரை தரிசிக்கமுடியாத கடுப்பில், வடிவேல் நின்றிருக்கும்போது பழனிச்சாமி அந்தக் கேள்வியைக் கேட்டான்.

'சார், இது சொந்த வீடுங்களா...? வாடகை வீடா?'

ஆக்‌ஷன் படங்களில் சிவாஜியினால் கவர்ச்சி வில்லன் கண்ணனுக்கும் நம்பியாருக்கும் கடைசிக் காட்சிகளில் என்ன நிகழுமோ அது, சிவாஜி வீட்டுமுன் பழனிச்சாமிக்கு வடிவேல் சாரால் நிகழ்ந்தது. பழனிச்சாமி ஒரு பாவமலராய் வாடி அழுதான்.

அப்படியெல்லாம் பட்டும்கூட பிளஸ் டூ-வில் வேதியியல் வாத்தியாரை வகுப்பில் வைத்து, 'சோடியத்துக்கு Na அப்படின்னு ஏன் சார் எழுதறீங்க, என்னேன்னா என்ன?' என்றொரு கேள்வி யைக் கேட்கவே செய்தான். இதற்கு முறையான பதிலைப் பெறாமல் பிராக்டிக்கலில் பத்து மதிப்பெண்கள் இழப்பைப் பெற்றான். பிளஸ் டூ-விலும் தேர்ச்சிதான். அடுத்து கல்லூரியிலும் வெற்றிதான். பெயர் சொன்னால் கடை விளங்கும்விதமாகச் சிறிய ஜவுளிக்கடை போட்டு கொளத்துப்பாளையத்தில் மனையாள், மக்கட்பேற்றுடன் சுகமாக வாழ்கிறான்.

இன்றைய தினம், இந்த நிமிடத்துக்கு அவனைப் பார்க்க வேண்டுமானால் நீங்கள் பல்லடம் போகவேண்டும். பல்லடத்தில் பேருந்துகள் வெளியேறும் வழிக்கு வலதுபுறமாக பூவரச மரங்களின் நிழல் உண்டு. அந்த இடம் அமரர்களைப் புதைக்கு மிடமாகவும் பயணிகள் ஆத்திரத்துக்கு மூத்திரம் பெய்யும் இடமாகவும் இயங்கி வருகிறது. மேற்படி காரியத்துக்காகவே அடிக்கடி சென்ற பழனிச்சாமி பதினைந்து அடி இடைவெளியில் இரண்டு சமாதிகளைப் பார்க்கிறான். பி.என்.துரையன் கார் புரோக்கர் 1993இல் மரணம் என்று ஒன்றில் தகவல். மற்றொன்றில் பி.என்.பரந்தாமன் கார் டிரைவர் 1993 இல் மரணம் என்று தகவல். இருவரும் சகோதரர்களே என்று தோன்றுகிறது. உடனடியாக அறுதியிட்டே ஆக வேண்டும் என்கிற லட்சிய ஆவேசம். கோயமுத்தூருக்கு துணி எடுக்கப் போகிற திட்டத்தைத் தள்ளிவைத்து விட்டு, அழகான பெண்களும் அதற்குச் சளைக்காத

ஆண்களும் உலவும் பல்லடம் பஸ் ஸ்டாண்டில் கேள்வியுடன் சுற்றிக் கொண்டிருக்கிறான்.

தெரிந்தவர்கள் விடைசொல்லி அவனைக் கோயமுத்தூருக்கு அனுப்பி வைக்கலாம். இடையில் அவன் சூலூரிலோ, காரணம்பேட்டையிலோ இறங்காமலிருப்பது கேள்விக்குறியின் கரங்களில் இருக்கிறது.

தானாகி நிற்பவன்

'வாழ்வே மாயம்' படம் வெளிவந்து ஓடிய வருடத்தில் ரகுநாதன் ஆந்திராவுக்குக் கந்துக் கடைக்குப் போனான். போகிற அன்றைக்கு வழக்கம்போல கிராமத்து டீக்கடை டேப்ரிகார்டரில் ஒலிக்கிற 'உலகே மாயம், வாழ்வே மாயம், நிலையேது நாம் காணும் சுகமே மாயம்' என்று, உற்சாகமாக ஒலிக்கிற தத்துவப் பாடலைவேறு கேட்டான்.

ஸ்ரீகாகுளத்துக்கு வசூல் வேட்டைக்குச் சென்றவன் ஒரு வருடம், ஒரு வாரம், ஒரு நாள் கழித்து வெற்றிகரமான தோல்வியாளனாகத் திரும்பிவந்தான். ஊரைவிட்டுப் போகும்பொழுது இருந்ததைவிட வண்ணம் கூடியிருந்தான். கச்சிதச் சட்டைகள், கால்சட்டைகள் அணிந்து சோபன் பாபுவின் முடியழகைத் தலை கொண்டிருந்தான். அவனை ஊருக்குத் தேடிவந்த முதலாளி சூலபுரம் லட்சுமணன், பற்றுவழி போக ரூபாய் இரண்டாயிரத்து ஐநூறு கொடுத்து-சம்பளத்தைப் பைசல் செய்து, 'உனது சேவை எனக்குத் தேவையில்லை' என்று சொல்லிப்போனார்.

தேநீர்க் கடையில் அமர்ந்திருக்கையில் அந்தப் பிரசித்தி பெறத் தக்கதான வாக்கியத்தைச் சொன்னான்: 'வாழ்வே மாயத்தின் தெலுங்குப் பதிப்பில் நடித்திருக்கிறேன்...'

வாழ்வே மாயத்தின் தெலுங்குப் பதிப்பில் நாகேஸ்வரராவ் நடித்திருக்கிறார். அந்தக் காலகட்டம் வரையிலுமே அக்கினேனி நாகேஸ்வரராவும் நந்தமூரி ராமாராவும் இளமை குன்றாமலிருந்து, தங்களுக்குப் பதிலாக டூப்புகளை ஹெலிகாப்டர் மற்றும் மலைமுகடுகளிலிருந்து குதிக்கவிட்டுக் கோலோச்சிக் கொண்டிருந்தார்கள். வாழ்வே மாயத்தில் கமல் நடித்துக் கடைசியில் தமிழ் ரத்தம் கக்குவதை ஆந்திராவில் நாகேஸ்வரராவ் தெலுங்கு ரத்தமாகக் கக்குகிறார் என்று சினிமா ரசிகர்களும் தேவதாஸ் காலத்திலிருந்து அவர்மேல் பிரியமாயிருப்பவர்களும்

அறிந்தே வைத்திருப்பார்கள். காலை முறிப்பதும் ரத்தம் கக்குவதும் அதனூடே சத்தமாகப் பாடுவதெல்லாம் ஸ்ரீதேவிக்காகவே.

ஆனால், ரகுநாதன் அதில் நடித்ததாகச் சொன்னதும் யாரும் நம்பத் தயாரில்லை.

‘தெலுங்குல படத்துப் பேரு என்ன?’ - தேநீர் குடித்துக் கொண் டிருந்த ஒவ்வொருவருக்கும் வக்கீலாகவேண்டிய நிர்ப்பந்தம் அங்கே முளைத்ததும், ஆளாளுக்குக் கேள்விகள் போட ஆரம்பித்தார்கள்.

ஒரு கணம் திகைத்த ரகுநாதன், உடனே சுதாரித்தவாறு சொன்னான்: ‘ப்ரதுக்கே மாயா’

‘நீ என்னவா நடிச்சே?’

‘டாக்டரா...’

‘உனக்கு எப்படி சான்சு கிடச்சுது...’

‘லைன முடிச்சுட்டு வேடிக்க பாக்கப் போயிருந்தேன். அந்த டயத்துல டாக்டரா நடிக்கறவரு வராததுனால பொருத்தமா இருக்கறன்னு டைரக்டர் என்னயக் கூப்புட்டாரு. ‘அரவாடு... அரவாடு...ருன்னு சினிமா கம்பெனில ஒரே மரியாத தெரியுமா!’

‘எவ்வளவு சம்பளம் குடுத்தாங்க...’

இப்போது இரண்டு கணம் திகைத்த ரகுநாதன் சொன்னான்... ‘ஐந்தாயிரம்.’

‘ஒரு வருஷம் இருந்ததுக்கு உங்க ஓனரே அவ்வளவு தரலீங்கற மாதிரிக் கேள்விப்பட்டனே...’

‘ஆமா. அதுதான் கடைக்குப் போகாம நின்னுட்டேன்.’

‘நின்னுட்டியா... அவங்களே நிறுத்திட்டாங்களா?’

‘அதெல்லாமில்ல... நான் எங்க நடிச்சுப் பெரிய ஆளா ஆயிருவனோன்னு அவரு பயந்துட்டாரு...’

‘அதெல்லாம் போகட்டும். இப்ப நீ நடிச்ச படத்தப் பாக்கணுமே. அதுக்கு என்ன பண்றது?’

‘அப்படின்னர் ஆந்திராவுக்குத்தேம் போகோணு...’

ஆந்திரா 500 கிலோமீட்டர்களுக்கு அப்பாலிருந்தது. ரகுநாத னுக்காக யாரும் அப்படி ஒரு சாகசப் பயணம் மேற்கொள்ளத் தயாராக இல்லை .

திடீரென ஒரு ஞாயிறு மத்தியானவேளையில் பஞ்சாயத்து டி.வி.யை அகஸ்மாத்தாக யாரோ போட்டபோது அதில் நாகேஸ்வர ராவும்,

ஸ்ரீதேவியும் காட்சியளித்தார்கள். ஊரில் கால்வாசி, கால் மணி நேரத்துக்குள் டி.வி. முன்னால் கூடியது. எங்கேயோ புறப்பட்டுக் கொண்டிருந்த ரகுநாதனை யாரோ இழுத்துவராத குறையாகக் கூட்டிவந்தார்கள்.

ஆர்வம் மிகுதியால் ஆறேழு பேர் சின்னத்திரையைப் பார்த்துக் கொண்டு, 'நீ எங்கே... நீ எங்கே...' என்று கத்தினார்கள். ரகுநாதன் ரொம்ப பவ்யமாக, 'நான் இங்கதான இருக்கேன்" என்றான்.

'அட... எப்ப வர்றேன்னு கேட்டமப்பா...'

'படம் ஆரம்பிச்சு அரை மணி நேரம் இருக்குமல்ல...'

'இருக்கும்... இருக்கும்...'

'ஆச்சுங்க...'

'நான் அப்பவே வந்துட்டுப் போயர்றேன்...'

'ஏப்பா... கமலுக்கு கடைசீலதானப்பா கேன்சர் வருது...'

'ஆமா கமலுக்கும் கடைசீலதான் வருது. நாகேஸ்வரராவுக்கும் கடைசீலதான் வருது. ஆனா, டிரீட்மென்டு வேற...'

'என்னய்யா... ஒரே கேன்சர், ரெண்டு டிரீட்மென்டா?'

'யோ... இதுக்குத்தானய்யா சினிமான்னா என்னன்னு தெரியாத ஆளுககூடப் பேசக்கூடாதுங்கறது. கேன்சருக்கு டிரீட்மென்டு இல்லாமத்தான ஹீரோ செத்துப்போறாரு. இது திரைக்கதை டிரீட்மென்டு. தெலுங்குல ஃப்ளாஷ்பேக்குல மொத்தக் கதையும் வந்துருது. நான் எழுத்துப் போட்டு முடிச்சதும் வந்துட்டுப் போயிடறேன்' என்றவன், யார் கூப்பிட்டும் நில்லாமல் கிளம்பினான்.

'எப்பா... படத்தைப் பாத்துட்டுப் போ...'

'நூறு தடவை பாத்த படத்த இனி ஒருக்கா என்னன்னு பாக்கறது?'

இறுதியாகப் படம் பார்க்க அமர்ந்தவர்கள் படம் முடியும்வரை மனோரமாவுக்கு மாற்றாக நடித்த, 110 கிலோ எடையுள்ள ஒரு விண் உபசாரிணியை (ஏர் ஹோஸ்டஸ்) பார்க்க வேண்டியதாயிருந்து.

பழனிக் கீரனூர் பக்கமுள்ள உண்டார்பட்டிக்கு பெரியம்மா வீட்டுக்குக் கிடா வெட்டுக்குப் போயிருந்தான் ரகுநாதன். கறியையும் வறுவலையும் வளைத்து அடித்துவிட்டு தோட்டச் சாளைப் பக்கம் சென்று வேப்பமர நிழலில் உள்ள கயிற்றுக் கட்டிலில் படுத்தான்.

பண்ணயத்தில் இருக்கிற ஆள் ஆட்டுமாட்டு பரிபாலனத்துக்கோ, அன்றி தண்ணி பாய்ச்சவோ அந்தப் பக்கமாக வந்து கொண்டிருந் தான். கோயிலில் கட்டப்பட்டிருந்த ரேடியோவில் சத்தமாக 'சோலை

புஷ்பங்களே... என் சோகம் சொல்லுங்களே...' என்று பாடிக் கொண்டிருந்தது.

பண்ணயத்து ஆளைக் கூப்பிட்டு ரகுநாதன், 'சாப்பிட்டியா?' என்றான்.

'ஆச்சுங்க...'

'பேரென்ன?'

'குப்புசாமி'

'இந்தப் பாட்டக் கேட்டியா?'

'கேட்டனுங்க... நல்லா இருக்குது...'

'யாரு எழுதுனதுன்னு தெரியுமா?'

'தெரிலீங்... கண்ணதாச, அவுங்களா?'

'அல்ல. நாந்தே...'

'நீங்களா... தெரியாமப் போச்சுங்களே. உங்க பேருல வந்துருந்தா, நீங்க நம்ம ஊருக்குச் சொந்தக்காரரு இன்னேரம் தெரியாம போயிருக்குமா?' என்று சந்தேகப்படுகிறமாதிரி குப்புசாமி பேசினான்.

'உனக்கு விவரமாச் சொன்னாத்தான் புரியும். நம்ம பழனீல ஒரு லாட்ஜுல வச்சுத்தான் அவருக்கு எழுதிக் குடுத்தேன். நானும் அவரும் அன்னிக்கு ஒரே ரூமுல தங்கீருந்தம். தண்ணி மப்பு ரொம்ப ஆகிப்போச்சு அவருக்கு. 'தம்பி, நீ எழுதிக் குடுன்னு சொல்லீட்டுப் படுத்துட்டாரு. அப்பற, நாந்தான்... முக்கா மணி நேரத்துல எழுதிட்டேன்.'

மாட்டை கட்டுத்தறியில் கட்டிவிட்டுப்போன குப்புசாமி, அடுத்த கொஞ்சநேரத்துக்குள் தகவலை சக்திக்கு உள்பட்ட அளவு அவிழ்த்துவிட்டான். திரும்ப பெரியம்மா வீட்டுக்குப் போனபோது செய்தி அறிந்த சிலர் அவனை மரியாதையாகவும் வியப்பாகவும் பார்த்தார்கள்.

குப்புசாமி கோயில் தலைவாசலுக்கே போய் மைக்செட் பையனிடம், 'பண்ணாடி, அந்த தண்ணிக்கும் சீமெண்ணெய்க்கும் கல்யாணம்... பாட்டப் போடுங்க' என நச்சரித்து, சோகம் சொல்லும் சோலை புஷ்பங்களையே மீண்டும் மீண்டும் மலரவைத்து அலறவிட்டுக் கொண்டிருந்தான். ஒரு கட்டத்தில் மைக்செட் பையன், 'என்ன விஷயம்யா? இதே பாட்டக் கேட்டுக்குட்டே இருக்குறே... இந்த வயசுல காதல் தோல்வியா?' என வினவினான்.

‘அதெல்லாம் இல்ல. நம்ம மணியார்’ வீட்டுக்கு கெடா வெட்டுக்கு வந்த ஒருத்தருதே இந்தப் பாட்ட எழுதுனதாமா...’ என வியப்பைக் காட்டினான்.

‘போய் அந்த ஆள நான் சொன்னேன்னு வரச்சொல்லு...’

டேப்ரெகார்டர் முழங்கும் இடத்துக்கு அடுத்த பத்து நிமிஷத்தில் வந்த ரகுநாதன் ஆம்ப்ளிஃபைரின் அருகில் அமர்ந்தான்.

‘இந்தப் பாட்ட நீங்க எழுதி கங்கை அமரன்கிட்டக் குடுத்தீங் களாக்கும்?’ மைக்செட் பையன் முறைத்தான். அவன் தனது சொந்த ஊரில் பாவலர் கலை மன்றம் ஆரம்பிப்பதுபற்றி யோசிக்க ஆரம்பித்திருந்தவன். அவன் முறைப்பதைப் பார்த்த உடனே இடத்தைக் காலி செய்தால் நலம் எனத் தோன்றி எழுந்து நடக்க ஆரம்பித்தான். போகும்போது சத்தமாகத் தனக்குத்தானே கூறிக்கொள்வதுபோலச் சொன்னான்: ‘அப்படின்னா அந்தப் பாட்ட, கண்ணதாசன் கங்கை அமரன்கிட்டக் குடுத்துட்டாரா?’

ஒருமுறை சித்தராவுத்தன்பாளையம் கிராமச்சாவடிக்கு முன்னால் ஒரு பேக்கரியில் டீ குடித்துக் கொண்டிருந்த நாளில் கிரகங்கள் ரகுநாதனைக் கைவிட்டன. கர்நாடக கண்மணி ராஜ்குமாரை வீரப்பன் கடத்தி, அடவிப் பயணங்கள் மேற்கொள்ள வைத்திருந்த நாட்கள் அவை. பேப்பர் வாசித்துக் கொண்டிருந்த பொழுது அருகில் இருப்பவர், என்ன சொன்னாலும் தலை ஆட்டுகிற ஜாதி எனக் கண்ட ரகுநாதன், ‘சேத்துக்குளி கோவிந்தன், துப்பாக்கிச் சித்தன் எல்லாம் நமக்கு நல்ல தோஸ்த்துங்க...’ என்றான். அதை அருகிலிருந்தவர் கேட்குமுன்னே மப்டியில் டீ குடிக்க வந்த ஏட்டையா கேட்டார்: ‘தம்பி, ஒரு நிமிஷம் என்கூட வா!’ என காவல் நிலையத்துக்குக் கூட்டிப்போனார். கூட்டி நடக்கும்பொழுது, தான் எஸ்.ஐ. ஆகிற நாள் வெகுதொலைவில் இல்லை என மனப்பால் குடித்தார்.

ஸ்டேஷன் பெஞ்சில் அமரவைத்து, ‘சொல்லுடா... கோவிந்த னையும் சித்தனையும் உனக்கு எப்படித் தெரியும்?’ என்றார்.

‘பேப்பர் பாக்கறது மூலியமாத்தே தெரியுமுங்க...’

‘தோஸ்த்துன்னு சொன்னே?’

‘தெரியாமல் சொல்லீட்டனுங்கய்யா... மன்னிச்சிருங்க...’

ஏட்டைய்யாவும் இரண்டு காவலர்களும் பின்னால் வந்த மேலதிக மேலதிகார போலீசாரும் முதுகு, முழங்கால், முழங்கை, மண்டை, முன்கை, புறங்கை, தோள்பட்டை ஆகிய கண்கள் தவிர்த்த உடலின் சகல மேல் பாகங்களையும் ஓய்வு கொடுத்து, ஓய்வு கொடுத்து மன்னித்தார்கள். மன்னிப்பு தாளாமல் அவன் ஒரு மொத்தையாக வீங்கினான்.

தகவல் பெற்று ராஜேந்திரன் போய் முதல் தகவலறிக்கைக்கு முன்னால் மீட்டுவந்தான். அதற்கே பாராளுமன்ற உறுப்பினர் வரை பேசவேண்டியிருந்தது. பிறகு சில நாட்கள் தன்வரலாற்றுப் பதிவுகளில் ஆர்வம் காட்டாமலிருந்தான்.

உள்ளூரில் மாரியம்மன் கோயில் திருவிழா. அந்த இரவில் இரண்டே இரண்டு வீடியோ படங்கள் என ஏற்பாடு.

படம் பார்க்க ராஜேந்திரனின் அருகில் அமர்ந்தான் ரகுநாதன். முதல் படம், 'அதே கண்கள்'. எவ்வளவோ கஷ்டப்பட்டு அமைதி காத்தான் ரகுநாதன். க்ளைமாக்சுக்கு சற்று முன்னதாக மைசூருக்கு 9 கிலோ மீட்டருக்கு முன்னால் என்று ஒரு அய்யனார் கோயிலைக் காட்டினார்கள். ரகுநாதன் தணிவான குரலில் ராஜேந்திரனிடம், 'இந்தக் கோயிலுக்கு நான் போயிருக்கேன்" என்றான்.

'உம். மைசூருக்குப் பக்கத்துல அய்யனாரு கோயிலு. அதயவே நம்பமுடியாம நான் உக்காந்திருக்கேன். நீயும் ஆரம்பிச்சிட்டியா...?'

சட்டென தான், ஜாமீன் எடுத்த ராஜேந்திரனின் அருகில் அமர்ந்திருக்கிறோம் என்கிற உணர்வு வர அமைதியே உருவாக இருந்தான் ரகுநாதன்.

'சரி, விடு ரகு. தெரியாமத்தான் கேக்கறேன். இதுனாலயெல்லாம் உனக்கு என்னடா வருது?' என்றான் ராஜேந்திரன்.

கொஞ்சம் தயங்கிய ரகுநாதன், 'இதனால் நமக்கு என்ன போகுது, அதச் சொல்லு' என்றான்.

'ஒண்ணும் வர்றதுமில்ல, போறதுமில்ல. ஆனா, இனிமே ஜாமீனெல்லாம் எடுக்க வரமாட்டேன்' என, ராஜேந்திரன் சூளுரைத்தபொழுது 'அதே கண்கள்' முடிவுக்கு வந்தது. அடுத்த படம், 'வாழ்வே மாயம்.' எழுத்து ஓடிக்கொண்டிருக்கும்பொழுது 'இசை கங்கைஅமரன்' என்று வர ரகு, 'அட.... நம்ம அமர்' என்றான்.

ராஜேந்திரன், 'ப்ளட் கேன்சருக்கு வைத்தியமே கிடையாது. நீ பாரு. நான் போய்த் தூங்கறேன்' என்று வீட்டுக்குச் சென்றான். அவன் காலிசெய்த இடத்தில் யாரோ அறிமுகம் தெரியாத ஒருத்தர் வந்து அமர்ந்தார்!

ஏனைய அறிவிப்பாளன்

'பொங்கல் வைக்கும் தாய்மார்கள் தங்களது புடைவைகளை பத்திரமாகப் பார்த்துக்கொள்ளும்படி விழாக் கமிட்டியினர் சார்பாகக் கேட்டுக் கொள்ளப்படுகிறார்கள்', கிருஷ்ணசாமியின் குரல் கனகம்பீரமாக சத்தப் பெருக்கியில் ஒலிக்கிறது. தாய்மார்கள் உஷாராகி, கல் அடுப்புப் பகுதியிலிருந்து சேலைகளைத் தீ தீண்டி விடாத கவனத்துடன் விலகிக்கொண்டு புன்னகைக்கிறார்கள். பிறகு, 'மஞ்சக்குளிச்சு அள்ளி முடிச்சு' என்கிற பாடல் ஒலிக்கிறது. வேப்பிலைத் தோரணமும் மஞ்சள் வாசமுமாக ஊரே திருவிழாத் திமிலோகம். பாட்டு ஒலித்துக்கொண்டிருக்கும்போதே பதினேழாம் எண் டவுன் பஸ் வருகிறது.

'பாட்ட நிறுத்திட்டு மைக்க போடு!' என்று கிட்டு கட்டளையிடுகிறார். கட்டளையைத் தொடர்ந்து மீண்டும் குரல் ஒலிக்கிறது.

'பேரன்புகொண்ட தாய்மார்களே... திருவிழாவைக் காணவந்த பக்தகோடிகளே, தயவுசெய்து, பதினேழாம் எண் நகரப் பேருந்துக்கு வழிவிட்டு ஒதுங்கி நிற்குமாறு விழாக் கமிட்டியினர் சார்பாக கேட்டுக்கொள்கிறோம். பதினேழாம் எண் நகரப் பேருந்தின் ஓட்டுனர் கவனமாக வண்டியைச் செலுத்தும்படி கேட்டுக்கொள்ளப் படுகிறார். ஆனங்கூர், ஊத்தூர், அரவக்குறிச்சி, பள்ளப்பட்டி செல்லும் பயணிகள் யாராவது இருப்பின் பதினேழாம் எண் பேருந்துக்குச் செல்லுமாறு கேட்டுக்கொள்ளப்படுகிறார்கள்" அறிவிப்புக்குப் பிறகு மீண்டும் பாட்டு.

மரம் சும்மா இருந்தாலும் காற்று விடுவதில்லை. காற்று சும்மா இருந்தாலும் மரங்கள் விடுவதில்லை. இரண்டு பாட்டுப் பாடியபின் மைக்செட் போட்டுக்கொண்டிருக்கிற

சகாதேவன், 'அண்ணா... கிட்சாமி அண்ணா... நம்முளுதச் சொல்லுங்க!' என்று கேட்டுக்கொள்கிறான்.

மறுபடி கிட்டுவின் குரல்.

'மின்சாரம் உள்ள மற்றும் மின்சாரம் இல்லாத ஏனைய இடங்களிலும் சிறப்பாக ஒலி, ஒளி அமைத்துத் தர உங்கள் முருகன் சவுண்டு சர்வீஸ். ஓம் போர்டு, குத்து விளக்கு, கட்சிச் சின்னங்கள், அம்மன், விநாயகர், அலங்காரங்கள் மற்றும் சரவிளக்குச் சோடனைகள் மீகச் சிறப்பாக அமைத்துத்தருவது நமது முருகன் சவுண்டு சர்வீஸ்...' இதைச் சொல்லிமுடிக்கிறபோதே திருவிழாக் கூட்டத்தில் தண்ணியடித்துவிட்டுச் சலம்பிக் கொண்டிருந்த கண்ணப்பன் பந்தலுக்கு வந்துவிட்டார்.

'ஏய்... என்ன நீ கட்சிச் சின்னம்னு சொல்லறே... நோம்பி விசேஷத்துல நீ அரசியல் பேசறியா?'

போதை விளைவால் பூமராங் கருவிமாதிரி வளைந்துகொண்டே கண்ணப்பன் அடிக்கவேறு வருகிறார். கிருஷ்ணசாமிக்கு நாயும் கடித்துப் பேயும் அறைந்தாற்போல் முகம் மாறுகிறது.

மைக்செட் போட்டுக்கொண்டிருக்கும் பொடிப்பயலான சகாதேவன், 'என்ன... அவரு கட்சிச் சின்னம்னுதான் சொன்னாரு. எல சூரியன்னு பேரையா சொன்னாரு? கம்முனு போவீங்களா...' என மிரட்டல் விடுகிறான்.

'டேய் சுண்டக்கா... இந்த மைக் மகாதேவனுக்கு நீ சப்போர்ட் சகாதேவனாடா?' என்று கேட்டுக்கொண்டு பூமராங் மேலும் கிட்டே நெருங்க, ஊர்க் கொத்துக்காரர் வந்து கண்ணப்பனிடம், 'எப்பா, அந்த அப்பராணிகூட உனக்கென்னப்பா... போயி வேற வேலயப் பாரு!' என்று கூறவும், கண்ணப்பன், 'சரி, வேற வேலயப் பாக்கறதுன்னா பணம் ஒரு இருபது ரூபா குடுங்க' எனக் கேட்டு வாங்கிக்கொண்டு மதுக்கடைக்குச் செல்கிறார்.

மைக் மகாதேவன் என்று கண்ணப்பனால் வர்ணிக்கப்பட்ட கிருஷ் மறுபடி மைக்குக்கு உயிர் கொடுக்கிறார்.

'திருவிழாவைக் காணவந்த பெரியோர்கள், சான்றோர்கள், தாய்மார்கள், வாலிபர்கள் அனைவருக்கும் விழாக் குழுவினர் சார்பாகவும் எங்கள் இளம் உழவன் ஒற்றை மான்துறை கபாடிக் குழு சார்பாகவும் வருக... வர்ருக என நல்வரவினைத் தெரிவித்துக்கொள்கிறோம்' அறிவிப்பை முடித்ததும் பாடிக்கொண் டிருந்த 'செந்தாழம் பூவில்' பாட்டை நிறுத்தச் சொல்லிவிட்டு, 'தைரியமாகச் சொல் நீ மனிதன்தானா... பாட்டப் போடு' என்கிறார்.

கண்ணப்பனுக்காகப் போடப்பட்ட சிச்சுவேஷன் சாங்: தக்க தருணப் பாடல் அது. இந்தப் பாடலைப்பற்றிய ஓர்மை இல்லாமல் கண்ணப்பன், திருவிழாவின் ஒளிவிளக்குகளுக்கு அப்பால் உள்ள அரைஇருட்டு இடத்தில் தண்ணிபோடப் போய்விட்டார். 'மனிதன் தானா' பாடல், கேள்விகள் ஏராளம் கேட்டு முடிந்தபின் மீண்டும் மைக்கை எடுக்கிறார் கிச்சா.

'திருவிழாவுக்கு வருகிற அன்பர்கள் மது அருந்திவிட்டு தகாத முறையில் நடக்கவேண்டாம் எனத் தாழ்ந்த பணிவன்புடன் விழாக் குழுவினர் சார்பாகக் கேட்டுக்கொள்ளப்படுகிறார்கள்...'

மாலை மங்கும்வரை அறிவிப்புகளையும் அவரது அறிவுப் புகழையும் வெளிச்சம் போட்டுக் காட்டிவிட்டு வீட்டுக்கு வந்தார். மனைவி முகம் கொடுத்தோ, வாய் தொடுத்தோ ஒரு பேச்சும் பேசவில்லை. குளித்து முடித்துவிட்டு தூய வெண்ணிறத் துணிகள் அணிந்தார். மனைவி யிடம் சென்று, 'சுக்கு நல்லா இடிச்சுப் போட்டு ஒரு பாலில்லாத காப்பி வை...' என்றவர் வலது கைப் பெருவிரலை நீட்டியநிலையிலும் ஆட்காட்டி விரலைக் கொக்கரை வடிவிலும் வைத்தவராக, தன் கழுத்து மையத்தின் ஆதாமின் ஆப்பிளைப் பிடித்து செல்லமாக நிமிண்டிக்கொண்டே 'தொண்டை கெட்டுப் போகக்கூடாது...' என சுக்குக்காப்பி கோரிக்கைக்கு நியாயம் கற்பித்தார்.

குடித்துவிட்டு ஒத்தமான் துறைக்குப் பேருந்து ஏறினார். அங்கு கபாடிப் போட்டி. அங்கே நேர்முக வர்ணனை ஆற்றவேண்டும் என்பதற்காகவே. அந்த ஊரிலிருந்து திருவிழாவுக்கு ஆட்கள் வந்திருக்கிறார்கள் என்பதையறிந்து விழாக் குழுவுடன் சேர்த்து 'எங்கள் இளம் உழவன் ஒற்றைமான் துறை' என்பதைச் சேர்த்துச் சொல்லியிருந்தார். அப்படி இல்லாவிட்டாலும்கூட, அறிமுகமான ஒரு ஊரில் மைக்கைக் கைப்பற்றுவது அவருக்குக் கஷ்டம் அல்ல.

சுத்துப்பட்டு ஊர்களில் உள்ள கபாடி வீரர்களின் பெயர்களை அறிந்துகொண்டு, 'தொட்டம்பட்டி வேங்கை வேலுச்சாமி, தேவத்தூர் தந்த தென்றல் சுப்பிரமணி, மூனூர் தந்த முத்து ராஜேந்திரன்' என்றெல்லாம் வர்ணிப்பது, தமிழ் கிரிக்கெட் வர்ணனையாளர் ராமமூர்த்தியைவிட எள்ளளவும் குறைச்சலில்லாத கவித்துவம் கொண்டவை. எந்த ஊருக்குப் போனாலும் முதலில் மைக் செட்காரரர்களுக்கு என்று அறிவிப்பு ஒன்றைப் போட்டுவிட்டால் பிறகு மைக் கிச்சாவிடம் இருப்பது மாதிரி அவர்கள் பார்த்துக்கொள்வார்கள்.

டென்னிஸ் போட்டிகள் நடைபெறும் நாட்களில் மனைவியை ஊருக்கு அனுப்பிவிடுவார். சின்னப்பையன்களைக் கூட்டி வைத்துக் கொண்டு பிம்பங்களை அசையவிட்டுத் தொலைக் காட்சியின் சத்தத்தை நறுக்கிவிடுவார். அப்புறம் 'கிருஷ்ணத் தமிழ்' வர்ணனைதான். ஓப்பன்

கிராண்ட் ஸ்லாம் பந்தயங்களுக்கு, தமிழில் அவர் வைத்த பெயர் திறவுயர் பட்டங்கள்.

'மரியா ஷெரப்போவா, தனது கால்சட்டையிலிருந்து பெரிய எலுமிச்சம்பழம் போன்ற பந்தை எடுக்கிறார். அதைத் தரையில் தட்டி எழுப்பிக் கையில் பிடிக்கிறார். மட்டையின்மூலம் எதிர்ப் பக்கத்துக்கு விருதாவாக ஏவுகிறார். வலையில் பட்டு சேகரிப் பாளரிடம் செல்கிறது பந்து. இப்போது அடுத்த பந்தை ஏவுகிறார். ஓ.... இது கணை வகையைச் சேர்ந்த ஏவுதல். சாமர்த்தியமாக மடக்கி அடிக்கிறார் செரீனா. இப்போது ஆட்டம் முதலாவது வட்டத்தில் மூன்றுக்கு மூன்று என்ற நிலையிலே செரீனாவுக்கு சாதகமான அலகு நிலையிலே இருக்கிறது...'

சாதக அலகுநிலை என்பது அட்வான்டேஜ், ஊசல்நிலை என்பது டியூஸ், கணை வகை என்பது ஏஸ், ஏவுதல் என்பது சர்வீஸ்...

இப்படி பல கலைச் சொற்களுடன் அவர் ஆற்றும் வர்ணனையைக் கேட்கத் தமிழின் எந்த ஊடகமும் உதவவில்லை என்பது மனக்குறை. கிருஷ்ணசாமி, தமிழ்நாட்டில் பியூசி-யின் கடைசி செட். அப்புறம் மேல்நிலைப் படிப்பு பிடிப்பு எதுவுமின்றி ஊருக்குத் திரும்பினார். தமிழின்மீது கொண்ட மாளாத தாகத்தின் காரணமாக சீர்காழி, டி.எம்.எஸ்., ம.வாசுதேவன் ஆகியோரது பாடல்களைக் கேட்டு உச்சரிப்பை மேம்படுத்திக் கொண்டவர். கண்டேன் என்பதை க(ள்)ண்டேன் என்று உச்சரிப்பார். துல்லிய மான நாக்குமடிப்புகள். ழ-வைக் கூறும்பொழுது நுனிநாக்கு கடைவாய்ப் பல்லுக்கும் மேலே பல்லிவாலாகத் துடித்துத் தொடும்.

கடிகாரம் கட்டுகிற பழக்கம் அவருக்கு இல்லை. யாரேனும் மணி கேட்டால் வெயிலில் வந்து நிற்பார். நீளும் தன் நிழலைப் பார்த்து விட்டுக் கூறுவார். 'நேரம் சரியாக மூன்று மணி இருபத்தெட்டு நிமிடங்கள் முப்பத்தேழு விநாடிகள்.'

கடிகாரம் கட்டாமலே மனதுக்குள் அல்லது மூளைக்குள் ஒரு கடிகாரம் கட்டியதுபோல மணி கூற அவரால் இயலும். பண்பலை என்பதை ரேடியோக்காரர்கள்போல 'பன்பலை' என்று கூறாமல் 'பண்பலை' என்றே கூறுகிற பண்பும் அவருக்கு உண்டு. அந்தத் திறனை நம்பித்தான் கொடைக்கானல் பண்பலையில் வேலைக்கு முயற்சித்தார். இன்டர்வியூவுக்கு அழைக்கப்பட்ட ஏராளமான பெண்கள், பையன்களுடன் அழைப்பு இல்லாமலே அவரும் போனார்.

வாட்ச்மேன், 'யாரோட அப்பா நீங்க? யாரக் கூட்டிக்கிட்டு வந்தீங்க?' என்று கேட்டார்.

'நானே வேலைக்குத்தான் வந்திருக்கேன்...' என்றார், அப்புராணியாக. அவர் அனுமதிக்க மறுத்தும் பரவாயில்லை என, வடிவேல் ராவணன், கே.எஸ்.ராஜா, அப்துல் அமீது, சரோஜ் நாராயணசாமி, அவ்வளவுபேர் மாதிரியும் வாசித்தும் பேசியும் காட்டி காவல்காரரை கதிகலங்க வைத்தார். அந்த இண்டர்வியூவில் பகுதிநேர அறிவிப்பாளர்களாக பனிரெண்டு பெண்களையும், அவர்களுக்கு பிஸ்கட், மாத்திரை வாங்கிவர, அறிவிப்பாளர் என்ற பெயரில் ஒரு பையனையும் தேர்வு செய்தவர்கள் கிருஷ்ணசாமியை எல்லைக்கு வெளியிலிருந்தே துரத்தினார்கள்.

ஊர்வந்த கிச்சா சும்மாயிருக்கவில்லை. வானொலிகளில் தொடர்ந்து தொலைபேசி நிகழ்ச்சிகளில் தொடர்புகொண்டு, செப்புக செந்தமிழ் மாதிரியான ஐட்டங்களில் ஜவுளிக்கடைக் காரர்கள், ஜூவல்லரிக்காரர்கள் தருகிற நூறு ரூபாய், இருநூறு ரூபாய்க் காசுகளை இரண்டு மாதத்துக்கு ஒருமுறையாவது தட்டி விடுவார்.

சென்னையில் தங்கி வேலைபார்க்கிற இளைஞர்கள் ஊருக்கு வரும்பொழுது அவரது கண்ணில்படாமல் வாழ முயற்சிப்பார்கள். அதற்குச் சில காரணங்கள் உள.

'தமிழ்ப் பாடல்களில் சிந்தாமணி என வருகிற பாடல்களை அதிகம் பாடியது மலேசியா வாசுதேவன்.' 'தனது சொந்தப் பெயரினையே பாத்திரப்பெயராகவும் ஏற்று நிறையப்படம் நடித்தவர் பிரதாப்.' இதுபோன்ற ஏராளமான தகவல்களைக் கேட்க நேரிடும். கடைசிக் கணை பிரமாண்டமானது. 'சென்னைல ஏதாவது ரேடியோ இல்லைனா டி.வி.ல என்னைப்பத்திச் சொல்லி அறிவிப்பாளர் வேல ஏற்பாடு பண்ணுப்பா!'

கடந்தமுறை ஊருக்கு வந்த காசிராஜன் அவர் எதிரில் அகப்பட்டுக் கொண்டான்.

'மாமா... கொஞ்சம் டயமாயிடுச்சு. ஒண்ணு பத்து வீரக்குமாருல ஏறி கரையூர் போகணும்' என்று பஸ் ஏறப்போவதாக பாவனை செய்தான்.

நண்பகல் தெருவில் தனது நிழலைப் பார்த்துவிட்டுப் புன்னகையுடன் சொன்னார்: 'நேரம் இப்போது சரியாக பனிரெண்டு மணி இருபது நிமிடங்கள் நாற்பத்தி ஐந்து விநாடிகள்'

கிருஷ்ணசாமி சொல்லி முடிக்கும்பொழுது அந்த நாற்பத்தி ஐந்தாவது விநாடி கடந்து போய்விட்டது.

கடக்கும் பண்பலை மீதேறி காலப்படகு நகர்கிறது.

பிறவிக்கவிராயன்

வைத்த பெயர் என்னவோ வேலுச்சாமி என்றுதான். திடீரென பதினான்காம் வயதில், மலர்வண்ணன் என்று தானாக மலர்ந்து பெயர் வைத்துக்கொண்ட நாளிலிருந்து தொடங்குகிறது வேலுச்சாமியின் கவிதா வாழ்க்கை. பனிரெண்டாம் வகுப்பு முடிவதற்குள் ரஃப் நோட்டுகள் பலவற்றில் பக்கம்பக்கமாக எழுதித் தீர்த்தான் கவிதைகளை. ஸ்கூல் யூனிஃபார்ம் தவிர, அப்பா எடுத்துக் கொடுக்கிற மற்ற உடைகள் அவனுக்கு பிடிக்காதுபோயிற்று. தமிழ் வாத்தியார் இருவரில் ஒருவரான கனகசபை போடுகிறமாதிரி வெள்ளை ஜிப்பா வேண்டுமென விரும்பினான்.

கரூர் மாரியம்மன் கோவில் திருவிழாவுக்காக வடிவேல் நகரில் உள்ள அண்ணன் ஒருவரின் வீட்டுக்குச் சென்றவன், அங்கு கைவினைப் பொருட்கள் கண்காட்சிக்குச் சென்றபோது நாற்பது ரூபாய் விலையில் ஜிப்பா ஒன்று எடுத்துவந்தான். அதைப் போட்டுக்கொண்டு உலவியபொழுதெல்லாம், தான் கம்பனைப் போல், இளங்கோவைப் போல், வள்ளுவனைப் போல் ஒரு வருங்காலப் புலவன் எனக் கற்பித்துக்கொண்டு நடக்க ஆரம்பித்தான். இத்தனைக்கும் தனது கவித்துவத்தை நிரூபிக்க அவன் யாரோடும் தர்க்கம் செய்துகொண்டதோ, பாடல்கள் குறித்து விவாதித்துக்கொண்டதோ இல்லை.

ப்ளஸ் டூ-வில் கணக்கிலும் இயற்பியலிலும் பிடுங்கிக்கொண்டது. ஊருக்கும் பெற்றோருக்கும் சோர்வான முகத்தைக் காட்டினானே தவிர, உள்ளுக்குள் அதிகமாக அலட்டிக்கொள்ளவில்லை. அவனுக்கு எல்.ஐ.சி. பழனிச்சாமி நல்கிய டைரியில் எழுதிவைத்தான்.

‘கவிஞனுக்கு எதற்குக் கணக்கு? அவன் போகும் திசையெல் லாம் உதித்திடும் கிழக்கு!’

கல்லூரி போகிற திட்டம் கைவிடப்பட்டு, தோட்ட வேலையாக கருப்பன்வலசில் உள்ள தனது தோட்டங்காடுகளில் அலைந்த வண்ணமிருந்தான். ஆவணி, வைகாசி மாதங்களில் முகூர்த்தங்கள் அதிகமாக இருப்பதால் மானுடகுலம் கடிமணம் புரிந்து, மடிகனம் ஆக்குவதில் ஆவலுற்றிருக்கும். அந்நாட்களில் வேலுச்சாமியின் வீட்டுக்கே ஆறேழு கல்யாணப் பத்திரிகைகள் வந்துவிடும். ஆகவே, வேலுச்சாமியின் தகப்பனார் மொய் செய்யும் வேலையைப் பகிர்ந்தளிக்கவேண்டி, சில திருமணங்களுக்கு அவனைச் சென்று வரச் சொல்லுவார். 'மொய் எல்லாம் மொய் செய்தார் மேலவாம்' என்னும் முதுமொழிக்கு ஏற்ப பதில் மொய்யாகவோ, முதல் மொய்யாகவோ வைப்பதுண்டு. இதில் வேலுச்சாமி பங்குகொள்கிற திருமணங்களில் மறக்காமல் ஒரு வேலை செய்தான். மொய்க்குக் காசு கொடுத்துவிட்டு அடுத்து இப்படி இயம்புவான்.

'கருப்பன்வலசு, கவிஞர் மலர்வண்ணன்னு எழுதிக்குங்க...'

ஏறக்குறைய பத்து ஆண்டுகள் மொய் முறை, சடங்கு சீர், காவடி சாவடி, நோம்பு நொடி இப்படி சகல இடங்களிலும் தனது பெயரை வேலுச்சாமி இப்படிப் பதிவுசெய்து வைத்திருந்ததில் 'கவிஞர்' என்பதே அறியப்பட்டதும் நிலைத்த பெயராகவும் ஆயிற்று.

ஒருவன் தானாக ஒரு கொலையாளி என்று சொன்னால் சமுதாயத்துக்கு நம்புவதற்குக் கஷ்டம். ஆனால், 'கலையாளி? என்றோ 'கவிஞன்' என்றோ சொல்லும்பொழுது நம்புவதில் 'எந்தச் சிரமமுமில்லை. அதிலும் அவன் கவிதைகளை வாசித்துக் காட்டாவிடில் அந்த நிலை இன்னும் உத்தமமானது. இரு காப்புக்கும் மகிழ்ச்சியளிக்கக்கூடியது.

ஆன்மிக அகவாழ்வு ஸ்தலங்களில் மட்டுமின்றி, அரசியல் தளங்களிலும்கூட தனது பெயர் அதுவாகவே இருக்குமாறு பார்த்துக் கொண்டான். பாவித்துக் கொண்டான்.

ஒரு தடவை, ஏதோ உழவர்களுக்கான பயிற்சிப் பட்டறை என்று நீர் மேலாண்மை அறிவை விருத்தி செய்வதற்காக மதுரை மேலூர் பக்கமுள்ள விநாயகபுரத்துக்கு ஊராட்சி ஒன்றிய விவசாய அலுவலகம் சார்பாக கவிஞரையும் அழைத்துப்போனார்கள். இரண்டு நாள் விறுவிறு என விருத்தி செய்த அலுவலர்கள் கடைசியாக விடைபெறும் முன் வந்திருந்த ஆட்களைப் பேசச் சொன்னார்கள். வேலுச்சாமி, 'நான் கருப்பன்வலசு கவிஞருங்க அய்யா...' என ஆரம்பித்து, 'கவிதைக்கு வார்த்தை உயிர்மாதிரின்னா பயிருக்கு நீர் உயிர்மாதிரிங்க அய்யா. ஆறுதல் வார்த்தை இல்லீனா உயிர் வாடிப்போயிரும்... ஆதாரத் தண்ணி இல்லேனா பயிர் வாடிப்போயிரும். மனுசன் நல்லா வாழ மனசு வேணும்... மரம் நல்லா வாழ மழை வேணும். காத்து இல்லாம உயிர் இல்ல... நாத்து இல்லாம உணவு இல்ல. சேறுதானுங்க சோறு

போடுது. அத செழிக்கவைக்கத்தான் ஆறு ஓடுது...' என்று தொடங்கி, 'நீரின் பெருமையை மீண்டும் உணர்த்திய அலுவலர்களுக்கு நன்றி' என முடித்துக் கொண்டான்.

உடன் சென்றிருந்த நல்லசெல்லிபாளையத்து மதியரசு மருண்டது அன்றைக்குத்தான். பிறகு இருவரும் அரசாங்கம் ஏற்படுத்திய வேனில், ஆளுக்கு 280 ரூபாய் வாங்கிக்கொண்டு வந்து சேர்ந்தார்கள். வரும் பொழுது மதி மனமுருகி, 'நீ கவிஞன்னு சும்மா சொல்றன்னுதான் இவ்வளவு நாளா நெனச்சுக்கிட்டிருந்தேன். பிச்சு உணத்தீட்டயேப்பா! ஆமா... நீயெல்லாம் ஏன் சினிமாவுக்கு எழுதக்கூடாது? எவ்வளவு அருத்தம் பொருத்தமா பேசற...' என்றான்.

'நான் நெனவு தெரிஞ்சதுக்கப்பறம் ஒரே ஒரு படம்தான் பாத்திருக்றேன்னு வை. ஆனா, அதெல்லாம் கஷ்டமில்ல... பாட்டெல்லாம் எழுதீரலாம்.... அதான் விவித் பாரதீலாம் கேட்டுத்தான இருக்கறம்...'

'மெற்றாஸ் போறதுன்னா போ. எங்க அத்த மகன் அங்கதான் இருக்கான். அடுத்த வாரம் வருவான். அவன்கூட அனுப்பி வைக்கிறேன்...'

இப்படியாக விநாயகபுரத்தில் நடந்த நிகழ்ச்சி வேலுச்சாமியின் சினிமா திட்டத்துக்கு பிள்ளையார் சுழியைப் போட்டது.

அத்தை மகன் குமரேசன் வந்த தினத்தில் மதியரசுவின் மூலம் அந்த வட்டாரத்தின் போக்குவரத்துப் பொதுத்தலமான கருப்பன்வலசு நால்ரோட்டில் வைத்துக் கவிஞருக்கு அறிமுகம் செய்விக்கப்பட்டான். ஒரு மகத்தான கவிஞனுக்கு, வருங்காலத் திரைப்பட பாடலாசிரியனுக்கு முன்ஏற்பாடுகள் செய்விக்கிற வரலாற்றுக் கடமை இவ்விதமாக குமரேசனுக்கு வந்து சேர்ந்தது. குமரேசன் கவிஞரைப் பார்த்து மிகவும் மிரட்சி உறுவதற்குக் காரணம் என்னவென்றால், கவி எப்போதும் அமைதியாக இருப்பதும் அவரது தேஜஸும் ஜிப்பா உடைகளும்தான்.

இரண்டு நாள் கழித்து குமரேசன் சென்னை போவதற்குமுன் கருப்பன்வலசு போய்க் கவிஞரை அழைத்துக்கொண்டு போவதாக ஏற்பாடு.

ஐ.டி.ஐ. முடித்த குமரேசன், முதலில் கோயம்புத்தூரில் வேலை செய்தவன். காலமாற்றத்தில் 'கே' கழன்றதால் சென்னை அம்பத்தூரில் வேலை செய்கிறவனானான். திருமணம் ஆகவில்லை. ஆதலினால் நட்புச் செய்து, நிறைய நண்பர்கள் வந்துபோகிற போக்கிடமாகத் தனது அறையை ஆக்கி வைத்திருந்தான்.

குமரேசனும் மதியரசும் கவிஞரைத் தேடிக்கொண்டு வரும் பொழுது மாலைப்பொழுதாக இருந்தது. மாலைநேரச் சூரியன் மேற்கிலிருந்து வேலியோர முட்களின் இலையுதிர்காலக் கூர்மையைப் பார்த்துக்கொண்டிருந்தான். கவிஞர் எருமைத்தாழியில் தவிட்டை

கரைத்துக் கொண்டிருந்தார். இருவரையும் கரம் கழுவி, கைகுலுக்கி வரவேற்றார். 'எல்லார்த்து கிட்டவும் சொல்லிட்டுப் போயிருவமே' என்றார். 'ஆமாமா... அதுதான் முறை' என்று மதியரசு வழிமொழிந்ததும் பங்காளி வீடு, மாமன் மச்சான் வீடு எனச் சுற்றிலுமுள்ள வீடுகள், தோட்டங்காடுகள் அவ்வளவிலும் போய்ச் சொல்லிக்கொண்டு வந்தார். குமரேசனும் மதியரசும்கூட நடந்தார்கள்.

மயிலானந்த கவுண்டரிடம் கவிஞர், 'கண்ணதாசன்மாதிரி ஆன பிற்பாடுதான் ஊருக்கு வருவேன்' என்றதும் அவர், 'கண்ணதாசன் பாட்டு எழுதுனாருன்னா பட்டு எழுதுனாருப்பா' என்றபோது குமரேசன் விதிர்த்துப்போய், 'இந்த ஊரின் மண்ணே காவியச்சுவை உடைய மண்' என எண்ணிக்கொண்டான். மேலும் அவர், கண்ணதாசன்மாதிரி ஆகறன்னு போய் குடிச்சுப் பழகிறாத. நீ பாட்டு எழுதலைன்னாலும் பரவாயில்ல...' என்றார். இப்போது குமரேசனுக்கு, கண்ணதாசனின் புகழ் எழுதியதாலா... குடித்ததாலா... எனச் சந்தேகம்வந்து.... சரி, எல்லாமும்தான் காரணமாக இருக்க முடியும் என முடிவுக்கு வந்தான். கவிஞர், இனி யாரிடமும் கண்ணதாசனின் பெயரை எடுக்கக்கூடாது என முடிவுக்கு வந்தார்.

கவிஞர் சென்னை செல்லும்பொழுது உடை வகைகளுக்கும் கூடுதலாக ஒரே ஒரு முந்தைய வருட டயரியை மட்டும் எடுத்துச் சென்றார். அம்பத்தூரில் குமரேசனின் அறைக்குச் சென்றதும், 'எப்படியாவது இளையராஜாவைப் பாக்கறத்துக்கு ஏற்பாடு பண்ணுங்க' என்றவர், தனக்கென ஒரு இடத்தினைத் தேர்வு செய்து, பாய் விரித்துத் தலையணை வைத்துப் படுத்தார். அல்லும் பகலும் அயராது படுக்கை. ஒரு கடையில் சாப்பாடு, நாஷ்டாவுக்கு குமரேசன் சொல்லிவிட்டுப் போக, அவை காலாகாலத்துக்கு வந்தன. உண்டார் உறங்கினார் கழித்தார் குளித்தார். கவிஞர் தனது தனி உலகில் திளைத்தார்.

கலைத்துறையும் கவலைத்துறையுமாக சில நண்பர்கள் ஆங்கே வந்துசெல்வதால் அலமாரியில் நிறையப் புத்தகங்கள் இருந்தன. அதில் எதையும் அவர் தொட்டுப் பார்க்கவும் இல்லை. ஒருவேளை, இங்குள்ள புத்தகங்களின் தர அளவைகளைக் கடந்து அவர் மேலே சென்றுவிட்டாரோ என்கிற எண்ணத்தாலும் தற்பயத்தாலும், குமரேசனும் அவரைப் படித்துப் பார்க்குமாறு பணிக்கவில்லை.

ஒரு மாத ஓட்டத்துக்குப் பின், உதவி இயக்குனராகும் முயற்சியில் உள்ள கஜவேந்தன் அறைக்கு வந்தபொழுது கவிஞரிடம், 'உங்க கவிதைகளைக் காட்டுங்க' என வேண்டுகோள் வைக்கவும், கவிஞர் தனது டைரியை எடுத்துக் கொடுத்தார். டைரியில் எதுவும் எழுதப்பட்டிருக்கவில்லை. ஆனால், உள்ளே செருகி வைக்கப் பட்டிருந்த மூன்று திருமணப் பத்திரிகைகளின் காலியாயிருந்த பின்பக்கங்களில் எழுதப்பட்டிருந்தன நான்கு கவிதைகள்.

அவற்றைப் படிக்கும்பொழுது அறையில் ஆறுபேர் இருந்தனர். கவிதைகளில் உச்சபட்ச கவித்துவம் வெளிப்பட்ட வாக்கியம் எது எனத்தேடி அலசி, கடைசியில் கண்டடைந்தார்கள். 'வின்னுள கத்து வட்ட நிலாவே நீ மண்ணுலகத்துக்கு வந்தாலென்ன?' (எழுத்துப் பிழைகள் கவிஞருடையவை). அவர் சினிமா கவிஞர் ஆகமுடியாது என ஆளாளுக்கு எடுத்துக் கூற ஆரம்பித்து, அவர் மனதை மாற்றும் செயல்கள் ஏகமனதாகத் தொடங்கின.

ஒரு வாரம் கழித்துத் தனித்திருக்கும்போது குமரேசனிடம் கவிஞர் கேட்டார்:

'மணிரத்தினத்தைப் பாக்க முடியுமா?'

'எதுக்கு?'

'ஒரு கதை சொல்லப்போறேன் அவருகிட்ட...'

'என்கிட்டவும்தான் சொல்லுங்களேன் அந்தக் கதைய...'

'ஒரு பையன். ஒரு பொண்ணு. ரெண்டுபேரும் காதலிக்கறாங்க. அப்புறம் ஒரு காரணத்துனால பிரிஞ்சர்றாங்க. கடசீல கஷ்டப் பட்டு ஒண்ணு சேந்தர்றாங்க...'

'நீங்க ஒரு படமாவது பாத்திருக்கீங்களா?'

'ஓ... பாத்துருக்கேன்...'

'எனக்கென்னவோ நம்பிக்கையில்ல. நீங்க என்ன பண்ணுங்க.... நாளைக்கு ஊருக்குக் கிளம்புங்க. போயி ரெண்டு வருஷம் படமாப் பாருங்க. அப்புறம் சென்னை வாங்க!'

மறுநாள், கருப்பன்வலசுக்கு வண்டி ஏறினார் கவிஞர், யாரிடமும் சொல்லாமலே.

அதற்கப்புறம்தான் அவருக்குத் திருமணம் நடைபெற்றது. பத்திரிகையை எழுதுகிறவர் மலர்வண்ணன் (எ) வேலுச்சாமி என எழுதப் போந்தபோது, 'அதெல்லாம் வெறும் வேலுச்சாமியே போதும்' என்று கூறிவிட்டார் கவிஞர்.

வேலு, நிஜமாகவே மலர்ந்துவிட்ட பொழுது அது. சருகெடுத்து நுகரமுடியாது என அறிகிற பொழுது.

பத்தாயப் பத்திரர்

பெரும்பாலும் எதற்காகவும் காயம்படாத மனிதர் பெரியசாமி. ஐந்து மாதம், ஆறு மாதத்துக்கு ஒருமுறை முகத்தில் மட்டும் ரத்தக் கீற்று உருவாகிச் சிவப்புக் கொப்புளிக்கும். அதற்குக் காரணமும் மற்றவர்கள் அல்ல. அவரும் பிளேடு கம்பெனிகளுமே அதற்குப் பொறுப்பு. முகம் மழிப்பதைப் பொறுத்தவரை பெரியசாமி சுய 'சே'வையாளர். வெட்டியாகச் சலூனில் காசு கொடுத்துவிடக் கூடாது என்பதே அதற்குப் பிரதான காரணமாயிருந்தது. முடி வெட்டுவது மட்டும் சலூன்களில், அரசு வேலைக்குப் போனவர் என்பதால் முற்காலத்திலேயே பிளேடுகளின் சேவையைப்பற்றி அறிந்தவராக இருந்து, அவற்றைப் பயன்படுத்துகிறவராகவும் இருந்தார். பிளேடுகளைக் கவனித்துப் பார்க்கிறவர்களுக்குத் தெரியும். அதில் 1,2,3,4 என்று எண்களைக் குறித்திருப்பார்கள்.

அது, அனேகமாக வாங்குகிறவர்களுக்கு எண்கள் பற்றிய அறிவைத் தருவதற்காக அல்ல. ஏகதேசம் பக்கத்துக்கு ஒன்றாக நான்கு முறை பயன்படுத்திக் கொள்ளலாம் என்பதும், அதற்குப்பிறகு பென்சில் சீவுவதுபோன்ற காரியங்களுக்குப் பயன்படுத்தலாம் என்பதும் உட்குறிப்பு. குமாஸ்தா வேலையைத் தெளிவாக ஆற்றுகிறவர்கள் சிலர், இதைச் செவ்வனே கடைப்பிடிப்பார்கள்.

பெரியசாமி, பிளேடு கனவில் வந்து கதறுகிறவரை அதை விடமாட்டார். கடைசியாய் காரியமாற்றும் நிலை யிலிருந்து வழுவி, காயமாற்றுகிற ஒரு கதிக்கு ஆளான பிறகுதான் அதற்கு ஓய்வு அறிவிப்பார்.

அஃறிணை பொருள்களுக்கு உணர்ச்சி உண்டு என்பது இப்படி யான சம்பவங்களில்தான் வெளிப்படுகின்றன. அப்போதும், முகத்தில் ஏற்பட்ட காயத்திற்காக வருந்துவதைவிட ஒரு பிளேடை இழந்ததற்காகத்தான்

வருத்தப்படுவார். சிக்கனத்தன்மையை அனைத்து விஷயங்களிலும் ஒருவர் கடைப்பிடித்துவிட முடியாது. அவருக்கு இரண்டு மனைவிகள். மூன்று பெண் குழந்தைகள். முதல் மனைவி இறந்தபின், நாற்பத்தி ஐந்தாவது வயதில் அரிவைப் பெண் ஒருவரை மணந்தார். அந்தப் பெண்மணிக்குப் பிறந்த கண்மணிகள், மூன்று பெண் குழந்தைகள். குடிக்கிற பழக்கமும் அவருக்கு இருந்தது. லெவல் கிராசிங்கில் ரயில் குறுக்கிட்டால், அந்த இடைவெளியில் மனைவியை நிறுத்திவைத்து, அருகிலுள்ள கடை சென்று குடித்துவிட்டு வாயைத் துடைத்துக்கொண்டு வந்து தொடரும் பயணத்தில் இணைந்துகொள்வார்.

சீட்டாடுகிற வழக்கமும்கூட இருந்தது. பாயிண்டுக்கு ஒரு ரூபாய் வைத்து ஆடும் ஆட்டங்களில் எல்லாம் பார்வையாளராக மட்டும் செயல்படுவார்.

'ஒரு ஃபுல்லுக்கு இரண்டு ரூபா தயாரா?' என்பதுமாதிரி அறைகூவல்களுடன் நான், பாலா, முத்துசாமி ஆகிய பலர் அடங்கிய செட்டுடன் விளையாட வருவார். உத்தரவாதமாக அரை மணி நேரத்தில் தேநீருக்குக் காசு கிடைத்துவிடும் என்பதால் அவருடன் இணைந்து 'காலக் கொலையில்' ஈடுபடுவோம். கையிலேயே கேட் அடிக்கிற மாதிரியான சீட்டுகள் இருந்தால் ராங் ஷோ வைத்து எண்பது பாயிண்டுகள் பெற்றுக்கொள்வார். ஆட்டத்துக்கு வராமல் இருபது பாயிண்டுக்காக அவர் கவிழ்த்தியிருக்கும்பொழுது அடுத்த கைக்குப் போகும் சீட்டைப் பார்க்கமாட்டார். அது ஒருவேளை, அவருக்குச் சேருகிற சீட்டாக இருந்துவிட்டால் மனசு தாங்காதாம். உலகக் கோப்பை கிரிக்கெட்டில் தென்ஆப்ரிக்கா மாதிரி அவர். நெடிய லீவு ஒன்றில், ஒரு கிளாஸ் சாராயம் குடித்துவிட்டு, பிறகு குளியல் முடித்தபின் தோள்பட்டைகள், மார்பு, நெற்றி அவ்வளவிலும் விபூதிப்பட்டை போட்டுக்கொண்டு வந்து,

'ஒரு வாரத்துக்கு என்னோட ஆடறீங்க!' என்று கேட்டுக் கொண்டார். சாப்பாட்டு நேரம், மனைவியின் கூப்பாட்டு நேரம் மற்றும் எங்களது நேரங்கள் இவ்வளவையும் ஒருவிதமாக அனுசரித்து ஒரு வார இடைவிடாத ஆட்டம் நடந்ததில் தொண்ணூறு ரூபாய் தோற்றார். கடைசியாக,

'இவ்வளவு காசு விட்டுட்டேன்னு என் சம்சாரத்துக்கிட்ட சொல்லிடாதீங்கப்பா. மனசு தாங்காது' என்றார்.

அவர் மனைவி கேட்டபோது, 'அங்கிளுக்கு அஞ்சோ பத்தோ லாபம்தான் இருக்கும்' என்று பதிலுரைத்து அவரை சந்தோஷ சாகரத்தில் ஆழ்த்தினோம். பெரியசாமி எப்போதும் எங்களுடன் இருந்ததாலேயே அவரது புத்திரிகள்மீது முறைசாரா எண்ணங்களை வளர்த்தெடுக்க முடியாமல் இருந்தோம். முத்துசாமியின் தோட்டத்துக்

கிணறு தண்ணீர் கீழே இறங்கவும், மோட்டார் 'பெட்'டை கீழே இறக்கவேண்டிய அவசியம் ஏற்பட்டது. அதற்காக 16, 17 ஸ்பேனர் தேவைப்பட்டபொழுது பெரியசாமியின் மகள் புவனேசுவரியை முத்துசாமி கேட்டான். அவள்,

'அய்யோ, அப்பாவுக்குத் தெரியாம தர முடியாது' என்றாள்.

'அது எங்களுக்கும் தெரியும். நான் கேட்டேனுன்னு போய் வாங்கிக்கிட்டு வா' என்றான்.

அவள் அவ்வண்ணமே வாங்கி வந்து கொடுத்தாள். ஒரு சுட்டெரிக்கும் சுடு பகலில் தண்ணி மோட்டார் விற்பன்னர்களும் சீட்டாட்டவாதிகளும் கிணற்றுமேட்டில் இருந்தோம். ஸ்பேனர் கடைசியாகக் கள்ளிமேட்டார் பழனிச்சாமி சித்தப்பாவின் கையிலிருந்தது. நட்டைத் திருப்புகையில், நட்டும் கையும் ஒருசேர வழுக்கி காத்தாடிச் சுற்றுவிட்டுக்கொண்டே கிணற்றுக்குள் மூழ்கியது ஸ்பேனர். மூன்றடி தண்ணீர்தான். சேறு ஏழடிக்கு இருந்தது. ஸ்பேனர் கிடைக்கவில்லை. ஸ்பேனர் தவறிப்போனதைக் கூறியபொழுது புவனேசுவரி அழுதாள்.

அவள் ஏன் அழுதாள் என்பதற்கான காரணம் புரியவுமில்லை எனக்கு. ஸ்பேனர் பெரியசாமியிடம் இருக்கும் என்று முத்துசாமி முடிவுசெய்ததற்கு நியாயமான காரணம் இருந்தது. ஊரில் அவருக்குத் தெரியாமல் அவருக்கு 'தெருப்பொறுக்கி' என்று பெயரிருந்தது. இந்தப் பெயரில் பலர் இருக்கக்கூடும் என்றாலும், நிஜமான அர்த்தத்தில் இந்தப் பெயர் அவருக்கு வழங்கப்பெற்றது.

ஒரு நாளேனும் அவர் வீட்டுக்கு வெறுங்கையோடு போனதே யில்லை. வீட்டுக்கு நடக்கும்வழியில் நட்டு, போல்டு, கம்பி, காந்தம், குண்டூசி, கொண்டை ஊசி... இவைதவிர, வாழ்வில் எப்போதாவது பயனுறும் எனத் தோன்றுகிற எவ்வகைப் பொருட்கள் கண்ணில் பட்டாலும் எடுத்துப்போய் வீடு சேர்த்துவிடுவார். அந்த அடிப்படை யில்தான் முத்துசாமி அவரிடம் ஸ்பேனர் இருக்கும் என்று நம்பியதும்! நம்பிக்கை வீண்போகவில்லை. காலத்தின் கை கள்ளிமேட்டுச் சித்தப்பாவின் ரூபத்தில் ஸ்பேனரை கிணற்றுக்குள் போட்டுவிட்டது. ஸ்பேனர் தொலைந்த நாட்களிலெல்லாம் அவர் பணி ஓய்வுபெற்று சிலவருடங்கள் ஆகியிருந்தன. முதலிரு புதல்விகளுக்கு திருமணம் முடிந்து புவனேசுவரி மிச்சமிருந்தாள். அவர் புவனேசுவரியைப் பற்றி சிந்தித்த நாட்களிலும் அதிகமாக ஸ்பேனரைப் பற்றி சிந்தித்தாரோ என எண்ணும்படிக்கு அடுத்து வந்த நாட்கள் அமைந்தன.

ஸ்பேனர் தொலைந்ததை இரவுச் சாப்பாட்டு நேரத்தில்தான் புவனா அவரிடம் தெரிவித்தாள். 'ஒரு பொருளக் குடுத்தா அத திருப்பி வாங்கிடறதுதான் லச்சணம்' என்று அவர் சகட்டுமேனிக்குத் திட்டவும், அவள் ஒருபாட்டம் அழுதுவிட்டு கடைசியாக, 'நானே

நீச்சல் பழகி... முங்கி எடுத்துத்தர்றேன்' என்றாள். விடியும்வரை காத்திருந்த பெரியசாமி, அப்பவும் சூரியன் வரும்வரை காத்திருக்க முடியாமல் காலை ஐந்து மணிக்கே முத்துசாமியின் வீட்டுக்கு வந்து கதவைத் தட்டினார். முத்துசாமியின் அப்பா கதவைத் திறந்து, 'என்னங்க இந்த நேரத்துல?' என்று கேட்க, திடமான குரலில் 'ஸ்பேனர்' என்றார்.

'மனுசனத் தூங்கவிடுய்யா... ஸ்பேனர் என்ன திரவியமா?' என்று துவங்கிய கேள்வி, மிகப்பெரிய வாய்ச்சண்டையாக மாறி ஊர்த் தூக்கத்தினைக் கெடுத்தது. மத்தியானம் பஸ் ஏறிப்போய் சின்னதாராபுரத்திலிருந்து ஸ்பேனர் வாங்கிவந்த முத்துசாமி, அதைப் பெரியசாமியிடம் கொடுக்கப்போகுமுன் எங்களையும் அழைத்தான்.

'ஏண்டா... இதென்ன லட்ச ரூபாயா... சாட்சி வச்சிக்கிட்டு குடுக்கறதுக்கு...' என்று கேள்வி கேட்டாலும் கூடப்போனோம். நடைபெற்ற சம்பவங்களுக்கு மன்னிப்புக் கோரியவாறு அதை அவரிடம் தந்தான். அவர் வாங்க மறுத்துச் சொன்னார்:

'என் ஸ்பேனர் எனக்கு வேணும்.'

அரை மணிநேரம் எங்களது சமாதான முயற்சிகள் மழையில் கரைந்த புளியாக வீணாயின. திரும்ப வரும்போது முத்துசாமி சோர்வும் கடுப்புமாகச் சொன்னான்.

'எந்தக் குப்பமேட்டுல இருந்து என்னிக்கு எடுத்தானோ... அத வச்சு இந்தப்பாடு படுத்தறானே...'

ஆனாலும், கூட்டாகச் சேர்ந்து சீட்டாடுகிற காரியமெல்லாம் செவ்வனே நடைபெற்றுவந்தது. ஆட்டத்தின் தேர் ஓடுகையில் பாதையின் எந்த வளைவிலும் நின்றுகொண்டு பெரியசாமி அந்தக் கேள்வியைக் கேட்பார்.

'முத்துசாமி! அந்த ஸ்பேனர் என்ன ஆச்சு?'

'தேடறேன். நேத்துக்கூட கஞ்சா முருகன உட்டு ஒருக்கா தேடுனம். சேறு அதிகமாப் போச்சா... கிடைக்கமாட்டேங்குது...'

நாங்கள் அந்தக் கேள்வி-பதில் நேரத்தைப் பாராளுமன்ற நேரங்கள்மாதிரி ரசிப்பதற்கென்று மாற்றிவைத்து, சிரித்து மகிழ்ந்தோம். ஆனாலும் பொருள்வைத்துப் பராமரிக்கிறவர்கள் அப்படி இருக்க முடியாதில்லையா. முத்துசாமியிடமாவது இம்மாதிரி நேரங்களில் கேட்பதால் அது அடுத்த விளைவுகளை நோக்கி எழும்பாது. முத்துசாமியின் அப்பாவிடம் அதற்கென்று தேடிப்போய்க் கேட்பார். அது ஒருநாள்,

‘யோவ்... எந்தோட்டத்த வேணா உம்பேருல எழுதி வச்சிடறேன். நீயே கிணத்துல தேடி எடுத்துக்கோ’ என்று, வசனம் பேசுவதாக முடிந்தது. அடுத்த நாள் சீட்டாட்டத்தின்போது அந்தப் பந்தயத்தை பெரியசாமியிடம் சொன்னான் முத்துசாமி.

‘ஒத்தைக்கு ஒத்தை ஒரு ஆட்டம் போடலாம். தோத்துட்டா நீங்க ஸ்பேனரை கேக்கக் கூடாது. சரியா?’

‘ம். நீ தோத்துட்டியானா...?’

பொங்கிவந்த சிரிப்பை அடக்கிக்கொண்டு முத்துசாமி சொன்னான்.

‘நூறு ஸ்பேனர் வாங்கித் தர்றேன்.’

‘அதெல்லாம் வேண்டாம். சூது சூதுதான். வார்த்த வார்த்தை தான். சீட்டாட்டத்துக்குத் தனியா பந்தயம் கட்டலாம். நீ சொன்ன படிக்கா ஸ்பேனரக் குடுத்துரு.’

‘சரி. பாத்துக்கலாம். இப்ப பந்தயம் கட்டுவம். ஒரு பத்தாயிரம் ரூபா கட்டுவமா. பிளேடு வாங்கற காசுக்கெல்லாம் பந்தயம் கட்டி எனக்குக் கட்டுபடி ஆகாது. உமக்கு வேணா சரி... ஒரு பிளேட ஒம்பது வருஷம் இழுக்கற ஆளு...’

சண்டை முற்றியது. கைகலப்புக்குச் சில கணங்கள் முந்தையதாக புவனா வந்து முத்துசாமியை ஒரு முறைப்பு முறைத்துவிட்டு, தகப்பனாரை கூட்டிப்போனாள். அந்த இரவு மது ஏற்பாடு செய்து முத்துசாமி எங்களுடன் மந்திராலோசனையில் ஈடுபட்டபோது பல திட்டங்களை முன்வைத்தான்.

அதில் ஒன்று, அவன் கோயமுத்தூர் போய் எத்தனை கம்பெனிகள் உண்டோ அவ்வளவிலும் ஸ்பேனர்கள் வாங்கி வருவானாம். வாங்கி வந்து ஒரு சாக்கு மூட்டையில் போட்டுக்கொண்டு, களத்து மேட்டில் ஒரு கட்டிலில் அமர்ந்துகொள்வது. ஐந்து அடி தூரத்தில் ஒரு நாற்காலியில் பெரியசாமியை கட்டிப் போட்டுவிட்டு, ஒவ்வொரு ஸ்பேனராக அவரது மண்டையில் எறிவது.

இதிலிருந்து அவனது ஆக்ரோஷத்தைப் புரிந்துகொள்ள முடிந்தது என்றாலும் அந்தத் திட்டத்துக்கு முப்பது வினாடிகள் சிரிப்பது தவிர வேறெந்த ஒத்துழைப்பும் தரமுடியாது. எது ஒன்றுக்கும் அவசியமில்லாதபடி பெரியசாமி படுக்கையில் விழுந்தார். முப்பத்தி நாலாவது நாள், மூன்று மகள்களும் பக்கத்திலிருந்த ஒரு கொடும் கோடை நாளில் இறந்துபோனார். ஊரின் அனேகக் கிணறுகள் துப்புரவாக அடிகண்டிருந்த வைகாசி மாதம்.

அவருக்குக் காரியங்கள் முடிந்த இரண்டாம் நாள், முத்துசாமியின் கிணற்றைத் தூர்ந்தபொழுது ஸ்பேனர் கிடைத்துவிட்டது. அதை எடுத்துக்கொண்ட முத்துசாமி நேராக புவனாவை பார்க்கப் போனான்.

'இந்தா.. இத உங்கப்பன் குழிமேட்டுல கொண்டு போடு!' என்றவனிடம் அழுது கரைந்தாள் புவனா.

'தெரியாமச் சொல்லிட்டேன். மன்னிச்சுடு...' என்று அவளது கண்ணீரை முத்துசாமி துடைத்துவிட்டான்.

கோடையில் மழை பெய்து குளங்களும் நிறைந்த அந்த வருட 'தை' மாதத்தில் புவனாவை மணமுடித்தான் முத்துசாமி.

பல வருடங்களாக மண்ணுக்குள் கிடந்த ஸ்பேனர் வீரியத்தைக் காட்டிவிட்டது.

எப்போதும் வென்றான்

வயலுக்கு நடுவில் இரண்டு மாமரங்கள் இருந்தன. மூலப்பட்டி பழனிச்சாமிக்குச் சொந்தமான வயல் அது. மரங்கள் இரண்டையும் பார்த்ததும் மாணிக்கத்துக்கு எச்சில் ஊறியது. உண்மையில், மாமரத்தைப் பார்த்தால் நாக்கில்தான் எச்சில் ஊற வேண்டும். மாணிக்கத்துக்கு மனதில் ஊறியது. அதற்குக் காரணம், மாணிக்கம் மரத்தச்சு வேலையை விட்டுவிட்டு மர வியாபாரத்தில் சமீபகாலமாக இறங்கியிருந்ததுதான். உளியைப் பிடித்து இழைத்துப் பலபேருக்கு கட்டில் முதல் கலப்பை வரை செதுக்கித் தந்து ஊழியம் செய்தும், வாழ்வில் பெரிய மலர்ச்சி ஒன்றையும் காணவில்லை. சாயந்திரமானால் நெல்உமி மாதிரி வெற்றுடம்பின் மேல் மரத்தூள்கள் மட்டுமே மிஞ்சின.

ஆகவே, 'நமக்கு இருக்கிற அறிவுக்கு வியாபாரம்மாதிரி ஏதாவது பண்ணினால் 'ஆகா... ஓஹோ... ஏயே என்று வாழலாம்' என முடிவுக்கு வந்தபோது, மாணிக்கத்தின் ஆலோசனைக்கு மைத்துனன் நாகப்பன் மகுடம் சூட்டினார். என்ன தொழில் செய்து வாழலாம் என்கிற விவாதங்கள் வந்தபோது நாகப்பன், 'மர ஏவாரமே செய்யலாம் மாப்ள... என்ன இருந்தாலும் நம்ம பரம்பர அறிவுன்னு ஒண்ணு நம்முளுக்கு வேல செய்யுமல்ல' என ஆலோசனையினால் இழைத்தார்.

மாணிக்கத்தின் வியாபாரத்திற்கு நாகப்பன் கைத்தடியாகவும் செங்கோலாகவும் இருந்து செயலாற்றி, மரங்களை வாங்கி விற்க ஆரம்பித்தபொழுது வாழ்வில் வசந்தத்தின் இலைகள் துளிர்விடக் கண்டனர். ஆத்துக்கால் ஆயக்கட்டாக இல்லாத பகுதிகளில் வேலமரங்களை வாங்கி விற்று, கணிசமான லாபம் வந்ததில் கண்மண் தெரியாத மமதை வந்து சேர்ந்த வேளையில்தான், அந்த

மாமரங்களை மாணிக்கம் பார்த்தது. பார்த்த உடனே அருகிலிருந்த ஒருவரிடம், 'இந்த மரம் யாருது?' என வினவினார்.

'வயல்காரருதுதான்' என்றார், முண்டாசு கட்டிய அந்த ஆசாமி.

'உம். வயல் யாருது?'

'மரத்துக்காரருதுதான்.'

ஆரம்பமே சரியில்லையே என நினைத்த மாணிக்கம், உடனடியாகச் சுதாரித்தார்.

'யோ... என்னெ யாருன்னு நெனச்சே, இந்த வட்டாரத்துலயே பெரிய மர ஏவாரி, உன்னய மதிச்சு ஒரு கேள்வி கேட்டா ஏடாகூடமாப் பேசறியா.. யாருதுய்யா இந்த வயலு?' என மிரட்டல் போடவும் முண்டாசுக்காரர் வயலுக்குச் சொந்தக்காரரான பழனிச்சாமியின் வீட்டை அடையாளம் காட்டி, 'நீ ஏவாரின்னு சொன்னதுனால இதச் சொன்னேன். அங்கே அவருகிட்டப் போயி இப்படிப் பேசினீனா மரமும் கிடைக்காது; மட்டையும் கிடைக்காது' என்று எச்சரித்து அனுப்பினார்.

'அதெல்லாம் யாருகிட்ட எப்படிப் பேசறதுனு எனக்கு நல்லாவே தெரியும்' என்று பதிலளித்துவிட்டுச் சென்றார் மாணிக்கம்.

பழனிச்சாமியைப் போய்ப் பார்த்து மரங்களை விலைக்குக் கேட்கவும் அவர் மகன்களைக் கலந்தாலோசித்துவிட்டு மறுநாள் பதில் சொல்கிறேன் என்றார். மகன்களிடம் பேசியபோது, 'அது எதுக்கு வெட்டியா எடத்தக் காத்துக்கிட்டு... வயல்ல வேற நிழலு விழுந்து நெல்லுஞ் சரியா வௌயறதில்ல... அத வித்துடுங்க' என ஒரே மனதாகச் சொன்னார்கள். அடுத்த நாள் மாணிக்கத்துக்கு அவரது வியாபார அனுபவத்தில் கண்டிராத அதிர்ச்சியுடன் விலை முடிந்தது.

'எவ்வளவு தருவே?' என்றார் பழனிச்சாமி. மாணிக்கம் ரொம்பத் தயக்கத்துடன், 'ஐயாயிரம்' என்றார்.

'சரி... காச முதல்ல குடுத்துட்டு நீயே வெட்டிக்க" என்றதும் மடியோடு கொண்டுவந்திருந்த காசை எண்ணிக் கொடுத்த மாணிக்கம், மறுநாள் வந்து வெட்டிக்கொள்வதாகவும் வயலிலேயே வைத்துப் பலகைகளாக அறுத்து லாரியில் ஏற்றிச் சென்று விடுவதாகவும் கூறினார்.

அந்த இரவு மைத்துனன் நாகப்பனிடம் பழனிச்சாமியைப் பற்றி மாணிக்கம் கூறியது இப்படி:

'மாப்ள... மாங்காமடையன் மாங்காமடையன்னு எவ்வளவோ நாள் கேட்டுருக்கறம். இன்னிக்குத்தாய்யா நேர்ல பாக்கறேன்.'

இது சற்றேறக்குறைய இருபது ஆண்டுகளுக்கு முற்பட்ட சம்பவம் என்பதையும் அன்றைய தினத்துக்கு வெட்டி, பலகையும் விறகுமாக ஆக்கினால் இருபதாயிரம் ரூபாய் போகக்கூடிய மரங்களைத்தான் வெறும் ஐயாயிரம் ரூபாய்க்குப் பழனிச்சாமி விலை பேசியுள்ளார் என்பதையும் கணக்கில்கொண்டால், மாணிக்கம் அவரை அப்படி அழைத்தது பொருத்தமுடையதாகவேகூட கருத இடமுள்ளது.

மாமரங்களைப் பலகைகளாக அறுக்கத் தெரிந்த ஆட்கள் ஆறேழுபேர் வயலில் வந்து இறங்க, வேலை ஜரூராக ஆரம்பித் தாகிவிட்டது. மாலை வரை மர அறுவையைப் பார்வையிட்ட பின், தனது மொபெட்டில் சொந்த ஊரான மல்லம்பாளையத்துக்கு சென்றுவிடுவார் மாணிக்கம். காலையில் வெள்ளை வேட்டி, சட்டை, கறுப்புச் செருப்பு என கம்பீரமாக வந்து இறங்குவார். வரப்பில் நடந்தபடி பலகையின் உருவாக்கத்தைப் பார்வையிடுவார். வேலையாட்களின் கைகளின் இயக்கத்தைப் பார்வையிடுவாரே தவிர முகங்களை ஏறிட்டும் பார்ப்பதில்லை. பிறகு வலது கையை இடுப்பில் வைத்துக்கொண்டே ஒரு நடை நடந்து மாமரத்தின் கழிந்த அம்பாரங்களைப் பார்ப்பார். 'ம்... இந்த விறகே ஐயாயிரத்துக்குப் போகுமே' என்று மனதுக்குள் கொக்கரிப்பாக ஒரு கெக்கிலி போட்டுவிட்டுப் பிறகு திரும்பவும் ஆட்களின் வேலையைப் பார்வையிடுவார்.

சுணக்கமாக வேலைசெய்கிற ஏதாவது கரங்களைக் கண்டுபிடித்து அருகில் சென்று, 'கொஞ்சந் தள்ளு!' என்றவாறு அங்கிருந்து இழைப்புளியைப் பறித்து மேற்சந்தில் படலச் சுருள் கிளம்ப 'சர் சாட் சர் சரட்' என இழைத்துக் காட்டுவார்.

'இப்படி... இப்படிச் செய்யணும்யா வேல... என்னமாதிரி வேல தெரிஞ்சவன்கிட்டயே இப்படின்னா, மத்த ஆள்கிட்ட என்ன பண்ணுவே நீ. எதச் செஞ்சாலும் மாணிக்கம்மாதிரி ஆளுககிட்ட வேல செஞ்சன்னு சொல்றமாதிரி இருக்கணும்...' என்று மிரட்டல் போடுவார். அப்புறம் மைத்துனரை கூட்டிக்கொண்டு தேநீர்க்கடைப் பக்கம் போவார்.

தேநீர்க்கடைக்குள் நுழையும்பொழுதே நாகப்பன், 'நமக்கொரு டீ, ஏவாரிக்கு ஒரு டீ, ரெண்டு டீ போடுங்க' என்று கூறுவார். மாணிக்கம் எந்த டீக்கடை பெஞ்சிலும் உடனடியாக உட்கார்ந்து விடுவதில்லை. வலது கை ஆட்காட்டி விரலால் டட் டட் என நாலுதரம் சுண்டுவார். பிற்பாடு, முகடு நோக்கி ஒருதடவை அண்ணாந்து பார்த்துவிட்டு, 'இது மாமரம், இது வேம்பு' என்பது மாதிரி மரங்களின் பூர்வீக வரலாற்றைச் சொல்லுவார். அப்புறம் 'ஏ கிளாஸ் ' என்றோ 'ப்ச்'

என்றோ கூறுவதன்வாயிலாக மரங்களின் தரம்பற்றிய அறிக்கையை வெளியிடுவார்.

ஊர் நாட்டில் மரத்தால் செய்யப்பட்ட எந்தப் பொருளாக இருந்தாலும் அல்லது தாவர நிலையில் அது இருந்தாலும் அதன்மீது அறிக்கையிடுவதை வழக்கமாக்கி வைத்திருந்தார் மாணிக்கம்.

மாமரங்கள் பலகையாகி முடிந்திருந்த மாலை நேரத்தில் வயல் பக்கம் பழனிச்சாமி வந்தபொழுது மாணிக்கத்துக்கு எரிச்சலாக இருந்தது. இரண்டு மரத்திலும் கூடி இத்தனை பலகைகள் விழுந்திருப்பதைப் பார்த்தால் இந்த ஆள் என்ன நினைப்பாரோ என்றும் இருந்தது.

அந்த வயல் ஆற்றை ஒட்டி இருந்தது. ஆற்றுக்கு அப்புறமாகத் தார்ச்சாலை இருந்தது. அதை விட்டால் வயலிலிருந்து அரை மைல் தள்ளிப் பழனிச்சாமியின் வீடு இருக்கிற பக்கமாகவும் தார்ச்சாலை வசதி இருக்கிறது. அதை மனதில்கொண்டுதான் பழனிச்சாமி பேசினார்.

'இங்க பாரு மாணிக்கம். பலகைகள் லாரியில ஏத்திக்கிட்டுப் போறதுன்னா ஆத்தத் தாண்டி தலச்செமயில கொண்டு போயிப் போட்டுட்டு அப்பறம் ஏத்திக்குங்க. இல்லாட்டி நம்ம வீட்டுல கொண்டாந்து போட்டுட்டு லாரி ஏத்திக்கிட்டாலும் சரி... ஆள் வேணும்னா நான் ஏற்பாடு பண்றேன்.'

'தேவைப்பட்டா சொல்றேனுங்க' என்று அவரை அனுப்பிவிட்டு பிறகு நாகப்பனுடன் கலந்து ஆலோசனை செய்தார் மாணிக்கம்.

'நம்ம ஆறேழு ஆள வச்சிக்கிட்டு, இன்னிப் புதுசா இதச் சுமக்க ஆள் வேற போடணுமா...' என்று பரஸ்பரமாக யோசித்தவர்கள் லாரியை ஆற்றின் உள் பகுதிவரைக்கும் வரவைத்து வயலோரத்தி லிருந்தே பலகைகளை ஏற்றிவிடுவது என முடிவெடுத்தார்கள். அவர்களது யோசனைக்குத் தோதாக அமராவதி ஆறும் வறண்டுதான் கிடந்தது அந்தப் பருவத்தில். எங்கேயாவது ஓரஞ்சாரத்தில் கொஞ்சூண்டு ஓடையாட்டம் தண்ணீர் தேங்கிக் கிடக்கும்.... அவ்வளவுதான்.

தைரியமுள்ள லாரிக்காரன் ஒருத்தன் ஆற்றுக்குள் இறங்கச் சம்மதித்து, அடுத்த நாள் ஆற்றில் லாரி இறங்கியது. மணலில் வந்து, வயலுக்கு முதுகுகாட்டி நிற்கவைப்பது வரை சிக்கலில்லை. அதன்பின் பலகைகளையும் விறகுகளையும் ஏற்றும்வரைகூடச் சிக்கலில்லை. இரண்டு மரங்களின் எடையும் பாரமாக மாறியபின் லாரியை ஸ்டார்ட் செய்தபொழுது அதிலும்கூடச் சிக்கலில்லை. ஆனால், அதற்குப்பின் மணலில் லாரி உருளுவதில்தான் தடை ஏற்பட்டுவிட்டது.

மாணிக்கம் யோசித்துத் திட்டமிட்டு, நாகப்பனிடமும் லாரி டிரைவரிடமும் ஒரேநேரத்தில் கூறினார்: 'லாரியில இருக்கற பலகைகளை எல்லாம் இறக்கி, வரிசையா லாரி ஏறிப்போறமாதிரி போடுங்க.'

கட்டளை நிறைவேற்றப்பட்டது. பின்னாலிருந்து ஏழெட்டுக் கைகள் தள்ளவும், லாரி முதலாம் பலகையின் மீதேறியது. பிறகு வில்லங்கம் இல்லாமல் உருண்டு வந்து தார்ச்சாலையை எட்டியது. லாரி உருண்டு வருகிறபோது மாணிக்கம், நாகப்பனிடமும் லாரி டிரைவரிடமும் தன்னைத்தானே மெச்சிக்கொண்டே வந்தார்.

'எதா இருந்தாலும் ஒரு ஐடியா, ஒரு நேக்கு வேணும்... நம்மகிட்ட உள்ள பொருள வச்சே சூழ்நிலையச் சமாளிக்கணும். அதுதான் புத்திசாலித்தனம்...'

மீண்டும் பலகைகளைச் சேகரிக்க ஆற்றில் இறங்கிப் பார்த்த பொழுது அவ்வளவு பலகைகளும் முறிந்திருந்தன. புத்தம்புதுப் பச்சைப் பலகைகள்மீது டன் கணக்கு எடை ஏறி இறங்கியதில் அவ்வளவும் டன்டனக்கா ஆகிவிட்டன. லாரியை அனுப்பி வைத்துவிட்டு அப்படியே முறி பலகைகளையும் விறகுகளையும் மீண்டும் வயலில் அள்ளிப்போட்டு, அடுத்த திட்டத்துக்குப் போய்விட்டனர்.

மொத்தமும் விறகுக் கணக்குக்கே ஆகிப்போன மாமரத் துண்டங்களை அப்படியே மூட்டம்போட்டுக் கரியாக்கிவிட வேண்டியது தான். இப்படியான ஒரு முயற்சிக்குப்பிறகும்கூட பழனிச்சாமியிடம் மரம் வாங்கியதென்பது ஒரு நஷ்டம் வராத காரியமாக முடியும் என்றே தோன்றியது. இது

'கரி பண்ணினாலும் எட்டொம்பது ஆயிரத்துக்குக் கொறயாது' இது மாணிக்கம்.

'ஆமா மாப்ள.' இது நாகப்பன்.

விசயம் கேள்விப்பட்ட பழனிச்சாமி வயலுக்கு வந்தார்.

"நாந்தான் சொன்னனல்ல ஆளவச்சுக் கொண்டுபோயி லாரியில ஏத்தலாம்னு, இப்படி ஆகிப்போச்சேப்பா... சரி விடு. இதயாவது உருப்படியாப் பண்ணி காசத் தேத்தறதுக்குப் பாருங்க. நம்ம ஊர்ல கரிமூட்டம் போடற பயனுக இருப்பாங்க. நீங்க பாவம்... கூலியக்கூட நான் குடுத்தர்றேன்.... வரச் சொல்லுட்டுமா?

'அதெல்லாம் நாங்க பாத்துக்குவம்' என்று நாகரிகமாகச் சொல்லி அவரை அனுப்பிவிட்டு மூட்டம்போடுகிற வேலையில் மாணிக்கமும் நாகப்பனும் இறங்கினார்கள்.

விறகுகளைச் சுற்றி களிமண்ணும் மஞ்சியும் வைத்து அடைத்துப் பூசி, மூட்டம் போடும்போது சிறிய சந்துகூட இல்லாமல் பார்த்துக் கொள்ளவேண்டும் என்பது மூட்டம்போடுவதன் முக்கிய விதியாகும். விதியின் ஒற்றைக்கண்ணைப் போல, அதில் ஒரு ஓட்டை விழுந்திருந்ததை இருவரும் கவனிக்கத் தவறினர்.

மூட்டத்தைப் பிரிப்பதற்காக முடிவுசெய்திருந்த தினத்தில் மாணிக்கம் மட்டும் தனியாக வந்தார். அவர் மூட்டத்தைப் பிரிக்கிற அழகைக் காணுவதற்கென்றே உள்ளூர்க்காரர்கள் நான்கைந்து பேர் வந்திருந்தனர். மூட்டத்தை மாணிக்கம் பிரிக்க ஆரம்பித்தார். உள்ளே... அவ்வளவும் வெந்து சாம்பலாகியிருந்தது.

'ஏய்... என்னப்பா இது?' என்று அருகிலிருந்து ஒரு குரல் கேட்டது. மாணிக்கம் ஒரேஒரு நொடிதான் யோசித்தார். பிறகு அப்படியே சாம்பலில் படுத்துப் புரள ஆரம்பித்தார். 'அய்யோ இதுக ரெண்டும் சாமி மரம். அதுதான் எல்லைய விட்டுக் கொண்டுபோக உடமாட்டேங்குது. அது தெரியாம வெட்டிப் போட்டனே!' என்று பெருங்குரலெடுத்து ஊராருக்குக் கேட்கும் படி அலறல்விட்டார். மறுபடியும் தீர்க்கமாகச் சாம்பலில் புரண்டு விட்டு ஆற்றினுள் இறங்கிக் கொஞ்சம் தண்ணீர் தேங்கியிருந்த இடத்தில் படுத்து எழுந்தார். அந்தவாக்கில் எழுந்து குன்றா வேகத்தில் நடந்து மறைந்துபோனார்.

அதன்பின் ரொம்ப நாட்களுக்கு மூலப்பட்டி ஊர்ப்பக்கம் தலைகால் வைத்துப் படுக்கவில்லை.

திருவளர் 'செல்'வன்

மோகனுடைய செல்போன் தொலைந்துபோய்விட்டது. அறையில் ஆறுபேர் தங்கியிருந்தனர். செல்போன்கள் தொலைவதென்பது கையும் வாயும் ஒருசேரக் கட்டுண்டுபோகிற செயலே ஆகும். அதிலும் மோகன், தனது தொழிலுக்கு செல்போன் மிக அத்யாவசியமானது என நம்பினான். அவன் செல்போனை அளவுக்கும் அதிகமாகவே நம்பி வாழ்ந்ததால், அவனை நண்பர்கள் 'செல்வன்' என அழைத்தனர். செல்போன் விஷயத்தில் தன்னளவில் அவன் ரொம்ப நல்லவன். கரூரிலிருந்து திருச்சி வரும் வழியில் குளித்தலையில் செல்போனை மறந்து இறங்கிப்போன ஒருவருக்கு, நள்ளிரவு இரண்டு மணிவரை காத்திருந்து அதை ஒப்படைத்து விட்டு வந்திருக்கிறான். அதனால், சென்னைக்கு வருவது நேரந்தாண்டிப் போய் ஒரு நிறுவனத்தில் வேலையை இழக்கவேண்டியதாயிற்று.

மோகன் புகைப்படக் கலைஞன். கிராமத்தின் ஏழைப்பட்ட கல்யாணங்களுக்கு எழுநூறு ரூபாய் கேமராவைக் கொண்டுபோய்ப் படமெடுப்பதில் அவனது சேவைகளும் குறிக்கோள்களும் ஒரே நேரம் தொடங்கின. எரசினம்பாளையத்தில் ஒரு மாலைநேர நிகழ்ச்சியைப் படம் எடுக்கப்போய், 'கண்ணில் தெரியுது காட்சி, அட... அது கேமராவில் அகப்பட்டுவிடாதா' என்ற நம்பிக்கையில் எடுத்த சில படங்கள் சில்அவுட்டாக வந்தன. இருளைப் பூசின அந்தப் படங்களைப் பார்த்து, வெளிச்சமான எதிர்காலத்துக்கு வழி சொன்னவன் கரடிவாவிக் கந்தசாமி.

'டேய்... நீ எடுக்கற படத்துல எதோ ஒரு கலை இருக்குது. கல்யாணத்துக்கே எடுத்தெடுத்து லைஃபை வேஸ்ட் அடிச்சிராத. சென்னைக்குப் போயி ஒரு

ஸ்டூடியோவுல சேந்து நல்லா போட்டோ எடுக்கக் கத்துக்க. அப்பறமா சினிமாவுல சேந்துரு...'

அண்ணா நகரில் தங்கி, அண்ணா சாலையில் ஒரு கால் சென்டரில் வேலைபார்க்கிற மாமன் மகன் ரவிச்சந்திரனை மையமிட்டு சென்னைக்கு பஸ் ஏறிவிட்டான். அப்போது வயது 22. நினைவில் நின்ற நான்கைந்து திரைப்படப் புகழ் கேமராமேன்கள் பயணம் முழுக்க பாதைத் துணையாக மனதில் சஞ்சரித்து உடன் வந்தனர். தொப்பிவைக்காத பாலுமகேந்திராவை ஒரு புகைப்படம் எடுத்த கையோடு எங்காவது சினிமா கேமராவுக்கு உதவியாளனாகச் சேர்ந்துவிட வேண்டும் என நினைத்தான். ஆனால், இடையில் எவ்வளவோ விஷயங்கள் இருக்கின்றன. அந்த இடையில் உள்ள எவ்வளவோ விஷயங்களின் பகுதியாகத்தான் செல்போன் தொலைவது, மோகன் தற்சமயம் வீடியோ படமெடுக்கிறவனாகச் செயல்பட்டுக் கொண்டிருப்பது எல்லாம்...

இனம்புரியாத சோகம் மிகுந்துபோகிற அன்று ரவிக்கு, 'மாப்ள பீர் வாங்கித் தருவாயா?' என்று கேட்டு செல்போனில் குறுஞ்செய்தி அனுப்புவான்.

'ஏண்டா இப்படியெல்லாம் எஸ்.எம்.எஸ். பண்ணி என்னக் கொல்லுறே.... நான் உனக்கு அன்னியனாடா?' என்று கேட்டவாறு பீர் வாங்கித் தருவான். மோகனுக்கு, ரவி யார் என்பதும் ரவிக்கு, மோகன் யார் என்பதும் அரை பீர் முடிவதற்குள் தெரிந்துவிடும். மோகன், ரவியின் தொடையை தட்டித்தட்டி, 'நீ என் மாப்ளடா... நீ என் மாப்ளடா... நீ ஒரு நாளைக்கு நல்லா வருவே தெரியுமா? என்கிறவகையான வெளிப்படுத்துதல்களை 20 முறை மேற்கொண்டிருப்பான். அப்படிக் கூறிமுடித்ததும் ஒரு மிடறு விழுங்கிவிட்டு 20 நிமிட மோனத்தவமிருப்பான்.

'மாப்ள... நீ வேற ரூம் எங்கியாவது போயிடு. ஒண்ணா இருந்தா நீயும் நல்லா வரமாட்டே. நானும் நல்லா வரமாட்டேன்' என ஒருநாள் கூறிவிட்டான் ரவி.

அதன்பிறகுதான் மோகன் வடபழனி வந்து சேர்ந்து அறுவர் அறையில் தங்கியது. எல்லாருமே கலையுலக கனவுலகவாசிகள். நாளைய ரசவாத வெற்றியை மனதில்வைத்து இன்று பட்டினி கிடக்கத் தயாரானவர்கள். இந்த அறையில் செல்போனை காணோம். யார் எடுத்தது?

அறைவாசிகள் இதரர் ஐவருக்கும் தனித்தனியாகக் கடிதம் எழுதி செல்போனை கேட்கலாமா என யோசித்து உடனடியாக அதைக் கைவிட்டான். ஏனெனில், இதற்குமுன்னமும் செல்போன் தொலைப்பும் அது நிமித்தமான கடிதம் எழுதுதலும் அவன் வாழ்வில் நடைபெற்றுள்ளது.

வாழ்வில் இரண்டுமுறை செல்போனை தொலைத்தவன் என்று யாரும் இளப்பமாக நினைக்கவேண்டியதில்லை. கேமரா வகைப்பட்ட ஃப்லிம் ரோல், டேப், ஏன்... விரற்கடை அளவுள்ள பேட்டரியைக்கூட அவன் இதுவரை தொலைத்ததில்லை. மோகனின் கடிதங்கள் பெரும்பாலும் தோல்வியில் முடிவடைகிறவை. மாய்ந்து மாய்ந்து அன்பு, கண்ணீர், கடிதம் பெறப்போகிற ஆள்மீது தான் கொண்ட விசுவாசம், அவரது அருகாமையில் தான் கொள்ளும் ஆசுவாசம் அவ்வளவையும் பன்னிப்பன்னி எழுதுவான். என்றாலும் எடுபடாது. இவன் தன்னை நிறுவுகிறான் என்று நினைத்துவிடுவார்கள்போலும். மாப்பிளை ரவி கூட, அறையில் மோகனைச் சேர்த்துக்கொள்ள மசியவில்லை. 'பீர் வேண்ணாக் கேளு வாங்கித் தர்றேன்... கை மாத்துக்கூட கேளு தர்றேன்' என்று கூறிவிட்டான்.

முதலாவது செல்போன் வெளியில் எங்கோ தொலைந்தபோது, தான் பயன்படுத்தி வந்த அதே எண்தான் வேண்டும் என்பதற்காக காஸ்மிக் விண்ட் நிறுவனத்துக்கு ஒரு கடிதம் எழுதினான்.

மதிப்பிற்குரிய ஐயா!

நான் நீண்டகாலமாக உங்களது சேவையைப் பயன்படுத்தி வரும் வாடிக்கையாளன். தற்சமயம் எனது செல்போன் தொலைந்து விட்டது. நான் இப்போதுதான் தொழிலில் வளர்ந்துவருகிறேன். எனக்குத் தொடர்புகள் முக்கியம். என்னுடைய தொடர்பில் இருக்கிற அனைவருக்கும் 9880524377 என்ற எண்ணையே கொடுத்துள்ளேன். அந்த எண் இல்லாதுபோய்விட்டால் எனது தொழில் வளர்ச்சியும், எதிர்காலமும் முடங்கிப்போய்விடும். ஆகவே, அருள்கூர்ந்து அதே எண்ணையே எனக்கு மீண்டும் தருவதற்கு ஆவன செய்யுமாறு கேட்டு விண்ணப்பிக்கிறேன்.

இந்தக் கடிதத்தை அளித்த அடுத்த ஒரு மணி நேரத்துக்குள் பழைய எண்ணே அவனுக்குக் கிடைத்துவிட்டது. ஆகாச வழித் தொடர்புகொண்டு வாழ்வாங்கு வாழ்வதற்கான விண் அப்பம்!

அந்த ஒரு காரியத்தைத் தவிர வேறு நற்பயன்கள் விளையாததால் கடித முயற்சியைக் கைவிட்டு அறை நண்பர்களில் ஒருவனான முட்டை ரகுவிடம் தஞ்சம் புகுந்து ஆலோசனை கேட்டான். ஆவி ஜோதிடம் உள்பட சிலபல கலைகள் ரகுவுக்குத் தெரியுமாதலால், அவன் 'முட்டை ரகு' என்று அழைக்கப்பட்டான்.

'சாயங்காலம் ஆப்பரேசனை வச்சுக்கலாம்' என்ற ரகு, மாலையில் ஒரு கோழிமுட்டையுடன் வந்தான். அதில் மஞ்சளும் குங்குமமும் தடவப்பட்டிருந்தது.

அறைவாசிகளான அனந்தராமன், ராபர்ட், வரதராஜன், வசந்தகுமார் நான்குபேர் இருந்தனர். மதனகோபால் வெளியே சென்றிருந்தான். நாலுபேரையும் செல்போனை தான் எடுக்கவில்லை என்று முட்டையைத் தொட்டுச் சத்தியம் வைக்கச் சொன்னான் ரகு. நல்ல வழிகாட்டியாக அவனே அவ்விதம் 'முட்டைமீது சத்தியம்' வைத்தும் காட்டினான். எல்லோரும் சத்தியம் வைத்து முடிக்கிறவேளையில் மதனகோபால் வந்து சேர்ந்தான்.

வரதராஜன் அவனிடம் 'முட்டையைத் தொடு... முட்டையைத் தொடு' என்றான். மதனகோபால் தலைகால் புரியாமல் விழிக்க வும் அவனிடம் விஷயம் எடுத்துரைக்கப்பட்டது. முட்டையைத் தொடத் தயங்கினான்.

வரதராஜன், 'நீயும் சீக்கிரம் தொட்டுட்டியானா, அத ஒடச்சு ஆம்லெட் போட்டுறலாம்' என்றான். மதனகோபால் 'குளிச்சிட்டு வந்திடறேன்' என்று பாத்ரூமுக்குள் போனவன் கால் மணிக்கூர் கழித்து வந்து, 'நா மத்தியானத்துல இருந்து சாப்பிடல... போய் பத்து நிமிஷத்துல சாப்பிட்டுட்டு வந்திடறேன்' என்று வெளியேறிப் போனான். அந்த இரவு அறைக்கு வரவில்லை.

அதற்குப்பிறகும் மூன்றுமுறை அறைக்கு வந்தும் முட்டையைத் தொடாமலே டபாய்த்தான். மோகனும் ரகுவும் இல்லாத ஓரிரு தடவைகளும் வந்துபோனான்.

வரதராஜன், 'சாமி படத்துக்கு முன்னால்... ஒரு முட்ட அழுகி வீணாகறதா?' என்று வசனம் பேசி ஆம்லேட் போட்டுத் தின்ற போது... அறையில் ஐந்துபேரும் இருந்தபோது மதனகோபால் வந்து சேர்ந்தான்.

முட்டை இல்லாதுபோயிருப்பதைக் கண்டபோது அவனுக்கு ஏற்பட்ட மகிழ்ச்சி துல்லியமாக முகத்தில் தெரிந்ததை ரகு கவனித்துவிட்டான். வந்து மதனகோபாலுக்கு அருகில் நின்று கொண்டான். வரதராஜனிடம், 'நீ அவசரப்பட்டு ஆம்லேட் போட்டுத் தின்னதால் எண்பது ரூபா செலவு' என்றான்.

'எதுக்கு எண்பது ரூபா... ஏதோ ஃபைவ் ஸ்டார் ரேஞ்சுக்கு சொல்றே?'

'ஆமா... இப்ப இம்மீடியட்டா வடபழனில முட்ட மந்திரிக்கிற ஒருத்தரப் பாக்கப் போகணும். ஆட்டோ செலவு போக வர எம்பது ஆகும்" என்றவன் மோகனையும் மதனகோபாலையும் பார்த்து, 'ரெண்டுபேரும் கிளம்புங்க போலாம்' என்றான்.

மதனகோபால், 'குளிச்சிட்டு வந்திடறேனே...' என்றான்.

‘குளிக்கவும் வேணாம், கிழிக்கவும் வேணாம். த பாரு மதனா... மரியாதயா வந்தியானா நல்லது. இல்லீனா கத வேறமாதிரி ஆயிடும்‘ மூன்றுபேரும் கிளம்பி வந்து ஆட்டோவில் ஏறினார்கள். மதனகோபால் கிரிக்கெட்டின் மிடில் ஸ்டம்புமாதிரி நடுவிலேயே இருக்குமாறு பார்த்துக் கொள்ளப்பட்டான். பைல்ஸ் மாதிரி அவன் வைக்கவேண்டிய சத்தியம்வேறு தொங்கிக்கொண்டிருந்தது.

ஆட்டோ தென்னங்கீற்றில் போர்டு தொங்கும் ஒரு இடத்தில் நின்றது. போர்டில் ‘இங்கு ஏவல், பில்லி, சூன்யம். வாதம். படும்‘ எனச் சுண்ணாம்பின் துணைகொண்டு எழுதப்பட்டிருந்தது.

மோகனையும் மதனகோபாலையும் வெளியில் நிற்கவைத்து விட்டு, ‘இப்ப.. இப்ப வந்திடறேன்’ என்று முட்டை ரகு உள்ளே போனான்.

உள்ளே காடா விளக்கு வெளிச்சத்தில் ஆன்மிகத் தளவாடங்கள். அதன் பின்னணியில் ஒரு பெரியவர். தாடி, மீசை, சடை என முடிப் பரப்புக்குள் காடா மற்றும் கடவுளின் துணையால் ஒளிரும் இரண்டு சமவயதான கண்களைப் பார்த்து, ‘இப்ப வெளியில இருந்து ஒருத்தனைக் கூட்டிக்கிட்டு வருவேன். அவன்ட்ட ‘செல்போனை எடுத்தது நீதான்’னு சொல்லணும்... அவ்வளவுதான். மத்தத நான் பாத்துக்கறேன்’ என்ற ரகு வெளியே வந்தான். வெளியில் மோகன் மட்டும் நின்றுகொண்டிருந்தான்.

‘எங்கய்யா அவன்?’

மோகன் தோல்வியின் சுட்டுவிரலை நீட்டிக்காட்டிய திசையில் மதனகோபால் ஓடிக்கொண்டிருந்தான். ஓடினான் ஓடினான் தெருமுனை வரை ஓடித் திரும்பியவன் பிறகு காணாதானான். அறுவர் அறை ஐந்துபேர் கொண்ட அறையாக மாறியது.

ஒரு வருடத்துக்குப் பிறகு...

குடிக்கடையில் ஒரு குடிக்கிடையில் மதனகோபாலை மோகன் பார்த்தான். செல்போனைத் தவிர்த்து அவர்கள் பேசிக்கொள்ளச் செய்திகள் இருந்தன. வருங்காலத்தில் சந்திப்புகள் வைத்துக் கொண்டு உறவைப் பேணலாம் என்கிற உள்ள நெகிழ்ச்சிக்கு இருவரும் ஆட்பட்டபோது செல்போன் எண்கள் பரிமாறிக்கொள்ள உத்தேசிக்கப்பட்டது.

மதனகோபால், ‘நம்பர் மாத்தீட்டியா? அதே நம்பர்தானா... சரி, உன் செல்லுல இருந்து எனக்கு ஒரு மிஸ்டுகால் குடு. அத அப்படியே நான் போட்டுவச்சுக்கறேன்’ என்றவன், தன்னுடைய எண்ணை சொல்லச்சொல்ல மோகன் தனது கருவியில் எண்களை அழுத்தினான். மதனகோபாலின் செட்டில் ரிங்டோன் ஒலித்தது. ‘சினேகிதனே... சினேகிதனே... ரகசிய சினேகிதனே...’

மதனகோபாலின் சட்டைப்பையிலிருந்து வந்து மீண்டும் சட்டைப் பைக்குள் போவதற்குள், அந்தக் கருவியை நன்றாகப் பார்த்துவிட்டான் மோகன். உள்ளேயும் வெளியேயும் மஞ்சள் வைத்திருந்த முட்டையின் கேள்விக்கு கண்சாட்சியாக விடை கிடைத்துவிட்டது இப்போது.

'நான் ஒரு முட்டை' என்று மனதுக்குள்ளே சொல்லிக்கொண்டு விருத்தி பிடித்தாற்போல அமர்ந்திருந்தான் மோகன்.

மதனகோபால், 'ஏன் திடீர்னு டல்லாயிட்டே...' என்று அக்கறை யாகக் கேட்டான்.

ஒண்ணுமில்ல..'

'எனக்குப் புரியுது... ஐ நோ... என்னடா சென்னை வந்து இவ்வளவு நாளாச்சே... இன்னும் ஒண்ணுமே அச்சீவ் பண்ணாம் இருக்கமேன்னு ஃபீல் பண்றே... அதுதான? கவலப்படாத, 'வீச்சரிவாள்'னு ஒரு படம் வந்தது தெரியுமா... ஒரு வாரம்கூட ஓடல. பட் அந்த டைரக்டர்கூட இப்ப ஒரு ஸ்டோரி டிஸ்கஷன்ல உக்காந்திருக்கேன். நாந்தான் அசோஸியேட்டு. நிச்சயமா ஹிட்டுதான். தயாரிப்பாளர்கிட்ட பேசிக்கிட்டிருக்கம். ஒன் மன்த்ல ஷூட்டிங் போயிருவோம். நான் எப்படியாவது டைரக்டருகிட்டச் சொல்லி கேமரா அசிஸ்டென்டா சேத்துவிட்டர்றேன்.... ஓக்கே...'-பாக்கெட்டைத் தடவியவாறே மதனகோபால் 'சிகரட் சொல்லு மோகா...' என்றான்.

அவர்களது மேஜைக்கருகில் உலவிக்கொண்டிருந்த மதுச்சபைச் சேவகனைக் கூப்பிட்டு மோகன் ஆணையிட்டான்.

'ரெண்டு கிங்ஸ்'.

அதிரக சூடாமணி

சூடாமணி... இந்தப் பெயரில் இலக்கியங்கள், நிகண்டுகள் இருக்கலாம். ஆண் பால், பெண் பால் பெயர்கள் இருக்கின்றன. இன்னும் யாராலும் கண்டெடுக்கப்படாத மணிகள் மண்ணில் கிடக்கலாம். சூடாமணி என்று கரூர் மாவட்டத்தில் ஒரு ஊரே இருக்கிறது. அந்த ஊருக்குப் பக்கத்தில் தொட்டம்பட்டி என்றொரு ஊர் இருக்கிறது.

வள்ளுவன் பெயரால் என்னென்னவோ அமைக்கலாம். ஆனால், அய்யனின் பெயரால் கபாடி அணி அமைத்து மாநில அளவில் பட்டையைக் கிளப்பியவர்கள் இந்த சூ.தொட்டம்பட்டிக்காரர்கள். தொ.க.நடராஜன். தொட்டம்பட்டியைச் சேர்ந்த நடராஜன் இருபத்தைந்தாவது வயதில் அரசியல் ஈடுபாடு காரணமாக கைமுதலுக்குப் பதிலாக கை ரத்தத்தை ஒரு சொட்டு செலவு செய்தார்.

மனங்கவர்ந்த அரசியல் தலைவர் தனிக்கட்சி போடுகிறார் என்று கேள்விப்பட்டவுடன், 'தலைவா! நான் இருக்கிறேன் உன்னோடு' என்று ஒருமையில் குருதியில் கையெழுத்திட்டு அனுப்பினார். அப்போதும் உடனிருந்த முருகானந்தத்திடம், 'ஏப்பா... சிவப்பு மையில் கையெழுத்துப் போட்டா கண்டுபுடிச்சுருவாங்க. சாந்துப் பொட்டுல கையெழுத்துப் போட்டா ரத்தக் கையெழுத்துன்னு நம்பீரமாட்டாங்களா?' என வினவினார். முருகானந்தம் எந்தக் கொள்கையை ஏற்றுக்கொண்டாலும் அதற்கு விசுவாசமாக இருக்கும் ரகம். 'ஏப்பா.... கட்சியில் சேர்றதுக்கு முன்னாடியே ஃபிராடாப்பா, ஒழுங்கா ரத்தத்துல கையெழுத்துப் போடு. தலைமையகத்துல 'ரத்தக் கவுச்சி' வீசுதான்னு மோந்து பாப்பாங்க. நம்ம ஏரியாவுல இருந்து போற முதக் கவுச்சி உன்னோடதா இருந்தா ஒன்றிய செயலாளர் போஸ்ட் கிடைச்சாலும் கிடைக்கும்' என்றான்.

ரத்தக்கவுச்சி வேலைசெய்து, தலைவரின் கையெழுத்திட்ட காகிதம் பறந்துவந்தது.

'கொங்கு மண்ணின் தலைநகராம் கோவை மாநகருக்கு புலியெனப் புறப்பட்டு வா! கொட்டித் தீர்க்கிறேன் வேதனையை... கட்டிக்காக்கிறேன் கட்சியை, நட்டுக்காட்டுகிறேன் வெற்றிக் கொடியை!' இன்னோரன்ன வாக்கியங்களுடன் வந்த கடிதத்தைச் சிரமும் கரமும் மேற்கொண்டு கோயமுத்தூர் போய்விட்டு வந்ததிலிருந்து அரசியல்காரராக அறியப்பட்டார்.

படை, பண, ஆளம்பு பலம் இல்லாத காரணத்தால் ஒன்றியச் செயலாளர் ஆகமுடியாமல் செயலாளரை அண்டிய செயல் வீரனாக சிறிதுகாலம் இருந்துவிட்டு, உள்ளூர் அரசியலின்பால் முழுக் கவனத்தைச் செலுத்தினார். ஏற்கெனவே செய்துவந்ததும் அதுதான்.

நடராஜனுக்குச் சொந்தமாக சைக்கிள் ஒன்று இருந்தது. அது அவரைத்தவிர யாராலும் ஓட்டமுடியாது என்கிற நிலையிலேயே பல காலம் இயங்கிவருகிற வண்டி. இடதுபக்கம் பெடல் கட்டை இல்லாமலிருந்தது அதற்கு. இறக்கத்தில் சைக்கிளை உருட்டிவிட்டு ஏறுவது, மேடான திண்டில் தான் ஏறி நின்று சீட்டில் அமர்ந்து வலதுபெடலை முதலில் சவட்டுவது... இப்படியான பல சாகசங்களுக்குப் பிறகு அவர் வண்டியைக் கிளப்புவது வழக்கம். பிறகு ஒவ்வொரு மிதியின்பொழுதும் உடலை உயர்த்தி, இடது பக்க இடுப்பை நெளிப்பது கண்கொள்ளாக் காட்சியாகும். இந்த சைக்கிளில் உலா போகும்பொழுதுதான் ஊர்நடப்புகளை அறிந்து கொள்வது.

ஆனால், காரியங்களின்மீதான சீர்திருத்தச் செயல்பாடுகளின் பொழுது மட்டும் கார் தேவைப்படும். கத்தாழைக்காட்டு ரகுநாதன் தனது நில சம்பந்தமான விவகாரம் ஒன்றுக்காக கரூர் வரை அழைத்தபொழுது, 'ஒரு கார் புடி மச்சான். போயிட்டு வந்திடலாம்' என்று குளிர்ச்சியாகச் சொன்னார் நடராஜன்.

'ஏன் பைக்ல போனா ஆகாதா...?'

'ஆகும். கொஞ்சம் லேட் ஆகும். நாலு நடை நடக்கணும், பரவா யில்லையா?'

காரில் போய் இறங்குகையில் அந்தக் கட்டடத்தின்முன் நடராஜன் செய்த வேலை இன்னும் கூடுதல். இறங்குமிடத்தில் ஏப்பசாப்பையாகக் காட்சியளித்த ஒருவனிடம், உள்ளிருந்து கைக்குட்டையால் முகத்தைத் துடைத்துக்கொண்டே, 'யே... இந்தக் கதவத் தொறந்துவிடுப்பா!' என்று கேட்டுக்கொண்டதுதான் அது. அன்றைக்குப் பேச்சுவார்த்தை முடிகிறவரையில் அந்தக் கெத்தை ஒரு துளியும் விட்டுக்கொடுக்காமலே பேசி, ரகுநாதனுக்கு காரியத்தை வாகைசூடித் தந்தார். பாரில் குடித்து

கேவீயார் ஓட்டலில் கறிக்குழம்போடு தின்றுவிட்டு ஊர் திரும்புகையில் ரகுநாதன் நடராஜனிடம், 'பீத்தச் சைக்கிள்லதான போயிக்கிட்டு இருக்கேன்னு உன்ன சாமானியமா நெனச்சுப்புட்டேன்...' எனப் பாராட்டி வாய்ச்சான்று வழங்கினான்.

'இதென்ன மச்சான். நம்ம வேலைலாம் என்னன்னு பாக்கணும்னா எலக்சன்மாதிரி ஒரு டயம் வரணும்' என வார்த்தைகளாலேயே மார்தட்டினார் நடராஜன்.

ரொம்பச் சீக்கிரத்தில் வந்தது உள்ளாட்சித் தேர்தல். பரமத்தி யூனியனில் கவுன்சிலர் பதவிக்கு உள்ளூரைச் சேர்ந்த பரமசிவம் போட்டியிட்டார். பரமசிவம், முருகானந்தம் இருக்கிற கட்சியில் இருந்தார். அந்தக் கட்சியும் நடராஜன் இருந்த கட்சியும் அந்தத் தேர்தலில் கூட்டும். உள்ளூரில் பலபேர் பரமசிவத்துக்கு வெற்றிக் கனியை பறித்துத் தின்னக் கொடுப்பதில் உற்சாகமானார்கள். ஆனால், யூனியன் கவுன்சிலர் என்பது ஒரு ஊரின் வாக்குகளை வைத்து வென்றுவிட முடியாத பரப்பளவினை உடையது. சூழல் கிராமங்கள் என்னவோ பரமசிவத்துக்கே சாதகமாக இருந்தன. இருபதோ, முப்பதோ ஆயிரங்கள் செலவுசெய்தாலே போதும் என்பதே நிலைமையாக இருந்தது.

வேட்புமனு தாக்கல் செய்து மூன்று நாட்களாகியும் வேட்பாள லட்சணங்களுடன் காட்சியளித்து எந்த வேலையும் பரமசிவம் செய்தமாதிரி தெரியவில்லை என்றானபொழுது நடராஜன் பரமசிவத்தைப் பார்த்தார்.

'ஆக, தோக்கறதுன்னு முடிவு பண்ணியாச்சாட்ட இருக்குது... ஊம்!'

'நாம் ஜெயிச்சுருவமுன்னுதான் எல்லாரும் பேசிக்கறாங்களே...'

'எல்லாருமுன்னா... எலக்சன் கமிஷனரே சொல்லீட்டாரா? இல்ல, சோ சொன்னாரா.... இப்படி கம்முனே இருந்தா பொட்டியப் பிருச்சு எண்ணற அன்னிக்கு பொட்டி பூத்துப்போகும் தெரியுமா?'

'என்ன பண்ணலாமுங்கறே?'

'செலவு பண்ணுங்க!'

நடராசு இப்படிக் கூறிவிட்டு வந்ததும் லேசாக விரல்களைத் திறந்து ஒரு ஐயாயிரம் செலவு பண்ணி சுவரெழுத்து எழுதுவது, காரில் ஐந்தாறுபேராக ஓட்டுக் கேட்கப்போவது இந்தமாதிரியான வேலைகளில் பரமசிவம் ஈடுபட்டார். மூன்றாம் நாள் பரமசிவத்தை நடராஜன் பார்த்தார்.

'ம்... எப்படியோ மூணாவது இடம் உறுதியாயிடுச்சு...' எனத் திகிலை மூட்டினார். அந்தத் திகில் எள்ளுக்கணுங்காய் போட்ட கொப்பரை அடுப்புபோல திகுதிகு என முழங்க ஆரம்பித்தது.

‘என்னது, மூணாவது இடமா?’

‘ஆமா... எதுத்து நிக்கறது யாராரு... ஜோதியும் சந்திரனும். அவங்கள ஜெயிக்கறதுன்னா சும்மாவா...?’

‘என்னதான் பண்ணலாங்கறே?’

‘முத முருகானந்தம் மூலமா ஒரு முப்பதாயிர ரூபாய் எங்ககிட்ட வெட்டுங்க... பாக்கிய அது தீந்ததுக்குப் பிறகு பேசிக்கலாம்...’

‘நீ பேசறதப் பாத்தா என்னயத் தீத்துருவியாட்ட இருக்குதே?’

‘அதெல்லாம் ஒண்ணுமில்ல. நீங்க தோத்தா கேவலம் உங்களுக்கு மட்டுமில்ல. நம்ம ஊர் பூராத்துக்குந்தான். அதுக்கு நான் விடமாட்டேன். சொன்னதச் செய்யிங்க. இன்னிக்கு சாயங்காலம் பணம் ரெடியா யிறணும்...’

‘சரிப்பா... சரி, சரி...’

அந்த சாயங்காலம் பரமசிவத்தால் பணம் பட்டுவாடா செய்யப்பட்டபின் பணத்தை யாரிடம் கொடுத்து வைப்பது என்பது வாக்குவாதத்துக்கு வந்தது.

நடராஜன், ‘காசு என் கைல வேண்டாம்‘ என உறுதியாக மறுத்து விட்டார். ‘ஆனா, யாருகிட்ட இருந்தாலும் நான் கேக்கறப்பக் கொடுக்கணும். வண்டி வாசி காரு வேணும்னு எதா இருந்தாலும் நான் சொல்றத உடனடியா ஏற்பாடு பண்ணித் தரணும்‘ என பிற்சேர்க்கையிலும் உறுதியாக இருந்தார்.

ராத்திரி ஏழு மணிவாக்கில் பரமசிவம், நடராஜன், முருகானந்தம், நந்தகுமார், கனகராசு, வெள்ளைச்சாமி இன்னும் சிலர் அமர்ந்திருக்க, பரமசிவத்தின் வீட்டில் ஒரு மஞ்சள் பையில் பணம் முப்பதாயிரம் ஒரு மேஜையில் கிடந்தது. முருகானந்தம் பணப்பையை எடுத்து, ‘காசை யாருகிட்ட கொடுத்தரலாம்‘ என்றான். யாரும் பேசவில்லை. முருகானந்தமே ஒரு தன்முடிவுக்கு வந்து, ‘சரி. நந்தகுமாருகிட்ட கொடுத்தரலாம்‘ என்றான். நடராஜன் குறுக்கிட்டு, ‘கனகராசுகிட்ட குடுத்துருவம். அதுதான் சரியாயிருக்கும்‘ என்று சொல்லவும் அது ஆமோதிக்கப்பட்டு, பணம் கனகராசிடம் சென்றது.

‘அப்ப... நாளைல இருந்து உங்கிட்ட காசு வாங்கிக்கிட்டு கணக்குக் கொடுத்தர்றம்ப்பா’ என்று கனகராசைப் பார்த்துச் சொன்ன நடராஜன், மற்ற எல்லாரையும் பொதுவாகப் பார்த்து, ‘அப்புறம் ஒரு விஷயம். இதுக்கு ரசீது வச்செல்லாம் கணக்குத் தரமுடியாது. கொஞ்சம் அப்படி இப்படின்னு செலவாகும். பாத்துக்குங்க...’ என்று கூறிவிட்டு வெளியேறினான்.

இரவு உணவுக்குப்பின் அந்த ஊரின் இளைஞர்களுக்கு தலைவாசல் கல்லுக்கட்டில் ஒரு ஜாலியான சந்திப்பும் நேரப்போக்கும் உண்டு. அந்தச் சந்திப்பில் வைத்து முருகானந்தம் நடராஜனிடம் கேட்டான்.

'ஏன் நந்தகுமாருகிட்ட காசைக் குடுக்கலாமுங்க வேண்டாம்னு சொன்னே?'

'ஏப்பா, அவன்கிட்டத் தந்துட்டு எவனாவது காச வாங்க முடியுமாப்பா ?'

'ம்... கனகராசுகிட்ட மட்டும் வாங்கீருவியா. தொட்டது தொண்ணூறுக்கும் கணக்குக் கேப்பான். உமியன். காசு கைவிட்டுப் போகுதுன்னா சாகறம்பானே...'

ஆனா ரோஷக்காரன் தெரியுமா? அவன் காச வச்சுக்கிட்டு நீ என்னடா பண்ணறேங்கிறமாதிரி ரெண்டு கேள்வி கேட்டா, 'உங்க காசப் பொறுக்கிக்கங்கடா'னு சொல்லி விசிறி எறிஞ்சிருவான். நாம் பொறுக்கி எடுத்துக்க வேண்டியதுதே...'

'நீ பெரிய ஆளுதே...'

'அது இருக்கட்டும். நாளைக்கு வா, கரூர் போய் ஒரு டெம்போ டிராவலர் பேசி எடுத்துக்கிட்டு வருவம்...'

'டெம்போ டிராவலரா?'

'ஆமப்பா... பிரசாரத்துக்கு.'

மறுநாள் டெம்போ டிராவலர் வந்தது. முதலமைச்சர்கள், மந்திரி பிரதானிகள், நடிக, நடிகையர் ஆகியோர் பயன்படுத்தும் வகையைச் சேர்ந்தது அது. 'பரமசிவம் அவர்களுக்கு பல்பு சின்னத்தில் வாக்களிக் குமாறு கேட்டுக்கொண்டு வரையறுக்கப்பட்ட பிராந்தியத்தில் அது மைக்கில் பேசியது. மற்றபடி சாலையோர அடி பைப்புகள் கண்ட இடமெல்லாம் நின்றது. பிரியாணி, புரோட்டா, பாட்டில்கள் ஆகியவை அங்கேதான் பிரிக்கப்பட்டன.

உணவுக்கும் உற்சாகத்துக்கும் குறைவில்லை என்பது தெரிந்தபின் நடராஜன் தலைமையிலான டிராவலர் எந்நேரமும் கூட்டங் குறைவின்றித் திகழ்ந்தது. அளவுபோதையில் இருக்கும்போது அந்தத் திருக்கும்பல் அப்படியே போய் பரமசிவத்தை உற்சாகப் படுத்திவிட்டு வரும். ('இப்படை தோற்கின் எப்படை வெல்லும்?')

பாட்டில் சப்ளை மாதிரியான விஷயங்களை மட்டும் பாதி நேரத்தில் நிறுத்தினால் வாக்கு வங்கி அப்படியே பறிபோய்விடும் என்கிற ஆதார உண்மை பரமசிவத்துக்கு எடுத்தியம்பப்பட்டதால் அவர் செலவைச் சுருக்க முடியாதபடி ஆயிற்று.

பிறகென்ன? தேர்தல் முடிவு தெரிகிற நாளுக்குள் கனகராசிடம் நான்கு முறை முப்பதாயிரங்கள் தருகிறாற்போல ஆயிற்று.

ஒருவிதமாக கனத்த வித்தியாசத்தில் வெற்றிபெற்றார் பரமசிவம்.

வெற்றிச் செய்திக்கு மறுநாள் மீதமிருந்த கடைசி பாட்டிலை நடராஜன் குடித்துக்கொண்டிருந்தார். ஊறுகாய் கைகாசு. முன்னால், பீத்தை சைக்கிள் நின்றுகொண்டிருந்தது. முருகானந்தம் நடராஜனின் அருகில் வந்தான்.

'ஏப்பா... இத்தன தண்டச் செலவு பண்ணினதுக்கு ஒரு பெடல் உன் சைக்கிளுக்கு வாங்கி மாட்டியிருக்கலாம்...' குரலில் இழப்பின் அக்கறை தொனித்தது.

'இத பாரு முருகு. நெனச்சம். ஜெயிச்சம். வாழ்ற வாழ்க்க வேற. நெஜ வாழ்க்க வேற. வாழ்க்கைங்கறது எப்பவும் பெடலில்லாத சைக்கிள ஓட்டறமாதிரித்தான். வளஞ்சு நெளிஞ்சு போயிக்கிட்டே இருக்கவேண்டியதுதான், ஆமா...' பரம துக்கத்துடன் தடுமாறிய வாறு சைக்கிள் ஓட்டிச்செல்லும் ஒரு உருவத்தை முருகானந்தம் பார்த்தான்.

செல்வக் கடுங்கோகோழியாதன்

தங்கச்சியம்மாபட்டி என்று எழுதப்படுகிற, தங்கச்சாம்பட்டி என்று அழைக்கப்படுகிற ஊரில் ஒரு ஓட்டு வீட்டிலிருந்து தனது பைக்கை கிளப்பினார் மேகநாதன். கிளம்பும்முன் வண்டியின் பின்பாகப் பக்கவாட்டில் இருந்த பெட்டியில் மூன்று கோழிக் குஞ்சுகளை எடுத்துப் போட்டுக்கொண்டார்.

கோழிகள் பொதுவாக, மனிதக் கைகளால் கொல்லப்படுவதற் கென்றே படைக்கப்படுபவை. ஆனால், மேகநாதனின் கோழிக் குஞ்சுகள் வேறுவகை மரணத்துக்கு ஆயத்தமாகிறவை.

வண்டிப் பெட்டியின் அடிப்பாகத்தில் இரண்டு உளிகள் கிடந்தன. பைக் தெற்கே ஒட்டன்சத்திரம் நோக்கிப் பறந்தது. ஒட்டன்சத்திரத்தில் இருந்து பழனி போகிறபாதையில் திரும்பிக் கொஞ்சம் இடம் மேற்கேபோனதும் செக்போஸ்ட் தாண்டி அரை ஃபர்லாங்கில் ஒரு டீக்கடையில் அமர்ந்து சூடாக ஒரு தேநீர் சாப்பிட்டார்.

புன்முறுவலுடன் தேநீர் தந்த கடைக்காரர், 'ஐட்டமெல்லாம் ரெடியா?' என்று கேட்டார்.

'ரெடி... ரெடி' என்ற மேகநாதன், தேநீரைக் குடித்து முடிந்ததும் வண்டிப்பெட்டியில் இருந்த கோழிக்குஞ்சுகளை எடுத்துத் தார்ச் சாலையில் விட்டார். 'ரோட்டுக்குக் கீழே எங்கேயும் போயிரக் கூடாது. ரோட்டுலயே மேயணும்' என்று கட்டளையிட்டார். ஒரு லாரி வேகமாக வந்தது. அதில் அடிபடாமல் சாதுர்யமாகத் தப்பிக் கீழே ஓடிவந்தன குஞ்சுகள். மீண்டும் அவற்றைத் தார்ச்சலைக்கு விரட்டினார் மேகநாதன்.

'சட்டுப்புட்டுனு செத்துத் தொலைங்க கழுதைகளா!'

மரணத்தையே கொத்தி மேய்வதுபோல அவை தார்ச்சாலையில் தானியங்களைத் தேடி மேய்ந்தவாறிருந்தன. மேகநாதனின் வருகைக்காகக் காத்திருந்த இரு சிறுவர்களிடம் உளிகளை எடுத்துக் கொடுத்தார். இனி அவர்கள் செய்யவேண்டியதெல்லாம் சோதனைச் சாவடியில் காத்திருக்கும் மர லோடு லாரிகளின் தண்டுகளில் இருந்து பட்டைகளை பிய்த்தெடுத்துச் சேகரிப்பதுதான்.

அப்படிச் சேர்த்து வைப்பதை விறகுக்கடையில் எடைக்குப் போட்டு மூன்றுபேரும் சமபங்காகப் பிரிப்பார்கள். உளிகளை முதலீடு செய்திருப்பதற்காகவும் லாரி டிரைவர்கள், 'பட்டை உரிப்பதைப் பார்த்துவிட்டுச் சண்டைக்கு வருவதைச் சமாளிப்பதற்காக மேகநாதன் ஒரு பங்கு பெற்றுக்கொள்கிறார். தவிர, இதை ஒரு தொழிலாக ஏற்படுத்தியமைக்காக 'இன்டலக்சுவல் பிராப்பர்ட்டி ரைட்ஸ்' ஆக மேகநாதன் எதையும் எடுத்துக் கொள்வதில்லை. அது அவரது பெருந்தன்மையைக் காட்டுகிறது.

லாரியின் சக்கரம் ஒன்று கோழிக்குஞ்சின்மீது ஏறியது. 'ஏய்!' என்று சத்தம் கொடுத்தார் மேகநாதன். இதுபோன்ற சமயங்களில் சில டிரைவர்கள் நிறுத்தாமல் ஓட்டிச் செல்வதுண்டு. அவர்களை விரட்டிச் சென்று மடக்குவதற்கு பைக்கை உபயோகப்படுத்திக் கொள்வார். இந்த டிரைவர் வண்டியை நிறுத்திவிட்டு இறங்கினார். கோழியின் ஒரு சதைத்துணுக்குக்கூட தென்படாமலிருந்தது. அத்தனை சிறிய குஞ்சு அது. டிரைவர் களம் பல கண்டவர் - லாரியின் நெற்றியிலும் அப்படித்தான் எழுதியிருந்தது. 'களம் கண்ட வேங்கை'. ஒரு கோழிக்குஞ்சை அடித்த குற்றத்துக்காக அது நடுரோட்டில் நிற்கவேண்டியதாகிவிட்டது.

டிரைவர், 'என்னங்க, கோழி உங்களோடதா?' என்றார்.

'ஆமா ...'

'மன்னிச்சிருங்க. அதா வந்து விழுந்திருச்சு' என்றவர், பாக்கெட்டிலிருந்து ஐம்பது ரூபாயை எடுத்து நீட்டினார்.

'உனக்கு கோழீன்னா என்னன்னு தெரியுமா?'

இந்தக் கேள்வியில் துணுக்குற்ற டிரைவர், தான் செய்தது தவறோ என்ற எண்ணத்தில் எடுத்த ஐம்பதை திரும்பப் பாக்கெட்டில் வைத்தார்.

'ஐநூறு ரூபா கொடு!'

'ஏங்க, இவ்வளவு சின்னக் கோழிக்கு ஐநூறு கேக்கறீங்க?'

'எது சின்னக்கோழி, எவ்வளவு பெருசு தெரியுமா?'

‘டயரைப் பாருங்க... வெறும் பொங்கு மட்டும்தான் இருக்கு” என்று இறக்கைகளை, சிறகுகளைச் சுட்டிக்காட்டிய டிரைவர், ‘இத்தனூண்டு குஞ்சுங்க’ என்று ஒரு முட்டையின் அளவு கையைக் குவித்துக் காட்டினார்.

‘கோழி எவ்வளவு பெருசுன்னு தெரியறதுக்கு இல்லாமத்தான் டயர்ல அரச்சுத் தேய்ச்சுட்டியே. அது அடுத்த மாசம் முட்டை வைக்கிற கண்டிஷன்ல இருந்துச்சு...’

‘சரி... நூறு ரூபா வாங்கிக்கங்க...’

‘நானூறு ரூபா குடு...’

‘ஏங்க, நான் லாரி ஓட்டிப் பொழைக்கறவன்...’

‘நீயாவது பரவாயில்லை... நான் கோழி ஓட்டிப் பொழைக்கிறவன்.’

விவாத முடிவில் டிரைவர் முன்னூறு ரூபாய் தரவேண்டிய தாயிற்று. பணத்தை வாங்கிக்கொண்ட மேகநாதன் அடுத்ததாகத் தப்பியிருந்த கோழிக்குஞ்சுகள் இரண்டையும் சணல்கொண்டு டீக்கடை கம்பத்தில் கட்டினார். கடைக்காரரிடம், ‘பாவம்... ரோட்டுல இதுக அடிப்பட்டுறப் போகுது... நாளைக்கு வந்து அவுத்து விட்டுக்கறேன்’ என்று கூறிவிட்டு, பைக்கை கிளப்புவதற்கு முன், முன்னூறில் நூறை எடுத்து டவுசர் பாக்கெட்டுக்குள் வைத்துக் கொண்டார். அது மனைவியிடம் கொடுத்துவிடவேண்டிய தொகை.

பெட்ரோல் பங்க்கில் நிறுத்தி ஐம்பது ரூபாய்க்குப் பெட்ரோல் போட்டவர், அடுத்ததாக மதுக்கடைப் பக்கம் வண்டியை ஓட்டினார். அங்கே வண்டியை நிறுத்தியவர் உடனடியாகக் கடைக்குள் நுழைந்துவிடவில்லை. தள்ளாடத் தயாராகி, கல்லாவில் சரக்குகள் வாங்கும் கும்பலை வேடிக்கை பார்த்தவாறே நின்றிருந்தார். அவரது திட்டத்துக்குத் தோதாக இரண்டு மூன்று ஆட்கள் இருப்பார்கள். அத்தகையோருக்குக் காத்திருந்தபோது புள்ளிக்காரன் வந்தான். ரவிச்சந்திரன், இளைஞன். குடிக்கப் பழகிக்கொண்டிருக்கும் உழைப்பாளி. மேகநாதனின் அருகில் வந்து நின்று, இடுப்பைக் கோணி நின்று பிடரியில் கை அளைந்தான்.

‘ஏப்பா, காசில்லையா?’ என்று கேட்டுக்கொண்டே, நூறு ரூபாய் எடுத்துத் தந்தார். இந்த நூறு ரூபாயை ஒரு வார இடைவெளிக்குள் நூற்றி ஐந்தாக அவன் மேகநாதனுக்குத் தரவேண்டும் என்பது கணக்கு. தந்தும் விடுவான். காசை வாங்கியவன் கடைக்குள் நுழைய எத்தனித்தான்.

‘ஏப்பா... நீ மட்டுந்தானாக்கும்...’

‘நீங்களுந்தே வாங்கண்ணா... அதுக்கென்ன போச்சு?’

இருவருக்குமாக ஒரு குவார்ட்டர் பாட்டிலை வாங்கிவந்தான். பிளாஸ்டிக் டம்ளரிலிருந்து பாய்பொருள் பயணத்தைத் தொடங்குகிறது.

'நீங்க எப்பவும் தனியாச் சாப்படறதில்லை... ஏனுங்ணா?' என்றான் ரவி.

'ஆமாப்பா... தனியாக் குடிக்கறது தப்பு!'

'நீங்க எங்ககூட சாப்ட வர்றது எனக்குச் சந்தோசமா இருக்குதுங்ணா...'

'கரெக்ட்தாம்பா. நானும் கண்டவன் கூடவெல்லாம் சாப்பிட மாட்டேன். நல்லவனுக, நாணயஸ்தனுக கூடத்தான் சாப்பிடணும்.'

'பத்தாதாட்ட இருக்குதுங்ணா?' என்றான் ரவி.

'எது பத்தாது?'

'சரக்கும் பத்தாது. சரக்கு வாங்கக் காசும் பத்தாது...'

ஐம்பது ரூபாயை எடுத்து நீட்டினார் மேகநாதன். 'இவ்வளவு தானப்பா இருக்குது...' ரவி காசை பெற்றுக்கொள்வதற்கு முந்தைய மாத்திரையில் கூறினார். 'கேட்டுக்கப்பா... இதுக்கு வட்டி வேண்டியதில்ல.'

தேவேந்திரன் சுர அரசன்

எந்தக் காலகட்டத்தில் வாழ்ந்தார் இவர் என்கிற கேள்வி, இந்தப் பெயரைப் படிப்பவர்களுக்கு ஏற்படவே செய்யும். இந்தப் பெயரை ஒருநாள் திடீரென ஞாயிற்றுக்கிழமை நாளிதழின் துணைத்தாளின் அரைப்பக்க கதையின் மேலே எழுத்தாளர் பெயராகப் பார்த்தேன். ஏழிசை மன்னர் தியாகராஜ பாகவதர் பெயருக்குச் சமமான கவர்ச்சியுடன் அது இருந்தது.

கவர்ச்சிகள் லேசான காய்ச்சலைத் தருகிறவை. காய்ச்சல் தாங்காமல் சூடாகி, மனப்பானை பொங்கிக் கொப்புளங்கள் வேறு வெடிக்க ஆரம்பித்தன. சுரம் என்றால் காய்ச்சல். பிறகு பாட்டு என்று ஒரு அர்த்தம். கடவுளைப் பாடுகிற பாட்டுகளுக்கு பாசுரம் என்று பெயர். அவசுரம் என்கிற வார்த்தைகளெல்லாம் அதிலிருந்துதான் பிறக்கின்றன. அப்புறம் சுர என்றால் கடவுள் என்றே அர்த்தம். கடவுளுக்கு எதிரிதான் அசுரன். பகவானே... தமிழில் சுரத்திற்கு வேறு ஏதாவது அர்த்தம் இருக்கிறதா என சூடாமணி போன்ற தமிழ் டிக்‌ஷனரியைப் பார்க்கவேண்டும் என நினைப்பதற்குள் அந்தப் பெயரின் இரு உடல் ஒரு உயிர்த்தன்மை என்னைப் போட்டுத் தாக்கியது. கண்ணைக் கட்டியது. கண்மூடியபடி யோசித்தேன்.

தேவேந்திரன் சுர அரசன். தேவேந்திரன் கடவுள்களின் அரசன், சுர அரசன் என்றாலும் அவனேதான். பிறகு எதற்கு இந்தப் பெயர்? தேவர்களின் முடிநகரமான அமராவதிப் பட்டணத்தில் இந்திராணி சகிதமாக அமர்ந்து ரம்பா, ஊர்வசி நாட்டியம் பார்த்துக்கொண்டு இருப்பவனின் பெயரை இரண்டுமுறை வைத்துக்கொண்டு நம்மை படுத்தி எடுக்கிறானே என்று நினைத்துக்கொண்டே அவனது கதைக்குள் கண் நுழைத்தேன்.

க.சீ.சிவகுமார்

இந்தமாதிரி எழுதுகிறவர்கள் ஆண்டு ஐம்பத்தி ரெண்டு வாரத்துக்கு நூறுக்குக் குறையாமல் எழுதுவார்கள். அவர்கள் ஆயிரமாவது கதையைத் தாண்டுகையில் வயது அறுபதைத் தொட்டிருக்கும். வயதில் பாதியுடைய பக்கத்து ஊர்ப்பையன் யாராவது பதினைந்து கதை எழுதிப் புத்தகமும் போட்ட சேதியைக் கேள்விப்பட்டு, வீறுகொண்டு எழுந்து கடைநாளில் புத்தகம் போட்டுவிடுவார்கள்.

அமைச்சர் முன்னுரை; அரிமா சங்கத்தில் வெளியீடு. ஏதோ ஒன்று யாராவது எழுதினால் படித்தால் நமக்கு சந்தோஷம். இந்தச் சுர மன்னன் பக்கத்து ஊர்க்காரனாக இருப்பான் என்பதும் அவனை விரைவில் அறிமுகம் காணவேண்டி இருக்கும் என்பதும் நான் எதிர்பாராதது. அன்றைக்கு மூலனூரிலிருந்து கரூருக்குப் பேருந்து ஏறினேன். பின்சீட்டில் அமர்ந்திருந்த இருவரின் உரையாடல் பலமாக இருந்தது.

ஒரு முதியவர்; ஒரு இளைஞன்.

அவன் கரைபுரண்ட வெள்ளம்போல பாய்ந்துகொண்டிருந்தான். அளப்பு என்றால் அப்படி ஒரு அளப்பு. 'நான் பத்திரிகைக்காரன் சார். உங்களுக்குத் தெரியாது சார்! போய் நின்னா கலெக்டர் சல்யூட் வைக்கணும்.'

இந்த வாசகம் அவன் பேசியவற்றில் பத்தில் ஒரு பங்கின் சாரமாகும். நானும் எழுதுகிறவன் என்பதால் என் மனக்குதிரையே கூட மதத்துக்கு ஆட்பட்டு, 'அட, நாமகூடப் பெரிய ஆளா' என எண்ணுகிற அளவுக்கு அவனது பேச்சும் வீச்சும் இருந்தது. அந்த முதியவர் வாழும் வள்ளலார்போல அவனது அவ்வளவற்றையும் ஏற்றுக்கொண்டிருந்தார். ஆன்று 'அவிந்து' அடங்கிய சான்றாண்மை என்பதன் பொருள் அந்தப் பெரியவரால் அன்று எனக்கு விளங்கியது.

சின்னதாராபுரத்தில் அவர் இறங்கிப்போய்விட அவருக்கு வழிவிட எழுந்த காலோடு என்னருகில் நடந்துவந்து அமர்ந்தான். டிக்கெட்டும் எடுத்தாகிவிட்டபடியால் இனி, வாய் திறக்கவேண்டிய அவசியம் இல்லை என்கிற உறுதிமொழியை மனதுக்குள் எடுத்தபடி, அதே பஸ்ஸில் டிரைவர் சீட்டுக்குப் பின்னாடி வள்ளுவர் கூறியிருந்ததைக் கடைப்பிடித்தேன். பிளாஸ்டிக் தகரத்தில், நீல எழுத்துக்களில், 'யாகாவாராயினும் நா காக்க' என்று பகர்ந்திருந்தார்.

'நான் மெட்ராஸ் போறேன் சார்... நீங்க?'

'நான் கரூர் போறேன்.'

இருவரும் எழுதுகிறோம் என்பதால் தவிர்க்கவியலாத சங்கதிகளைப் பற்றி பேசிக்கொண்டோம். கலெக்டரை எழுந்து நிற்கச் செய்கிற கதைகளை அவன் என்னிடம் சொல்லவில்லை. ஆனால், சென்னைக்கு

வந்தால் தன்னைச் சந்திக்கும்படியும், என்ன வகை உதவிகளையும் செய்ய இயலுமென்றும் கூறி விலாசம் தந்தான். 'எனக்கு என்னதான் வேண்டும்' என்கிற அறிவு இப்போது போலவே அப்போதும் இருக்கவில்லை. அவனது புனைபெயர் பற்றியும் கேட்கத் தோணவில்லை. ஆனாலும் அவன் எழுதுகிற சாதி என்பதால் சந்திக்க ஆசைப்பட்டேன். சாதிபற்றி ஒரே ஒரு உண்மையைக் கூறவேண்டும். இப்போதைய கிராமம் தவிர்ந்த வாழ்க்கை முறையில், பார்த்த உடன் எதிராளியின் சாதியைப் பற்றி சிந்திக்கிற வாழ்க்கை முறையில் யாரும் இல்லை. மனதிற்குக் கட்டி அழுவதற்குச் சாதியைத் தவிரவும் ஆயிரம் விஷயங்கள் உண்டு. சென்னைப் பயணங்களின்போது தலைசாயாத வேலைகளும் நிலை குலைந்த காலைகளும் எனக்கு மாறி மாறி வரும். சந்திப்புகள் கிரமங்களுக்கு உட்படாதவை.

தி.நகரில் ஒரு மாடிக் குடிசைக்குச் சென்று தேவேந்திரன் சுரபதியைச் சந்தித்தேன். வீடுகள் குடிசையா, காங்கிரீட்டா என வீட்டு எண்கள் தெரிவிப்பதில்லை. அந்த வாடகைக் குடிசையிலும் பிறிதொரு நண்பனைச் சார்ந்திருந்தான். இது ஒன்றும் எதிர்பாராத தல்ல. எதிர்பாராதது அவனது கனவுதான்.

பத்திரிகைத் தொழில் இரண்டாம்பட்சம்தானென்றும், சினிமாதான் முதல் என்றும் கூறினான். அதிலும் அவனுக்கு கமல்ஹாசனைப் போல ஆகவேண்டுமாம். அதற்கு களத்தூர் கண்ணம்மா காலத் திலிருந்து வந்திருக்கவேண்டும் என்பது அவனுக்குப் புரியவில்லை .

நான் கனவுகளை மதிப்பவன். தேவகவுடாவின் பிரதமத்தில் சிலகாலம் வாழ்ந்தவன். வீராசாமி பட ரிலீசை எதிர்பார்த்துக் காத்திருந்தவன். ஆகவே கனவுகளை மதிப்பவன். மூட நம்பிக்கைகளை தன்னம்பிக்கையாகப் போற்றி வெற்றிபெற்ற மகான்களையும், அவர்களது மகன்களையும்கூட அறிந்த வல்லவன் நான். அவனுடன் பேசிக்கொண்டிருந்தபொழுது எனது நண்பர்கள் இருவரைப்பற்றிக் கூறி, அவர்களைப் பார்க்க டிரஸ்ட்புரம் போவதாகக் கூறினேன். தாராபுரம் அருகிலுள்ள கரையூரைச் சொந்த ஊராகக் கொண்டவர்கள்.

'நம்ம ஏரியாக்காரங்கதான, நானும் பார்க்க வர்றேன்." என்று ஆசையுடன் கிளம்பிவந்தான். டிரஸ்ட்புரத்திலும் மாடிதான்; ஆனால் காங்கிரீட் கட்டிடம். எனது நண்பர்களான சுந்தர், சகாதேவன் இருவரின் நண்பராக வெள்ளை வேட்டிக்காரர் ஒருவர் அங்கே வந்திருந்தார். யாரைப் பார்த்தாலும், 'நீங்க என்ன சாதி?' என்று கேட்கிற குணத்தினைக் கொண்டிருந்தார். படித்த கல்வி, பயின்ற கல்விமுறை அவ்வளவும் அவரிடம் புறமுதுகிட்டிருந்தன.

அவரது தாக்குதலுக்கு முதலில் நான் பலியாகி நான் பிறந்து இளைத்த இந்து ஆதிக்கச்சாதியின் பெயரைச் சொன்னேன். அடுத்து

தேவேந்திரனின் முறை. கொஞ்சம் முகம் சுண்டியது. பிறகு எங்கள் வட்டாரத்தின் இடைநிலைச்சாதி ஒன்றின் பெயரைக் கூறினான். ஆதிக்கச்சாதிகளால் வீடுகளுள் புழங்க அனுமதிக்கப்படுகிற சாதி ஒன்றின் பெயர். சூரியனும் கோழியும் கொதிக்கும் நண்பகலாயிருந்தது அப்போது.

'சரி, அதுக்கென்ன இப்போ, வாங்க எல்லோரும் சாப்பிடுவோம்' என்று சகாதேவன் அழைத்து, பாத்திரங்களை அடுப்படி யிலிருந்து மத்திக்குக் கொண்டுவந்தான். சாப்பிட ஆரம்பித்துச் சில நிமிடங்களும் சில கவளங்களும் சென்றிருக்கும். வீட்டின் கீழேயிருந்து, 'சுந்தரின் தகப்பனார் வந்திருப்பதாக தகவல் வந்தது. தகவலுக்கு அடுத்து இருபதாம் நொடியில் அவரே மாடி ஏறி வந்தார். எங்கிருந்தோ வந்து 'இடை' சாதியாய் அமர்ந்திருந்த தேவேந்திரனின் இந்த வேடத்தின் ஆயுள் இருபதே நிமிடங்கள். சுந்தரின் அப்பா, நல வினவல்களுக்குப் பிறகு தலைகுத்தி அமர்ந்திருந்த தேவேந்திரனைப் பார்த்தார்.

'டேய்... தேவேந்தரா நீயாடா?'

எழுந்து நின்றவனிடம்,

'உட்காரு... உட்காரு... சாப்புடு' என்றார். தாலுக்கா அலுவல கத்தில் பணிபுரிகிறவரான அவர், தன் மகனுக்கு தேவேந்திரனை அறிமுகப்படுத்துகிறவர்போல கூறினார்.

'நம்ம ஆபீசுல பியூனா இருந்து, போன மாசம் செத்துப் போ யிட்டாப்லயல்ல, மாரி. மாரி மகந்தாண்டா இவன்.'

உள்ளங்கை நிலையாகத் தெரிந்துவிட்டது சாதி இப்போது. சுந்தரும் சுந்தரின் அப்பாவும் கூப்பிடக்கூப்பிட காதில் கொள்ளாமல் கை கழுவிவிட்டுப் படியிறங்கிக் கொண்டிருந்தான் அவன். சாப்பாட்டு வட்டிலில் மீந்த பருக்கைகளும் அநாதை ஆயின. பிறகு நான் அவனை நீண்ட நாட்கள் பார்க்கவில்லை. தந்தையாரின் மரணத்தினால் ஏற்பட்ட வெற்றிடச் சலுகையால் அவன் தாலுக்கா ஆபீசில் வேலைக்குச் சேர்ந்தான்.

தேவேந்திரன் தனது களத்துக்கே போய்விட்டதால் களத்தூரார் கமலின் மறுஆக்கம் தமிழ்த்திரையில் நிகழாதுபோயிற்று. எப்போதாவது அவனது எழுத்தை எதிலாவது பார்த்துக்கொண்டு இருந்தேன். ஒற்றைப் புத்தகம் போடுகிற வாய்ப்பையும் அவன் இழந்து கொண்டிருப்பதாக நினைத்தேன். ஒரு தடவை, வட்டாட்சியரிடம் 'சாதி நிரூபிப்புக்' கையெழுத்து வாங்கப்போன எங்கள் ஊர்ப் பையனிடம் என்னைப் பற்றி, 'அவரை எனக்குத் தெரியுமே' என்கிற ரீதியில் உரிமையாய் விசாரித்திருக்கிறான்.

அவனை மறுமுறை நான் பார்க்கநேர்ந்தது தற்செயல்தான். 'சார்... சார்...' என்று அழைக்கிற இளைஞர் பட்டாளத்துக்கு நடுவில் நின்றுகொண்டிருந்த அந்தக் கமல்ஹாசனுக்குத் தொந்தியும் விழுந்து, முன்பக்கத் தலைமுடியும் விழுந்திருந்தது. இவன் உருண்டு திரள்வதற்குள் திருமணம் ஆகவேண்டும் என்றெண்ணினேன்.

தாலுக்கா ஆபீசுச் சந்தடிகள் தவிர்க்கப்பட்ட தனியான தருணத்தில்,

'மேரேஜ் என்ன ஆச்சு?' என்றேன்.

'சொந்தங்கிந்தம்னு ஆகாவளிகளாக் காட்றாங்க சார்... ப்ச்... ஒருத்தியையும் பிடிக்கல.'

'ஸ்ரீதேவி மாதிரிக்கிற பொண்ணு வேணும்னு எதிர்பாக்கறயா?'

'அவ்வளவு வேண்டாம். கொஞ்சமாச்சியும் உருப்படியா இருக்க வேண்டாமா?'

அப்போது நான் அறிந்திருக்கவில்லை, கடைசி கடைசியாக அவனைப் பார்க்கிறோம் என்று. ஒரு குளிர் நாள் இரவில் தூக்கில் தொங்கினான் என்று தகவல் வந்தது. அவனுடைய மரணத்தில் சாதி ஏதோ ஒரு விதத்திலாவது சம்பந்தப்பட்டிருக்கும் என்பதில் உறுதியாக இருக்கிறேன்.

'சாதிகளைத் தூக்கில் போடுவது யார்?' என்று வேதாளம் கேட்கிறது. தேவேந்திரனது சபைக்கு ரம்பா, ஊர்வசி டான்ஸ் போட்டிக்குப் பறக்கும் ரதமேறி பைசல் சொல்லப்போன விக்கிரமாதித்தன் திகைக்கிறான். முருங்கை மரத்தில் வேதாளம் கேள்விக்குறியாகத் தொங்குகிறது மீண்டும்.

திலோத்தமா

திலோத்தமா, தனது அக்காவைப் பார்க்கத் தலையூருக்கு நடந்து கொண்டிருந்தாள். ராமர் வண்ணத்தில் புடைவையும் அதை ஒட்டிவரும் நிறத்தில் ஜாக்கெட்டும் அணிந்து, குங்கும நிறத்திலேயே பொட்டும் வைத்திருந்தாள். அவள் நடக்கும் வழித்தடத்தில் இரண்டாம் நம்பர் டவுன் பஸ் இது ஒன்றும், மினி பஸ் ஒன்றும் உண்டு. அந்த நேரத்தில் அவை எதுவும் இல்லாததால் நடை பிடிக்கத் தொடங்கினாள்.

ஒரு பர்லாங்கூட நடந்திருக்க மாட்டாள். தடதடத்த பைக் ஒன்றை ஓட்டிக்கொண்டு அவளது திசையில் ஆஜானுபாகுவான ஆள் ஒருத்தர் வந்தார். நின்று நிதானமாக திரும்பிக் கைகாட்டினாள். பைக் நின்றது.

'எந்த ஊர் போகணும்மா?'

'தலையூருக்குங்க...'

'சரி. உக்காரு..."

உட்கார்ந்து பயணம் நீளுகையில்தான் கவனித்தாள்... ஓட்டுகிற ஆளுக்கு பிடரிப் பின்பக்கத்தில் முடி ஒட்ட வெட்டப்பட்டிருப் பதை. எச்சிலை கூட்டி விழுங்கிவிட்டு எச்சரிக்கையாக விசாரித்தாள்.

'சார், என்ன பண்றீங்க?'

'ம்... எஸ்.ஐ.யா இருக்கேன்!'

முடியை நீளமாக வளர்த்து வைத்துக்கொண்டு காவல்துறையில் பணியாற்ற அவர் ஒன்றும் 'அன்புக்கு நான் அடிமை' ரஜினிகாந்த் அல்ல. அவர் அன்புக்குத்தான் அடிமை; அரசாங்கத்துக்கல்ல. ஆனால் நிஜமாலும் காவல்துறையில் வேலைபார்ப்பவர்கள் அப்படி

யல்ல. அரசாங்கம் சொல்லுகிறபடி முடி வெட்டுவதற்கும், முடிவு எட்டுவதற்கும்தான் அவர்களுக்குச் சம்பளம் வழங்கப்படுகிறது.

இந்தப் பயணம் தலையூரில் முடிந்துவிடும் என்பதை திலோத்தமா அறிவாள். ஆனால், இறுதித் தரப்பு எப்படி இருக்கும் என்பதை எண்ணுவதற்குப் பயமாக இருந்தது. காத்தசாமிபாளையத்தை வண்டி கடக்கும்பொழுது செந்திவேல், திலோத்தமாவை எஸ்.ஐ. வண்டியில் வைத்துக் கூட்டிப்போவதைப் பார்த்துவிட்டார். செந்திவேல், தனக்குத்தானே அந்நியன் எனப் பெயர் சூடிக்கொண்டவர். கருட புராணத்தில் பரிச்சயம் இல்லையே தவிர, உருவ புராணத்தில் பரிச்சயம் உண்டு. காலையில் இந்தக் காட்சியைப் பார்த்த இவர், மத்தியானம் காவல் நிலையத்துக்குப் போய்விட்டார். எஸ்.ஐ. ஓரளவுக்குப் பழக்கமுண்டு.

முகாந்திரங்களுக்காகச் சிலதை பேசி முடித்துவிட்டு கடைசியாக, ‘அந்தப் பொம்பள உங்களுக்குப் பழக்கமா சார்?’ என வினவினார்.

‘எந்தப் பொம்பள?’

‘காலைல நம்ம ஊர்மேல பைக்குல வச்சுக் கூட்டிப் போனீங்களே?’

‘ஓ... அதுவா? அது யாரு என்னன்னே தெரியாது. தலையூர் போறம்னுது. சும்மா கொண்டுபோய் உட்டேன்.’

‘சார். அது தொழில் பண்ற பொம்பளை சார்.’

‘தொழிலா?’

‘ஆமா சார். பிசினெஸ்காரி அவ...’

‘ஓ... அதுதான் துணிஞ்சு லிப்டு கேட்டு ஏறி உக்காந்திருக்குது. பொம்பளைக தொழில் பண்றது நல்ல விஷயம்தான செந்திவேல்?’

‘என்ன சார் புரியாமப் பேசறீங்க. இது வேற பிசினெஸ்.’

எஸ்.ஐ.க்கு லேசாக ஏதுவோ தப்பாத்தம் நெருடி, ‘கஞ்சா, கள்ளச் சாராயம்னு விக்கறவளா?’ என்றார்.

‘இல்ல சார். ஸ்ட்ரெயிட் பிசினெஸ்.’

‘அப்படின்னா?’

‘அப்படித்தான். தெனம் நாச்சியார்சத்திரத்துல காலைல இருந்து சாய்ந்திரம் வரைக்கும் இருப்பா. ஒரு டயத்துக்கு நூறு ரூபாய்னு சொல்றாங்க. நமக்கொண்ணும் அதப்பத்தி தெரியாது. நான் பாத்தா பரவாயில்ல. யாராவது பாத்து உங்கள என்னென்ன நெனச்சாங்களோ... அத யோசிச்சாதான் வருத்தமா இருக்குது...’

எஸ்.ஐ.க்குப் புகையும் போட்டு, சந்துகளையும் அடைத்துப் புழுங்கவைத்துவிட்டு செந்திவேல் வெளியேறினார்.

'இந்தத் தொழில் செஞ்சுக்கிட்டு அவளுக்கு இவ்வளவு எகத்தாளமா?' என மாய்ந்துபோனார் எஸ்.ஐ.

மூன்று நாள் கழித்துப் பரிவாரத்துடன் வேடசந்தூர் போகிற வேலை வந்தபொழுது, மெனக்கெட்டு நாச்சியார்சத்திரம் பஸ் ஸ்டாண்டை அலசி, திராட்சைப்பழ நிறத்தில் புடைவை கட்டியிருக்கும் அவளைக் கண்டுபிடித்து, முழங்கையை மடித்து முதுகில் ரெண்டு இறுத்தினார்.

'உனக்கு எவ்வளவு கொழுப்புடி.'

'சார். நான் என்ன சார் தப்புப் பண்ணினேன்?' என்றாள் அழாத குறையாக.

'என் வண்டியிலயே ஏறி வர்றியா?'

'நாங் கண்டனா, நீங்க எஸ்.ஐயாவுன்னு. ஏதோ வழியிலபோற ஒருத்தராக்கும்னு நெனச்சிப்புட்டேன்.'

'இனியாவது ஒழுக்கமா நடந்துக்க' என்றவாறு அவர் நகர முற்பட்டார். திலோத்தமா, 'சரி. இது எம்பட விதி!' என்றாள். எஸ்.ஐ. திரும்பினார்.

'என்ன உன் விதி?'

'பைக் ஏறிப் போறத்துக்கு யாராவது அடி வாங்குவாங்களா... நான் வாங்கிட்டேன். அரவக்குறிச்சி எஸ்.ஐ.கிட்ட அடி வாங்கிட்டேன். நாச்சியார்சத்திர ஏட்டய்யாகிட்ட அடி வாங்கிட்டேன். இப்ப நீங்க அடிச்சிட்டீங்க. இன்னம் சின்னதாராபுரம் எஸ்.ஐ.யும் வெள்ளக்கோய எஸ்.ஐ.யும்தான் பாக்கி.'

'தேடிப்போய் தேடிப்போய் இப்படி வண்டி ஏறி மிதி வாங்குவியா நீ...'

'எல்லா வண்டிலயும்தான் ஏறுவேன். உங்க ஆளுகதான் திரும்பத் தேடி வந்து அடிக்கறீங்க.'

'நல்லாதான் பேசறே. வேற உருப்படியான தொழிலே கிடைக்கலியா உனக்கு?'

'எனக்கும் போலீஸ் வேலைக்குப் போக ஆசையாத்தான் இருக்குது. குடுப்பாங்களா... நீங்களே சொல்லுங்க சார்!' முகத்தைப் பாவமாக வைத்துக்கொண்டு கேட்டாள். எஸ்.ஐ. ஜீப்பில் தாவி ஏறி அமர்ந்து, 'முப்பது நிமிஷத்துல நாம் வேடசந்தூர்ல இருக்கணும். கிளம்பு' என ஓட்டுனருக்கு ஆணையிட்டார்.

‘என்ன பொம்பளய்யா இவ!’ வியந்துகொண்டார். அவரால் வியக்கப்பட்டவள் தனது இருப்பிடத்துக்குச் சென்று திராட்சைநிறப் புடைவையை அவிழ்த்துவிட்டு வேறுநிறத்தில் புடைவை கட்டிக் கொண்டாள். ஆக, இனி அவள் இன்றைக்கு தொழிலுக்குப் போக மாட்டாள்.

விருப்பாச்சி வியாபாரி ஒருவனுக்கு புரோக்கர் முருகையா முதல் தடவை திலோத்தமாவை ஏற்பாடு செய்தவன், அடுத்தமுறை வேறொருத்தியை ஏற்பாடு செய்தான். அன்றைக்குப் பார்த்து அவளும் திராட்சைப்பழ வர்ணப் புடைவை. குவார்ட்டர் போதையில் இருந்த வியாபாரி, ‘நீ பழய ஆளையே ஏற்பாடு பண்ணீட்டே...’ என ஒரே தகராறு. அவனுக்கு விளங்க வைப்ப தற்குள் முருகையனுக்கு போதும் போதும் என்றாகிவிட்டது.

அடுத்த நாள் வந்து முருகையன் திலோத்தமாவிடம் சம்பவத் தைச் சொன்னான். திலோத்தமா மிகப் பதவிசாகப் பதில் சொன்னாள்:

‘இதப் பாரு முருகு. அப்படியான ஆளுக்கெல்லாம் ஒரே ஆளவச்சு புடைவைய மாத்தி மாத்திக் கட்டிவிட்டு அனுப்ப வேண்டியதுதான? அவனுக்கெல்லாம் புடைவைக மட்டுமே போதும்.’

‘பேசறதெல்லாம் நல்லாத்தான் பேசற. அந்தக் கருமம் புடிச்ச கலரத் தவிர வேறொன்னயும் கட்டமாட்டியா என்ன?’

‘இந்தச் சன்மத்துப் பாவம், அந்த ஒரு நெறத்தோட போகட்டும்‘ உதட்டைச் சுழித்துக்கொண்டாள்.

முருகையனுக்கும் அவளுக்கும் இடையில், சில இளம் வாடிக்கை யாளர்களுக்கும் இடையில் அபாரமான சில உரையாடல்கள் நடந்துள்ளன. இருவருக்குமான தொழில்முறை உறவு ஏற்பட்ட நிமிடத்தில், அவள் முருகையனைக் கேட்டுக்கொண்டது, தன்னைவிட வயது குறைவானவர்களை அவளிடம் அழைத்து வரக்கூடாது என்பதுதான்.

‘என்ன நீ இப்படிச் சொல்றே?’ என முருகையன் கேட்டதற்கு, ‘தங்களைவிட வயதான பெண்களிடம் கூடினால் ஆண்களின் இளமை போய்விடும்‘ என்பதாகப் பதில் சொன்னாள்.

‘ம். அவனுக இளமை போனா உனக்கென்ன?’

‘அப்படியல்ல முருகு... அவனுகளும் பொண்டாட்டி, புள்ள குட்டின்னு நாளைக்கு நல்லா பொழைக்கணுமல்ல...’ எனப் பதில் கூறினாள்.

நேர் முயற்சியாகவே ஒரு கல்லூரிக் காளை அவளைத் தேடிவந்து விட்ட பொழுது, ‘ஒழுக்கமாப் படிச்சு உருப்படியா முன்னேறப் பாரு தம்பி!’ என அறிவுரை கூறினாள்.

‘ரொம்பப் பேசாத. காசு வேண்ணா இன்னம் கொஞ்சம் சேத்து வாங்கிக்கே’ என அடம்பிடித்து நின்றவனிடம், ‘அப்படின்னா ஒரு லட்ச ரூபா குடு!’ என்று உறவைத் துண்டித்து அனுப்பினாள். அந்தப் பையன் இப்போது மனைவி குழந்தையுமாக எப்போதேனும் ஒரு நாளில் ஏதாவது பேருந்து நிலையத்தைக் கடக்கும்பொழுது பெரிதும் சந்தோஷம் கொள்வதுடன், யாருமறியாமல் அவனுக்கு மட்டும் தெரிகிறமாதிரி ஒரு புன்னகைவேறு பூத்து அனுப்புவாள்.

தலையூர் மாரியம்மன் கோயில் நோம்பு சாட்டுவிட்டால் வாரக்கணக்கில் மஞ்சள் புடைவை கட்டிக்கொண்டு கங்கணமும் கட்டிக்கொள்வாள். வருடம் தவறாமல் அக்கினிக்குண்டம் இறங்குவாள். தீக்குழி இறங்கிமுடித்த நாள் மாலை, குளித்து அலங்காரம் ஏற்றி கையில் தூக்கினால் இரண்டு கிலோ எடை உணரக்கூடிய ‘பாரம்பரிய பட்டுப்புடைவை ஒன்றினைக் கட்டிக்கொண்டு சர்வாலங்கார பூஷிதையாக ஊர்த்திடலில் கலை நிகழ்ச்சி பார்ப்பாள். அடுத்த நாளின் சூரியன் உதித்தும் உதிக்காமலும் ஊரைவிட்டுப்போனால் ஒரு மாதமோ, ரெண்டு மாதமோ கழித்துத்தான் ஊர்ப் பக்கம் வருவாள்.

இருபது நாட்களுக்குமுன் தன்னை நாச்சியார்சத்திரத்தில் வைத்து முதுகில் குத்திய எஸ்.ஐ.யைத் தேடி இப்போது ஸ்டேஷனுக்கே வந்துவிட்டாள். அவர் தலையைக் கெடுக்கும் பெரிய பிக்கல் பிடுங்கல் இல்லாமல் ஓய்வின் லயத்தோடு இருந்தபடியால், ‘என்ன சொல்லும்மா, எங்கேயும் கொண்டுபோய் விடணுமா?’ எனச் சிரித்துக்கொண்டே கேட்டார்.

‘அது இல்லீங்க சார். ஒரு முக்கியமான விஷயம்...’

‘சொல்லு!’

‘நேத்து ரண்டு ஆளுக எங்கிட்ட வந்துருந்தாங்க. நல்ல குடிமப்புல இருந்தாங்க. நான் இருக்கறதக் கண்டுக்காம அவங்க பேசிக்கிட்டிருந்ததக் கேட்டனுங்க சார். இன்னிக்கு எங்க ஊர்ல ஆடு திருடப் போறாங்க. அவங்க பேசி வச்சிருக்கற டெம்போவை யெல்லாம் எனக்குத் தெரியும்...’ என, அவர்களது செயல் திட்டத்தை எடுத்துரைத்தாள்.

‘இதுல உனக்கென்ன இவ்வளவு அக்கறை?’

‘எங்க ஊருங்க சார். பாவம் காட்டக் காத்து, காத்தக் குடிச்சு, முழங்காலு முட்டிதட்டி ஆடு மேச்சு, அத வச்சு சீவனத்த ஓட்டிக் கிட்டிருக்கறவங்க ஆட்ட இவனுக ஓட்டிக்கிட்டுப் போயிட்டா அவங்க என்ன பண்ணுவாங்க... நீங்கதேம் பாத்து அவங்களைப் புடிக்கணும்...’

‘சரி புடிச்சரலாம். எல்லாரும் திலோத்தமான்னே சொல்றாங்களே... உன்னோட நிஜப்பேரு என்ன?’

‘தெரியாதா உங்களுக்கு? செந்திவேல் சொல்லலியா... அப்படித் தெரியாதுன்னாலும் கவலைப்படாதீங்க. என்னிக்காவது கோர்ட்டுல நிக்கற அன்னிக்கு சொல்லித்தான ஆவேன்’ என்றவள் காவல் நிலையத்தை விட்டு வெளியே வந்தாள்.

தனது இருப்பிடத்துக்கு பஸ் ஏறிப்போய் ஒரு திராட்சை நிறச் சேலையை எடுத்துக் கட்டிக்கொண்டாள்.

வேக தத்தன்

விஜய் ஆனந்த். தாய்ப்பால் குடித்து வளர்ந்தவன். அவனுக்குச் சோறு வைக்கும்முன்னரே பேரு வைத்தார் தகப்பனார். இந்தப் பெயர்வைத்தல் காரணம் யூகிக்கத்தக்கதே. உலக டென்னிஸ் அரங்கில் தமிழக அமிர்தராஜ் சகோதரர்கள் ஏதாவதொரு 'திறவுயர் பட்டத்தைக் கொய்து கொணர்ந்து தருவார்கள் என நம்பிக்கொண்டிருந்த காலத்தில் பிறந்த குழந்தை அவன். விஜய் அசோக் என்பது ஒட்டாத பெயராயிருந்தது. ஆதலால் 'விஜய் ஆனந்த்' என்பது பெயராயிற்று. சீட்டானாலும் சினிமாவானாலும் ஒட்டவில்லை என்றால் ஒன்றும் செய்யமுடியாது.

விஜய் ஆனந்த்தின் 25வது வயதில், பக்கத்து ஊரில் சைக்கிளில் போய்வரும் தூரத்தில் மூவாயிரம் ரூபாய் சம்பளத்தில் ஒரு வேலை கிடைத்தது. அதுவும் இப்போது வாழ்வதும் கிராமங்களே. ஆகையால், அந்தத் தொகை போதுமானதுதான். என்ன, போய் வந்து மீந்த நேரத்தில் தோட்ட வேலை பார்த்துக்கொண்டோ, ஆடு குட்டிகளைப் பார்த்துக்கொண்டோ இருந்திருக்க வேண்டும். அவனது வேலை நேரமும் மூன்று, நான்கு மணிநேரங்கள் மட்டுமே.

தந்தையார் பாசத்தின் காரணமாக அவனுக்கு அப்போது 100 சிசி பைக் ஒன்றை வாங்கித் தந்தார். பாசம் என்பது எப்போதும் கண்மூடித்தனமானது அல்ல, மூளைமூடித்தனமானது. தர்க்கமாகச் சிந்திக்கவேண்டிய இணைப்புகளின் மூட்டுகளில், பாசம் ஒரு துருவைப் போல அடைத்துக் கொள்கிறது.

விஜய் பைக்கை யோசித்து யோசித்து தேர்டு கியர் வரை தூக்கி ஓட்டுவான். ஒரு மெக்கானிக் இதைக் கவனித்துவிட்டு, 'டாப் கீர்ல போனாத்தாம்பா பெட்ரோல் மிச்சமாகும்' என அறிவுறுத்தினார்.

அன்றைய தினத்தில் ஆரம்பமாயிற்று அவனது டாப் கியர் ஓட்டம். மணிக்கு 20 கிலோமீட்டர் வேகத்தில் போனாலும் டாப் கியர்தான். வண்டி நிற்கும் இடம் முன்கூட்டியே தெரிந்தாலும் கியரைக் குறைத்துக்கொண்டு வந்து நிறுத்துவதெல்லாம் கிடையாது. டாப்பிலேயே வந்து பிரேக் அடித்து நிறுத்திப் பிறகு கியர் டவுன் செய்து ஆஃப் செய்வான். கியர் பாக்ஸ் இடிப்பதன் தடதடத்த சத்தத்தின் ஊடாக நண்பர்கள் வைத்த பெயரே 'டாப் கியர்'.

இந்தப் பெயர் விரைவில் வேறொரு காரியத்தின்மீது மடைமாற்றம் கொள்ளும் என்பதை அப்போது யாரும் அறிந்திருக்க வில்லை. கண்ணாடி பார்த்தல், கையெழுத்துப் போடுதல், திருக்குறள் படித்தல், கச்சேரி எனப் பலவேறு பெயர்களால் அழைக்கப்படுகிற சீட்டாட்டத்திலும் அவனுக்கு அந்தப் பெயர் வந்து நிலைக்கலாயிற்று.

அவன் ஒன்பதாம் வகுப்புப் படிக்கும்போது முழு ஆண்டு விடுமுறையில் பட்டத்திபாளையம் போயிருந்தபோதொரு பொல்லாதவேளையில் சுமாராகக் கற்றுக்கொண்டது அந்த ஆட்டம். பழகிக்கொண்ட நீச்சல்மாதிரி ஆழத்தில் கிடந்த அதை அவன் எப்போதாவது பொழுதுபோக்காக மட்டுமே ஆடிப் பார்த்தது உண்டு. சீக்கிரங்களில் வேலை முடிந்தபின் மீதி நேரத்தை என்ன செய்யலாம் என யோசித்துக்கொண்டிருந்த வேளையில் சீட்டாடும் கும்பல் அறிமுகமானது. 320 பாயிண்டுகளுக்கு 20 ரூபாய் என ஆட்டத்தினைத் தொடங்கினான்.

இது பெரிய அளவு மாற்றத்தையோ, பாதிப்பையோ உடனடியாக ஏற்படுத்தவில்லை. ஆனால், வீழ்ச்சிக்கு அடிக்கோலிட்டுப் பாலக்கால் போடும்விதமாக சீட்டாட்டத்தில் கொஞ்சம் கணிக்கும் தேர்ச்சி யினையும், மணிக்கணக்கில் 'இரை கவ்வும் பல்லியின் தோற்றத்தில் ஒரே நேரத்தில் நிலைப்பதற்கான வல்லமையையும் அதிகரித்துத் தந்தது. பல்லி தனது ஆவலை வெளிப்படுத்தியது.

உள்ளூரிலும் இன்னொரு பக்கத்து ஊரான வஞ்சி வலசிலும் 240 பாயிண்டுக்கு 50 ரூபாய் என ஆட்டம் திசைவேகம் கொண்டது. இந்த ஆட்டங்களுக்காக இரவு பத்து மணிக்குமேல் வீட்டைவிட்டுக் கிளம்பி, காலையில் கோழிகள் கூவுவதற்கு முன்பாக வீடுசேரப் பழகினான். இதன் உபரிப் பலனாக முழுசாக வேகாத ஊத்தப்பம் போல மூஞ்சியை வீங்க வைத்துக்கொண்டு அலைந்தான்.

நாட்காலைகளில் யாராவது ஒருத்தர் அவனது வீட்டை வேவு பார்ப்பதுபோல சைக்கிளில் கடந்து கடந்து செல்வார்கள். வீட்டில் பெண்கள் யாரும் இல்லாததால் பெரும் பதற்றத்துக்கு உள்ளாகா விட்டாலும், 'எதுக்குடா மூணு நாள், விடாம சைக்கிள் விடற

வித்தக்காரனுகமாதிரி இப்படிச் சுத்திச்சுத்தி வாரானுக' என்கிற எண்ணம் விஜய் ஆனந்தின் அப்பாவுக்கு வராமல் இல்லை .

இந்தச் சைக்கிள் சுற்றுகளைத் தொடர்ந்து சுற்றிவந்த சூரனை, குறிஞ்சியில் வைத்தோ, பகவதி அம்மன் கோயிலுக்கு முன்பாக வைத்தோ சந்திப்பான் விஜய் ஆனந்த்.

'நீ பாட்டுக்கு ஒரு மணி நேரமா, 'பாறையில இருந்த பூன மாதிரி" வீட்டையே சுத்திச்சுத்தி வர்றே... எங்க அப்பா பாத்தா என்ன ஆகறது?'

'என்னவோ ஆகிட்டுப் போகட்டும். நைட்டு பாக்கி நூறு ரூபாய் கொடு...'

'நீ பாட்டுக்கு விடிஞ்சும் விடியாம் வந்துட்டே. யாருட்டவாவது வாங்கித்தான தரணும். வீட்டுக்குள்ள நோட்டடிக்கிற மிசினா வச்சிருக்கேன்...?'

பணம் தரவேண்டி இருப்பதன் வருத்தத்தைக் காட்டிலும், விஷயம் தந்தையாருக்குத் தெரியக்கூடாது என்கிற எண்ணமே அவனுக்கு மேலோங்கி இருந்தது. சீட்டாட்டத்தில் பட்ட கடன்களை அடைக்கக் கடன் வாங்க ஆரம்பித்தான். கந்தை வட்டிக்கும் பத்து வட்டிக்கும்.

கரியாஞ்செட்டி வலசில் நண்பர் ஒருவரின் மரணச்சேதி கேட்டு 'பெரிய காரியத்துக்குப் போயிருந்த விஜய்ஆனந்தின் தகப்பனாருக்கு வஞ்சிவலசு சிதம்பரசாமியின் வாயினால் அதைக் கேட்கநேர்ந்தது. 'நேத்து நைட்டு நானு, தங்கராசு (இது இறந்தவரின் மகனைக் குறித்தது), நம்ம மாப்ள (இது விஜய்ஆனந்த்) எல்லாரும் தலவாசல்ல உக்காந்து சீட்டாடிக்கிட்டு இருந்தமுங்க மாமா. அப்பத்தே திடீர்னு தகவல் வந்தது. பாவ... நேத்து வரைலும் நல்லா இருந்தவரு இப்பிடிப் பொசுக்குனு போயிட்டாரு...'

சிதம்பரசாமிக்குச் சீட்டாடுதல் குற்றமல்ல. வாழ்க்கை நியமங்களில், நித்திய திருக்கடமைகளில் ஒன்று. ஆகவே, இது எதிர்முனையில் என்ன விளைவை ஏற்படுத்தும் என்பதை யூகிக்கத் தவறிவிட்டார். நண்பர் இறந்ததைவிடவும் பெருந்துக்கம் விஜய் ஆனந்தின் தகப்பனாரைக் கவ்வியது.

அவனைக் கையும் களவுமாகப் பிடித்து, உரித்து உப்புக்கண்டம் போடவேண்டுமென நினைத்தார். ஆனால், கொஞ்சம் வித்தியாசமாக நடந்து வாயும் வயிறுமாகப் பிடிக்கவேண்டி வந்தது.

விஜய் ஆனந்திற்கு தனியாகத்தான் ஓர் அறையில் படுக்கை. யாரையும் எழுப்பாமலும் தொந்தரவு பண்ணாமலும் எந்த நேரத்துக்கும் வந்து படுத்துக்கொள்கிற அமைப்பில், வீட்டிலிருந்து கொஞ்சம்

தள்ளினாற்போல அந்த அறை இருந்தது. அன்றைக்கு அவன் கிளம்பிப்போனதை ரகசியமாகக் கண்காணித்த அவனது தகப்பனார் கொஞ்சநேரம் கழித்து அவனது அறையில் வந்து படுத்துக்கொண்டார். 'லவண்டி, எந்த நேரம் ஆனாலும் கூத்தியாரு நீ வந்துதான் ஆகணும்' என மனதுக்கண் மகனைக் கொண்டு வந்து பல் கடித்து வெறுவிக் கொண்டார். அவனை எதிர்த்துக் காத்திருந்தவர் முதுமை மற்றும் தூக்கக்கலக்கம் காரணமாக நள்ளிரவுக்குமேல் உறங்கிவிட்டார். முதற்கோழி கூப்பிட்ட சிறிது நேரம் கழித்துத்தான் விஜய் ஆனந்த் வண்டியில் வந்தான். அவன் இப்போதெல்லாம் முன்னைப்போல இல்லை. டாப்கியரிலியே வந்து தடதடக்கிற வேலையெல்லாம் கிடையாது. இரவிலும் பகலிலும் சீட்டாடப்போனதில் வண்டியைத் திறம்படவும் முறையாகவும் இயக்கக் கற்றிருந்தான். கடைசி முப்பது நாற்பது மீட்டருக்கெல்லாம் நியூட்ரல் வைத்து இன்ஜினையும் அணைத்து மயில் வாகனம் தரை இறங்குவதுபோல அத்தனை இலகுவாக நிறுத்துவான்.

வந்தவன் வண்டியை அதனது கிடையில் நிறுத்திவிட்டு மெதுவாக அறைக்குள் நுழைந்தான். அறை இருட்டாக இருந்தது. விளக்குப்போடவும் சோம்பலாக இருந்ததாலும், அதேநேரம் நாட்பட்ட பரிச்சயத்தினாலும் கட்டிலில் விழுந்தான். 'த்தததப்' என்ற வினோத ஓசையுடன் தசைக்கோளமான வயிறு அவனது பின்பக்கத்தை எதிர்கொண்டது. அதைத் தொடர்ந்து, 'அ... அ... அய்யே' என்று விபரீதச் சத்தம். அது விஜய் ஆனந்தின் தகப்பனார் போட்ட கூச்சல். நல்ல உறக்கத்தில் இருந்தவரின் தொந்தியில் 98.6 செல்சியஸ் வெப்பமும் விசை வேகத்துடன்கூடிய 60 கிலோ எடையும் மோதியதில் எமபயத்துடன் கத்திய கூச்சல் அது.

விளக்கைப் போட்டுவிட்டு வெளியில் வந்து நின்றான் விஜய். இருவரும் இடம் பொருள் ஏவல் உணரும் நிலைக்களத்துக்கு வர இரண்டு நிமிடமாயிற்று.

'எங்கடா போயிட்டு வாறே?'

'சினிமாவுக்கு...'

'என்ன படம்?'

'ராஜா ராணி ஜோக்கர்' என்று சட்டென வாயில் வந்தாலும் சமாளித்துக்கொண்டு சொன்னான். 'போக்கிரி.'

'பொருத்தமான பேராத்தான்டா சொல்ற... வஞ்சிவலசு போய் சீட்டாடிட்டு வர்றது தெரியாதுன்னு நினைச்சியா?'

'இல்லீங்கப்பா...'

“என்ன நொல்லீங்கப்பா... இதுனால எத்தன குடும்பம் சட்டி தூக்கீருக்குது தெரியுமா?’

‘சரி... இன்னிப் போகல’ என, ஒரு வார்த்தை அவன் கூறுவான் என எதிர்பார்த்தார். ஆனால் அவனோ, ‘நான் இங்க படுக்கட்டுமா, வீட்டுக்குள்ளாற படுக்கட்டுமா?’ என வினவினான்.

பெரியவர், தனது போர்வையை எடுத்துக்கொண்டு தூக்கத்தை அங்கேயே விட்டுவிட்டு வீட்டில் அவர் படுத்திருக்கும் அறை நோக்கிச் சென்றார். அவரது மனைவி கண்ணீருடன் விழித்திருந்தாள்.

இப்போது விஜய் ஆனந்திற்கு ‘டாப் கியர்’ என்கிற பெயர் பொருந்திப்போவது அவன் சீட்டாடுகிற முறைமைக்காகவும் கடன்வாங்குகிற வேகத்துக்காகவும்தான். கேட்டிலயே சீட் அடித்து ரொம்பப் பிரமாதமாகத்தான் அவனது ஆட்டம் தொடங்கும். கிளைமாக்ஸ்தான் சரியாக அமைவதில்லை. ரம்மி ஜோக்கர் இருந்தால் ஆடுவது இல்லையேல் இருபது பாயிண்டுக்கு சரணாகதிக்குக் கவிழ்த்து வைத்துவிடுவது உத்தமம் என்கிற உண்மை தெரிந்திருந்தாலும் அதைச் செயல்படுத்தமாட்டான். ஆட்ட ஜூரத்தில் ரம்மியும் ஜோக்கரும் இல்லாதநிலையிலும் இரண்டு டிரிப் சான்சுகள் இருந்தால்கூட இழுத்துப் பார்த்து முதலாவது ஆளாக வெளியேறி அப்புறம் ரீஜாயிண்டும் போடுவான்.

கைக்காசு போனபின் உடன் ஆடுகிறவர்கள் அல்லது பார்வை யாளர்கள் யாரிடமும் கடன் வாங்கி உத்திரப்பிரதேச மாநிலம் ஏகப்பட்ட மாநிலங்களால் சூழப்பட்டிருப்பதுபோலக் கடன் காரர்களால் சூழப்பட்டிருக்கிறான். திரும்பிய பக்கம் மட்டுமல்ல; திரும்பாத பக்கமும் அவனுக்குக் கடன் கொடுத்தவர்கள் இப்போது உண்டு. அடகுகள் வைப்பதாகவும் ஊருக்குள் புரளி உண்டு. இன்னும் அம்பலமாகவில்லை.

ஆனாலும் அவன் அந்த ஆட்டத்தை அவ்வளவு நேசிக்கிறான். ஒருமுறை தோட்டத்தில் இரண்டு ஆடுகள் அகாலமாக இறந்து விட்டபொழுது நண்பன் ஒருவனிடம் சொன்னான்:

‘அருமையான ஆடுகடா... நாலாயிரம் ரூபா பெறும்... ம்... சீட்டாட்டத்துல போயிருந்தாக்கூட கவலைப்பட்டுருக்க மாட்டேன். மனசுக்குக் கஷ்டமா இருக்குதுடா...’

வயோதிக வாலிபர்

முத்துக்குட்டியை (72) பின்னால் உட்காரவைத்து மொபெட்டை ஓட்டிப் போய்க்கொண்டிருந்தான் அங்குச்சாமி (23). வண்டி மிக மெதுவாகச் செல்லவேண்டிய அவசியம் ஏற்பட்டுவிட்டது. பெரிய மதியாக்கூடலூரில் திருவிழா. மாவிளக்கு எடுத்துக் கோயிலுக்குச் சென்றுகொண்டிருந்த ஏராளம் பெண்களைப் பார்த்துக்கொண்டே ஓட்டியதால், அங்குச்சாமிக்கு உற்சாகம் பீறிட்டுக் கிளம்பியது. மெதுவாக வண்டி ஓடினாலும் மனம் இறக்கை கட்டி அம்மன் கோயில் கோபுரத்துக்கும் மேலாகப் பறந்தது.

பின்னால் அமர்ந்திருந்தவர், 'நான் ஆரன் அடிக்கட்டுமா?' என்று கேட்டார். அவர் உயரமும் நீளமான கைகளும் கொண்டவர் என்பதாலும் அங்குச்சாமிக்கு இருந்த உற்சாகத்தின் காரணத்தாலும், 'கை எட்டுச்சுனா அடிங்க...' என்றான்.

அவரது கைகள் முன்னால் நீண்டு ஹார்னை அழுத்தும் என எதிர்பார்த்தவனுக்கு ஏமாற்றம் மிஞ்சியது. அது நடக்கவில்லை. மாறாக, 'பே பே... பீப் பீப்...' என்று பெருங்குரலில் சத்தமிட்டார் முத்துக்குட்டி.

அங்குச்சாமி அடிவாங்கிய அப்பளமாக நொறுங்கி அதிர்ச்சி அடைந்தான். அவரது ஹார்ன் சத்தத்தைக் கேட்ட பெண்கள் நாணிக்கோணிச் சிரித்தவாறே நகர்ந்தார்கள்.

இந்த முத்துக்குட்டி முன்னால், 'தான் ஒரு கத்துக்குட்டி' என்பதாக எண்ணமிட்டான் அங்குச்சாமி.

'இத நான் எதிர்பாக்கல பெரியப்பா!' என்றான்.

'உம்... இளமைடா இளமை' என்று கெக்கலித்தவர், 'துள்ளுவதோ இளமை.... அள்ளுவதே திறமை...

அத்தனையும் புதுமை' என்று பாட்டுப்பாடி அரிவை, தெரிவை, பேரிளம் வகையறாப் பெண்ணியரை புன்னகையில் ஆழ்த்தினார்.

யாரோ ஒரு ஐம்பது வயதினளிடம் செல்லங் கொஞ்சுவதுபோல் ஏதோ சொன்னார். 'உம், மூஞ்சியப்பாரு...' என்று பதில் வந்தது.

'உம், பாப்போம். கண்ணாடியக் கொண்டா...'

அந்த அம்மா முகத்தை நொடித்துக்கொண்டு கடந்து போய் விட்டார். மொபெட் மெதுவாக நகர்ந்துகொண்டிருந்தது.

'பெரியப்பா, இது வெளியூரு...'

'இருக்கட்டுமடா... நம்ம ஊரு அழகிகளப் பாத்துப் பாத்து அலுத்துப்போச்சு... ப்ச்...'

'அந்த ஆத்தா போயி ஆளுகளக் கூட்டியாந்திரப் போகுது...'

'நீ வண்டியப் பாத்து ஓட்டுரா... அந்தக் கிழவி கூப்பிட்டாள்னு எவன் வரப்போறான்?'

'ஓ... அந்த அம்மா உங்களுக்குக் கிழவியா? சரிதான்!'

'உனக்குத் தெரியாதுடா... அது என்னய சைட் அடிச்சுது...'

பிரேக்கை ஊன்றிப் பிடித்து இரண்டு நொடிகள் நின்று, பிறகு வண்டியை இயக்கினான் அங்குச்சாமி.

அங்குச்சாமிக்கு உண்மையில் முத்துக்குட்டி தாத்தா முறை வேண்டும். ஆகவே, தாத்தா என்றே கூப்பிட்டு வந்தான்.

'தாத்தா என்ன தாத்தா. உனக்கு தர்றதுக்கு எங்கிட்ட என்ன வெங்காயமா இருக்குது?' என முனகியவாறு ஒருநாள் தனியாகக் கூப்பிட்டு அவனிடம் சொல்லிவிட்டார்?'

'தாத்தான்னு கூப்புடற வேலையெல்லாம் வெச்சுக்கறமாதிரி இருந்தா எங்கூட நீ பேசாதப்பா. இன்னொண்ணும் சொல்றங் கேட்டுக்க, இங்கதான் இந்தக் கண்டிஷன். வெளியூர்ப் போக்கு வரத்தெல்லாம் போனா நீ என்னய பேர்சொல்லியே கூப்பிடலாம். எனக்கொண்ணும் ஆச்சேபணை இல்ல...'

இப்படி அவர் கூறிவிட்ட பிறகு, ஒரு அசமஞ்சமான சமரசத்துக்கு வந்து 'பெரியப்பா!' என்று அழைக்க ஆரம்பித்தான்.

முத்துக்குட்டிக்குக் கல்யாணம் ஆன நாட்களில் கல்யாணத்தை அடுத்து தம்பதிக்கு உறவுக்காரர்களால் தரப்படும் 'மறு கல' விருந்துக் காலத்தில் மட்டும்தான் மனைவியை அருகில் வைத்துக்கொண்டார். கூடி இருப்பதில் எப்போதும் குறைவுகண்டதில்லை. ஆனால், அவருடன் சேர்ந்து நடந்துவரக்கூடாது. அவ்வளவுதான்.

ஊர் சேதி எங்கு போனாலும் எழுதிச் சொல்லாத குறையாகப் போதுமான இடைவெளிவிட்டுத்தான் நடப்பார். பஸ்ஸில் ஏறினாலும் மனைவியின் அருகில் அமரமாட்டார். அவருக்குக் கல்யாணம் ஆனது உலகத்தாரின் கண்களுக்குத் தெரியக் கூடாதாம். கல்யாணம் பண்ணியபிறகு இப்படி பிரம்மச்சாரி பிம்பத்தைக் காப்பாற்றுவதற்காக அவர் பட்ட பிரயத்தனங்கள் ஏராளம் ஏராளம்.

பேருந்தில் டிக்கெட் அவர்தான் எடுப்பார். இரண்டு டிக்கெட் எடுக்கும்பொழுது, 'இன்னொண்ணு யாருங்க?' என்று நடத்துனர் கேட்டால் மனைவியைக் கைகாட்டமாட்டார்.

'முன்னாடி ஒருத்தருக்கு' என்கிறரீதியில்தான் பதில் தருவார். பஸ்ஸில் தள்ளித்தள்ளி உட்கார்ந்தாலும் பத்து மாதம் முடிவதற்கு முன்பே குழந்தை பிறந்துவிட்டது. ஆண் குழந்தை.

'உனக்கெல்லாம் பொம்பளப்புள்ள பொறந்திருக்கணும்டா...' என்று நண்பர்கள் மனப்பூர்வமாகக் கூறினார்கள்.

மனைவியின்மீது அன்பும் பற்றும்கொண்ட கணவரும்கூடத்தான் முத்துக்குட்டி. இருவரும் நடந்துபோகிறமாதிரி இருந்தால் பையனைத் தூக்கியெல்லாம் வைத்துக்கொள்வார். ஆனால், எதிரில் ஒரு பொம்பளை ஆள்தூரத்தில் தட்டுப்பட்டால்போதும். பையனை மனைவியின் கையில் தந்துவிட்டு மனைவிக்கு முன்பாகச் செல்வார் அல்லது பின்தங்குவார். அதன்பின் அவர் ஆற்றும் காரியம் இன்னும் அற்புதமானது.

மனைவி இடது ஓரமாக நடந்துகொண்டிருந்தால் வலது ஓரத்தையும், அவள் வலதுவசமாக நடந்துகொண்டிருந்தால் இடதுவசத்தையும் தேர்ந்தெடுத்து நடப்பார். மனைவி செல்லும் திசைப் பக்கத்துக்கு எதிர்ப்புறமாக அவரது கழுத்து சாய்ந்து கொள்ளும். பிறகு எதிரில் நடந்துவரும் பெண் அல்லது பெண் கூட்டத்தினரை ஒய்யாரமாக ஒற்றைப் பார்வை பார்ப்பார். அதில் பற்றி எரியும் பால்நிலவின் வண்ணங்கள்!

தாங்கமுடியாத மனைவி ஒருமுறை கேட்டேவிட்டாள்... 'உங்களுக்கு இன்னொரு கல்யாணம் பண்ணற திட்டம் எதாச்சி இருக்குதா?'

'நீ வேற... எனக்கென்னமோ ஒரு கல்யாணமே எதுக்குப் பண்ணுனம்னுதே இருக்குது.'

பையனுக்கு ஐந்து வயதாகிப் பள்ளிக்கூடத்தில் சேர்க்கலாம் என்று போனபோது இளைஞியாகப்பட்ட ஒரு ஆசிரியை முத்துக் குட்டியிடம், 'உங்க பையனா இது? உங்களைப் பாக்கறப்ப கல்யாணம் ஆகாதவர்மாதிரி இருந்துது' என்று கூறிய ஒரு தருணம், அவரது

வாழ்வின் பொன் நேரங்களில் ஒன்றாக இருந்தது. அன்றைக்குப் பின்னிரவுவரை தூக்கமில்லாமல் இருந்தார்.

தினங்கள் நகர்ந்து நகர்ந்து திங்கள்கள் ஆயின. திங்கள்கள் உருண்டு வருடங்கள். தலை வாரும்போது ஒருநாள் கண்டார். வகிட்டுக்கு வலதுபுறம் வெள்ளைநூலின் துண்டு ஒன்று. தட்டிவிட்டார். விழவில்லை. எப்படி விழும்? விழுந்தது நரை. விடைபெறும் வாலிபத்துக்கு அஞ்சலி செலுத்த வந்திருந்தது தூவெண் சாமரத்துடன். பிடுங்கிக் களைந்தார்.

ஒற்றைக் கொக்கு என்றால் இப்படி சுட்டுக் கொல்லலாம். ஓரா யிரம் கொக்கு என்றால் என்ன செய்ய? வலைவீச்சு மாதிரி பரந்த அளவில் ஏதாவது செய்தாக வேண்டும்.

வெயில் மழைக்கால வெண்மேகம்போல அலைந்து பரவியது நரை. எண்பது கிலோமீட்டர் தள்ளிப்போய் தலைச்சாயம் வாங்கி வந்தார். கூடவே பூசுமுறையையும் ஒரு சிகை எழிலகத்தில் கேட்டு வந்தார்.

அப்படிக் கேட்டுவந்தபின் அவரிடம் இரண்டு டூத் பிரஷ்கள் ஆயிற்று. ஒன்றில் வெண்தூரிகைக் குச்சங்கள்.

வெள்ளைப் பற்களை மேலும் வெள்ளையாக்க. இன்னொன்று வெள்ளை முடிகளைக் கறுப்பாக்க. ஆதலினால் ஒன்றின் குச்சங்கள் கறுப்பெய்தின.

தலைமுடியைவிட பதினேழு ஆண்டுகள் வருடத்தால் இளைய தாடைமுடியாம் தாடியும் நரைக்க ஆரம்பித்தபொழுது சூரியன் தவறினாலும் காரியம் தவறாதவராக தினந்தோறும் மழிக்க ஆரம்பித்தார். அவரது முடிச்சாய கம்பெனியின் கட்டளைக்கு வெள்ளைமுடி முடிபணிந்து தோற்றது. கம்பெனி பெயரைத் திரிபுகொண்டு நண்பர்கள் சிலர் அவரை 'காட்டுராசா' என்று அழைத்தார்கள். குஷியான சமயங்களில், 'காட்டு ராசா... இளமையக் காட்டு ராசா' என்பார்கள்.

கோயமுத்தூரில் பியூசி படித்துக்கொண்டிருந்த மகனைப் பார்ப்பதற்காக ஒரு தடவை சென்று மரத்தடியில் காத்திருந்தார். மூன்று பையன்கள் அவரருகில் வந்து, 'யாருக்காகக் காத்திருக் கிறீர்கள்?' என விசாரிக்கவும், 'சிவாசலத்தைப் பார்க்க வந்தேன்" என்றார்.

'அவனுக்கு நீங்க என்ன சொந்தம்?'

'நான் அவனோட பிரதர்.'

மகனைப் பார்த்துவிட்டு அவர் திரும்பியபின் சிவாசலத்தை நண்பர்கள், 'உன்னோட பிரதர் கொஞ்சம் ஓல்டா தெரியறாரே... உங்க அம்மாவுக்கு மூத்த தாரத்து மகனா?' என்று கேட்டு வைத்தார்கள்.

அந்தத் தடவை ஊருக்கு வந்த மகன், 'இந்த ஆள் மானத்தைக் கெடுக்கறாரு" என்று குமுறிவிட்டுப் போனான்.

ஐம்பது வயதுக்காரர்களில் அவருக்கு மாப்பிள்ளை முறை ஆகிறவர்கள் நிறையப்பேர் உண்டு. அவர்கள், 'வாங்க மாமா!' என அன்பும் பண்பும் ஒழுக நலன் விசாரிக்கும்பொழுது சோகமாகச் சொல்வார்:

'எதோ... உங்க காலம் முடியறவரைக்கும் எனக்கு இந்த மரியாதை கிடைக்கும். உங்களுக்குப் பின்னாடி உங்க மகனெல்லாம் இப்படி என்ன மதிப்பு மரியாதயா நடத்துவாங்களான்னு சந்தேகமாத்தான் இருக்கு...'

இப்போதும் பேருந்துகளில், நடைபாதைகளில் அவர் செல்லும் பொழுது, 'பெரியவரே...' என யாராவது கூப்பிட்டால் திரும்பிப் பார்க்கமாட்டார். அது அவருக்கான அழைப்பென்று அவர் உணருவதில்லை. மூன்று நான்கு முறை அழைக்கப்பட்டால் தன் நிலை உணர்ந்து திரும்பிப் பார்த்து, 'என்ன?' என வினவுவார்.

அவரை அப்படி அழைத்துச் சொல்லப்படுகிற விஷயம் கருதத்தக்கது.

'படிய விட்டு மேல ஏறுங்க... வயசான காலத்துல விழுந்து வச்சா யாரு பாக்கறது...'

"யாரும் பாத்துக்க வேண்டாம்னுதான் நாமளே கவனமா பாத்து நின்னுக்கறது...'

வேண்டா வெறுப்பாகத்தான் பஸ்ஸுக்குள்ளே வந்து உட்காருவார் அல்லது நிற்பார். வேண்டா வெறுப்பாக எவ்வளவோ விஷயங்கள் நடந்தவண்ணம்தான் உள்ளன.

அப்படியான ஆதங்கமொன்றை அங்குச்சாமியிடம் இப்படிச் சொல்லுகிறார்:

'எப்பவாவது கனவு வர்றப்ப அஞ்சலிதேவி, வைஜயந்தி மாலான்னு தானப்பா வர்றாங்க. இப்ப உள்ள நயன்தாரா, அசின்னு வர்றதுக்கு வழியில்லயாப்பா...'

'அதெல்லாம் இனி வாய்ப்பில்ல. நீங்க மீசைக்கு டை அடிங்க. வெள்ளை தெரிய ஆரம்பிச்சிருச்சு...'

'ஆமா... டை அடிக்கணும். அது உள்ளே இருந்து வர்றதுனால உலகம் தெரியறதில்ல...'

அர்த்த நரேஸ்வரி

அக்கா அமைதியாகத் தூங்கிக்கொண்டிருப்பதை கேசவன் பார்த்தான். மூன்று மணிச் சாமமாயிருந்தது அது. வீட்டைவிட்டு வெளியே வந்து வாசல் தெளித்தான். பொடக்காளியின் கீற்றுத் தடுப்பில் தொக்கி நின்ற கொட்டாங்கச்சியைக் கையில் எடுத்தான். அதற்குள் கோலப்பொடி இருந்தது. தெருவிளக்கின் வெளிச்சம் மட்டும் நீளக் குழல் கண்கொண்டு பார்த்தவாறிருந்தது.

குனிந்து அமர்ந்து கோலம் போட ஆரம்பித்தான். புள்ளிகள் இல்லை. இலக்கணம் இல்லை. வளைய மையங்களில் சுக்கிலத்தின் புள்ளிகள் இல்லை. மனதின் ஆதி ஆழத்தில் எப்போதோ போட்டுப் போட்டு ஒத்திகை பார்த்து வைத்திருந்ததுபோல நாழிகை நேரத்துள மண்வெளியை அடைத்து நின்றது கோலம். வீட்டுக்குள் மீண்டும் நுழைந்து படுக்கைக்குப் போனான். டவுசரின் மேல் விளிம்பில் ஒரு நுனியைச் செருகி ஒரு மாராப்பைப்போல துண்டைப் போர்த்தியிருந்தான்.

நடுநிலைப் பள்ளியின் இறுதி ஆண்டில் படித்துக்கொண்டிருந்த கேசவன், புறப்பட்டு பள்ளிக்கூடம் போனான். கோலத்தை அம்மா போட்டிருப்பாள் என அக்காவும், அக்கா போட்டிருப்பாள் என அம்மாவும் அப்போது வரை நினைத்துக் கொண்டிருந்தார்கள்.

கேசவனுக்குத் தன்னுடைய பெயர் பிடிக்கவில்லை. அந்தப் பெயரில் மற்றவர்கள் அழைப்பதிலும் விருப்பமில்லை. யாராவது, 'ஏய்... இங்க வா!' என்று அழைக்கும் தருணங்கள் மனதுக்கு மிக நெருக்கமாக இருந்தன. தனக்குத்தானே 'ஜகாங்கீர்' என்று ரகசியமாகப் பெயர் சூட்டிக்கொண்டதற்குச் சில காரணங்கள் இருக்கலாம். பெயரில் இருக்கிற 'ஜ' என்ற எழுத்து. நூர்ஜகான், ஜான்சிராணி, எலிசபெத் போன்ற சரித்திரச் சாயமுள்ள

பெண் பெயர்களைப்போல அது ஐந்தெழுத்தில் அமைந்தது. அல்லது ஜகாங்கீரின் படங்கள் எனக் காட்டப்படுகிறவற்றின் பின்னால் இருக்கிற ஒளிவட்டம்.

ஜகாங்கீருக்கு வெள்ளை வியாபாரிகள், மேரி மாதாவின் உருவத்தைப் பரிசாக அளித்துச் சென்றபின், அதையே பார்த்துக் கொண்டு சோறு தண்ணி இல்லாமல் ரெண்டு நாள் இருந்தார். மந்திரி பிரதானிகள், 'மன்னர் மதம் மாறப்போகிறார்' என்கிற முடிவை நோக்கிச் சென்றுகொண்டிருந்தார்கள். அப்படி மதம் மாறியிருந்தால் ஆங்கிலேயர்களுக்கு ஆன்மிகச் சிக்கலைத் தருகிற புள்ளியாக அது இருந்திருக்கும். நடந்தது வேறுவிதம். வரலாற்றை மாற்றுவதற்கு இறந்த காலங்கள் சம்மதிப்பதில்லை.

ஜகாங்கீர் மந்திரிகளையும் சித்திரக்காரர்களையும் ஏக நேரத்தில் அழைத்தார். மாதாவின் படத்தைச் சுட்டிக்காட்டினார். 'ஏசா நபியை நோக்கிய மார்க்க'த்தில் தான் செல்லப்போவதான வாக்கியத்தை மன்னர் உச்சரிக்கப் போகிறார் என எதிர்பார்த்துக் காத்திருந்தார்கள் அவர்கள்.

ஜகா, 'பார்த்தீர்களா அதை. அதேபோலத்தான். அந்த உருவத்துக்குப் பின்னால் இருப்பதைப் பார்த்தீர்களா... அதே மாதிரித்தான். இனி, என்னுடைய படத்தை யார் வரைந்தாலும், அதேமாதிரி வட்டத்தைப் போட்டுத்தான் வரைய வேண்டும். இது சாம்ராட்டின் உத்தரவு' என்றார்.

அன்றையிலிருந்து மாமன்னர் உணவெடுக்க ஆரம்பித்தார். அன்னாரது உருவப் படங்களுக்குப் பின்னால் ஒளிவட்டம் தோன்றலா யிற்று.

கேசவன், தனது பெயரான ஜகாங்கீர் என்பதைப் பாடப் புத்தங்களின் இடையிலுள்ள வெவ்வேறு பக்கங்களில் ரூல் பென்சிலால் எழுதிவைத்திருந்தான்.

கேசவன் வீடு திரும்பியபோது அக்காள், அவன் கோலம் போட்ட விஷயத்தைத் துப்பறிந்துவிட்டிருந்தாள். வீட்டுக்குள் நுழைந்து முகம் கழுவும் முன், 'உனக்கு எதுக்குடா இந்த வேல?' என்றாள்.

'என்ன வேல?'

'பொட்டச்சிமாதிரி கோலம் போட்டுக்கிட்டு இருக்கியேடா...'

'நீ குளிருல கஷ்டப்படக்கூடாதுன்னுதான் போட்டேன். அக்கா... இனி தினமும் நானே போட்டுரட்டுமா...?'

'ஆமா, குளிருல சமைக்கறதுகூட கஷ்டமாத்தான் இருக்குது. விட்டா சமைச்சிருவே போல இருக்கு...'

‘ஆமா’ என்றான் அழுத்தமாக. அக்கா ஊடுருவுவதுபோலப் பார்த்துவிட்டு, ‘என்னமோ நீ சரியில்ல...’ என்றாள்.

மறுநாள் காலை அவன் நேரத்தே எழுந்தபோது அக்காவும் எழுந்து உட்கார்ந்தாள்.

‘என்னடா?’

‘ஒண்ணுமில்லேயே, சும்மா எந்திரிச்சேன்...’

‘பொய் சொல்லாத, கோலம் போடத்தான எந்திரிச்சே? மரியாதையா படுத்துத் தூங்கு. அம்மாகிட்ட சொல்லிருவேன்’

‘சரிக்கா’ என்றவன், படுக்கும் முன் அருகில் கிடந்த துண்டினை எடுத்து வீசி நீவிக்கொண்ட லாகவத்தைக் கண்டு திகைத்தாள் அக்கா.

‘ஏய்...’ என்றவளின் குரல் கேட்டு வாஞ்சையுடன், ‘அக்கா ஆ...’ என அளபெடையுடன் விளித்தான்.

‘உன்னைய டாக்டருகிட்ட காட்டணும்டா...’

‘அதெல்லாம் ஒண்ணும் வேண்டாம்‘ என்று போர்வை போர்த்திப் படுத்தவனின் கண்ணோரம் அரும்பியிருந்தது. ஒளி ஊடுருவாத இருட்டில் அது கருமுத்தாகத் திரண்டிருந்தது . காலையில ‘எழுகிற’ (கோலம் போடவேண்டுமென்கிற) உணர்வையும் எப்போதும் எழுகிற உணர்வுகளையும் அடக்கமுடியாமல் தவித்தான்.

ஒன்பதாம் வகுப்புக்குப் பக்கத்து ஊரிலுள்ள மேல்நிலைப் பள்ளிக்கு பேருந்தில் போகிற தொடர்ச்சி வாய்த்தபோது ‘மெய்’யாலுமே சிரமப்பட்டுப் போனான். பஸ்ஸில் ஏறியதும் நிற்பதற்கு இடம் கிடைத்துவிட்டால் சிரமம் குறைவு. உட்காருவதற்கு தாராளமாக இடம் கிடைத்துவிட்டால் சிரமம் அதிகரிக்கும். மனம் இயல்பாகப் பெண்களின் பக்கம் அமரத் தோன்றியது. விருப்ப இயல்பில் ஆணின் அருகாமையில் நெருக்கத்தில் அமர்ந்தால் மிகச் சிறப்பாக இருக்கும் என நாட்டம் கொண்டது.

ஆண்களின் பக்கத்தில் ஒடுங்கி அமர்வான். ஆண்களின் பாகங்கள் உடலில் பட்டபோது பயிர்ப்பின் அலைகள் உடலில் பரவின. தெய்வப்பெண் சித்திரங்களின் ஒசிவு உடலில் கூடியது. முழங்கைக்குக் கீழாகத் தாழுகிற கை, தொடையைத் தொடாமல் சற்றே தூக்கி நின்று உள்ளங்கை மண் பார்த்தது. பால் மாறுதலின் அபாய ஹஸ்தம்.

அவனுக்கு நிஜத்தில் பெயர்தான் என்ன? சான்றிதழில் எழுதி அடையாளப்படுத்த பெயர் இருந்தது. அவன்பால் நிலைகொண்ட பால்நிலை புரியாததாயிருந்தது. மூன்றாம் பாலா? அல்லது பாலிலி நிலையா அல்லது திருநங்கையா, மாற்றுப் பாலா... திரிந்த பாலா?

பால் சுரக்கும் நிலை அடையா பெண் உணர்வின் நிலையில், பால் என்ன பால்?

‘என்ன படிக்கிறே?’

‘ஒன்பது...’

‘பொருத்தமாப் படிக்கிறயே!’ என்றது ஒருமுறை பஸ்ஸின் பக்கத்து இருக்கைக் குரல். ஒன்பதாம் எண் - ஒரு பனை விசிறியின் தோற்றத்தை எடுத்து நெருப்பை விசிறி, அந்த நெருப்புக் கரையோரக் கடற் பேரலை அன்ன ஜுவாலையாகக் கனன்று தகித்தது. சூன்ய மோனத்தின் ஆழத்தில் இயற்கையின் இறுமாந்த சோதனையை அது ரசித்தது.

ஒன்பதாம் வகுப்பின் பாடப் புத்தகங்களிலும் ஏடுகளிலும் எதிர்பாராத பக்கங்களில் கேசவன் தனக்கெனச் சூடிக்கொண்ட புதுப்பெயரை எழுதிவைத்தாள். ஆம்... எழுதி வைத்தாள். அதுவும் ஒரு ஐந்தெழுத்துப் பெயர் - அனார்கலி.

வெண்மையாய்த் தோன்றி முதலில் செவ்வரியும் பிறகு செம்பூச்சும் படர்கிற முத்துகள் தோல் பிளந்து காட்சிப்பட ஆரம்பித்தன.

பக்கத்து இருக்கைக்காரனான முத்துவடுகநாதன், வரலாற்றுப் புத்தகத்தில் எழுதியிருந்த அனார்கலி என்ற பேரைப் பார்த்துவிட்டு, ‘என்ன இது?’ என்று வினவியபொழுது, அது தனக்குத்தானே வைத்துக்கொண்ட பெயர் என்று அந்தரங்கமாகச் சொன்னான். அந்தரங்கம் பகிர் அரங்கமானபோது, வேறொரு பெயர்கூடிப் பள்ளியில் உச்சரிக்கப்பட்டது. அனார்கலியின் ஐந்தெழுத்தில் முதலெழுத்தும் கடைசி எழுத்தும் தரித்து நின்றது. அவளைத் துண்டுதுண்டாகவும் தரித்தது.

வீட்டில் தனித்திருக்கும் நேரங்களை வேண்டி நின்றாள் அவள். மண்டையின் நடுவில் வகிடெடுத்து வாரி நெற்றியில் பொட்டு வைத்துக் கண்ணாடியில் பார்த்து மகிழ்ந்துகொள்வாள்.

மனதைத் திடப்படுத்திக்கொண்டு ஆண் மனம் சார்ந்த கடைப்பிடிக்கும் முறைகளை வெளி உலகத்தில் வைத்துக்கொண்டாள். தனித்திருக்கும் பொழுதுகளில் பெண்ணாகச் செயல்படுவாள். அனாருக்குள் இருக்கும் பெண்ணை சகபெண்கள் கண்டு கொண்டார்கள். மாணவர் கூட்டம் இல்லாத ஒரு மத்தியானத்தில், “யேய்... கேசி, இன்னிக்கு மீன் பொரிச்சுக் கொண்டாந்திருக்கேன். சாப்பிடறியாடி?’ என வசந்தி வினவிய பொற்தருணம் நெஞ்சில் நீங்காததாக உறைந்தது - பின்னுள்ள காலத்துக்கெல்லாம் சேர்த்து. நோட்டுகளைப் பரிமாறிக் கொண்டார்கள் அனாரிடம். அவர்களில் யாரேனும் கழிப்பறைக்குச் செல்லும்பொழுது அவர்களுடனே செல்ல மனம் விழையும். கால்கள் இழையும். கட்டுப்படுத்திக் கொள்வாள் அனார்கலி.

பள்ளி இறுதிக் கல்வி முடிந்ததும் அடுத்துள்ள ஆண்டுகளில் கல்லூரிக்குப் போகவில்லை. மூன்றாண்டுகள் கழித்து மின் வாரியத்தில் வேலைசெய்கிற அப்பா இறந்தபொழுது கருணை அடிப்படையில் கேசவுக்கு வேலை கிடைத்தது. வீடுவீடாகப் போய் கணக்கெடுக்கும் அசசர் வேலை.

பணி நிரந்தமானதும் முதல் வேலையாகக் கடன் வாங்கி அக்காவின் திருமணத்தை நடத்தினாள். அவளுக்குப் பிறந்த குழந்தை வாய்மொழி மிழற்றும் பருவத்தில் 'மாமா' என அழைக்கும்பொழுது 'சித்தின்னு கூப்பிடு செல்லம்' எனக் கேட்டுக்கொண்டாள்-ஆளற்ற காலங்களில்.

ரகசிய வேட்பின் உந்துதலால் பெண்கள் கழிவறைக்குச் சென்று வந்தவளை ஏ.ஈ. பார்த்துவிட்டு, 'கேசவன், இது சரியில்ல. உங்களுக்கு மெமோ தரணும்' என்றவரின் அருகில் வந்து மைக்காக ஏங்கிக் கொண்டிருக்கும் கண்களால் பார்த்து, 'நீங்க புதுசா என்ன தண்டனை குடுத்துற முடியும் எனக்கு?' என்றாள்.

'சரி. இன்னி இப்பிடி ஆகாமப் பாத்துக்குங்க... கேர்ஃபுல்...'

அக்காளின் கல்யாணக் கடன் அடைந்ததும் ஒரு நடு நாளாம் புதன்கிழமை ராஜினாமா வைத்தாள். ஊரிலிருந்து காணாமல் போனாள்.

காணாமல் போன அன்று இரவு அவளது பெயர் சேலத்தில் சுஷ்மிதா என்றிருந்தது. இப்போது சேலத்திலோ, விழுப்புரத்திலோ இருக்கக்கூடும். அல்லது பால் மாறும் சிகிச்சைக்காகப் போயிருக்கக்கூடும் அதற்கும் அப்...பால்...

சுயம்பு

வானொலிப் பெட்டியை அவரளவுக்குப் பயன்படுத்தியவர் அந்த வட்டாரத்தில் யாரேனும் இருப்பார்களா என்பது சந்தேகம்தான். மாநிலச் செய்திகள் கேட்கும்பொழுதும் சரி, அகில அளவிலான நானிலச் செய்திகள் கேட்கும்பொழுதும் சரி, மட்ட மத்தியானம் பட்டை உரிக்கும் பனிரெண்டு நாற்பது வெயிலில் மாவட்டச் செய்தி மடல் கேட்கும்பொழுதும் சரி, யாரும் குறுக்கிடாத தூரத்தில் மரத்தடியில் கட்டிலைப்போட்டு அமர்ந்தோ, படுத்திருந்தவாறோ கேட்பார். ஏறக்குறைய மனப்பாடம் பண்ணுகிற அளவுக்குக் கேட்டுக்கொள்வார். அது, அவரது நடவடிக்கைகளின் உயரம், உரம் அவ்வளவுக்கும் காரணமாகும். காலையில் அவர் டீக்கடைக்குப் போகும்பொழுதே மெல்லிய குரலில் யாரோ சொல்கிறார்கள்: 'வக்கீலு வாராப்டி...'

பேப்பரை எடுத்துப் பார்க்கிறார். படங்களைப் பார்க்கிறார்.

யாரோ ஒருவர், 'அந்தப் பக்கத்தில் என்ன நூசு' என்றதும், சின்னச்சாமி பட்டென பதிலடிக்கிறார்:

'ராம் மனோகர் ராவ் யாரோ பொண்ணுக்குப் பட்டம் கொடுக்கிறாப்புல.'

ராம் மனோகர் ராவ் எனப்படுகிறவர், தமிழ்நாட்டின் கவர்னர் என்பது ஒருவருக்குத் தெரிந்திருக்குமானால், இந்திய அரசியல் மற்றும் அமைச்சரவை அறிவில் எப்போதும் விழிப்புடன் இருக்கிறார் என்று அர்த்தம்.

சின்னச்சாமி, பேப்பர் பார்க்கும்போது விதவிதமான கேள்விகள் வருவது தவிர்க்க இயலாததாகும். இருக்காதா பின்னே... படிக்கத் தெரியாத ஒருத்தர் பேப்பரை விரித்துக்கொண்டு உட்கார்ந்தால் யார் சகிப்பார்கள்?

முப்பது வயதுக்குப் பிறகு கலெக்டர் ஆபீசு, தாலுகா ஆபீசு, கோர்ட்டு கச்சேரிகள் - இப்படிப் பலதும் போகவேண்டிய நிலை வந்ததும், கஷ்டப்பட்டு தனது பெயரைக் கையெழுத்தாகப் போடக் கற்றுக்கொண்டார். பெயரில் உள்ளவை தவிரவும், தமிழின் காலாயிர எழுத்துகளில் பத்து முப்பதைக் காலக்கிரமத்தில் கற்றுக்கொண்டார்.

டவுன் பஸ் என்றால் சிவப்பில் எண்கள் போட்டிருக்கும்; தாராபுரம் பேருந்து நிலையத்தில் நிற்கும்பொழுது மூன்றெழுத்து போர்டுடன் வண்டி நின்றால் அது கரூர் அல்லது பழனி வண்டியாக இருக்கும் என்பதுமாதிரியான காரியங்கள் தர்க்கத்தில் அடைபட்டுவிடுவன. பழனி பஸ்ஸையும் கரூர் பஸ்ஸையும் முகப்பைப் பார்க்காமல் ஏறுகிற மூஞ்சிகளை வைத்து அளந்து விடலாம். பழனி பஸ்சுக்கு சாமி வாசம், கரூர் பஸ்சுக்கு சாய வாசம். ஆனாலும், சின்னச்சாமியின் காரண காரிய அறிவும் அதன்பாற்பட்ட கிரகித்தல் திறனும் சற்று மேம்பட்டதுதான்.

'இவரெல்லாம் படிச்சிருந்தா என்னதே ஆகியிருக்கும்னு தெரியல' எனப் பலராலும் வியக்கப்பட்டார் அவர்.

திண்ணைப் பள்ளிக்கூடத்தில் தகப்பனார் கொண்டுபோய் விட்ட இரண்டு மணி நேரத்தில் ஏழு வயதினனாக இருந்த சின்னு வீடு திரும்பிவிட்டார்.

"ஏண்டா?' என்று கேட்டதற்கு, 'வாத்தியாரு பணக்காரங்க வீட்டுப் பையன்னா ஒருமாதிரி நடந்துக்கறாரு. மத்தவங்கன்னா ஒருமாதிரி நடத்தறாரு' எனப் பதில் தந்தார்.

பையனின் அறஉணர்ச்சியை எண்ணி அப்பா இறும்பூதெய்தினார். சின்னச்சாமி காடு மேட்டில் அலைந்து பாடுபட்டுக்கொண்டு, இருபது வயது ஆனபொழுது வீட்டுக்கு ரேடியோ வந்து அவரது பன்முக அறிவுச்சேகரம் தொடங்கியது. இருபத்தைந்து வயதில் மனைவி வந்தபொழுது அதில் சற்று மந்தகதி வாய்த்தாலும் முப்பது வயதில் மீண்டும் புத்துயிர்ப்படைந்தது. அதற்குக் காரணம், பக்கத்துத் தோட்டத்துப் பங்காளியுடன் பொலித் தகராறுக்கு கோர்ட்டுக்குப் போனதுதான்.

அந்த கேசில் ஜெயித்துக் காட்டியபின் அவருக்குக் கட்சிக்காரர்கள் அதிகமானார்கள். யார் கோர்ட்டுக்குப் போவதாயிருந்தாலும் முதலில் சின்னச்சாமியை ஆலோசனை கேட்க வருவார்கள். இரண்டு தரப்பாரும் வருவதுமாதிரியிருந்தால், 'முதல்ல அவன்தானப்பா என்னையத் தேடிவந்தான். என் சப்போர்ட் அவனுக்குத்தான்' என்று கூறிவிட்டு, அந்தத் தரப்புக்கு ஆலோசகராக மாறிவிடுவார்.

என்ன வகை கேசுக்கு யாரிடம் போகலாம் என்பதைத் தெளிவாகக் கணித்துக் கூறுவார். அவரது வழிகாட்டுதல்படி சென்றால், கேசு ஜெயம்தான் என்று ஊருக்குள் ஒரு நம்பிக்கை உலவி வந்தது.

சின்னச்சாமியைப் பார்த்தால் படிக்காதவர் என்று சொல்ல முடியாது. அந்தக் காலத்து பி.ஏ.,' என்று சொல்கிறமாதிரித்தான் இருப்பார். தோரணைக்கு வாகாக, ராஜபார்ட் ரங்கதுரை சிவாஜி மாதிரி முடி அமைப்பு. கொஞ்சம் பெரிய கன்னங்கள், கண்கள். தும்பைப்பூ வெள்ளையில் நெருப்பும் இரும்பும் இஸ்திரியில் கலந்து உதவிய கத்திக் கோட்டு மடிப்புகளுடன் காணப்படுவார்.

கோர்ட்டு சம்பந்தமான சில வார்த்தைகளை ஆங்கிலத்தில் மிக ஸ்டெயிலாக உச்சரிப்பார். (பாதிப்பு: படம் கௌரவம், வேடம்-பூர்ணம் விஸ்வநாதன்)

கவர்மென்ட் வக்கீல் என்று சொல்லமாட்டார். 'பப்ளிக் பிரா சிகியூட்டர்' என்றுதான் சொல்லுவார். அந்த ஊருக்கு அதுவே அதிகம். போதாததற்கு யாரோ ஒருவருடைய வழக்குக்காக ஏழெட்டு அல்லக்கைகளில் ஒருவராக சென்னை உயர்நீதிமன்றம் வரை போய்ப் பார்த்துவிட்டார்.

'முதல்ல ஹேபியஸ் கார்பஸ் ஏற்பாடு பண்ணு!' என்றோ, 'எம். எல்.ஏ. ஆஸ்டல்ல நம்மாளு ரூம்ல தங்கீட்டு கார்ல போயிரு, இல்லீனா, பாம்குரோவ் பக்கத்துல எங்காவது தங்கீட்டு பன்னெண்டு பீ பஸ்சுல போ' என்றோ, எல்லாவித கார்பஸ் ஐடியாக்களையும் உச்சநீதிமன்ற அளவுக்கு அவரால் வழங்கமுடியும். அவரது லிமிட் என்னவோ, பண்டு சித்ராவுத்தன்பாளைய கிராமச் சாவடியாக அறியப்பட்ட தாராபுரம் கோர்ட்டு வளாகங்களும் தாலுக்காபீசும்தான்.

ஊரிலிருந்து (பழைய) ஆங்கில நாளிதழ் அல்லது (எக்கனாமிக் அண்டு பொலிட்டிக்கல் வீக்லி; படங்கள் இல்லாத) புத்தகத்தைக் கையில் பிடித்துக்கொண்டு பேருந்து ஏறுகிறாரென்றால் கோர்ட்டு வேலையாகப் போகிறார் என அர்த்தம். உணவும் வண்டிச் சத்தமும் பார்ட்டியார் தந்துவிடுவார்கள். மற்றபடியும், மேற்படியுமான உல்லாசச் செலவுகள் எதையும் அவர் வைத்துக்கொள்வதில்லை என்பது வாதிகள் அல்லது பிரதிவாதிகள் அவரை விரும்பக் காரணமான அம்சம்.

தாரை பிஷப் தார்ப் கல்லூரியில் படிக்குமொரு மாணவன் பக்கத்து சீட்டில் அமர்ந்து பயணித்தவன், 'எதுக்குங்கய்யா இவ்வளவு பழைய புக்க வச்சிக்கிட்டு இருக்கறீங்க. சூ காட்டறீங்களா?' என வினவவும், அவனது துடுக்கில் ஒரு கணம் திடுக்கியவர் உடனடியாகச் சொன்னார்:

'இல்லப்பா, இதுல போபர்ஸ் பத்தி இருக்குது. அதுக்கும் இப்ப நடக்கிற ஊழலுக்கும் ஒப்பிட்டுப் பாக்கணுமல்ல... அதுதான்

எடுத்தாந்தேன்' என்றார். எல்லாக் காலத்திலும் ஊழல்கள் நடக்கின்றன. பையன் மூச்சுவிட்டானே தவிர பேச்சு விடவில்லை.

கவர்மென்ட் ஆபீசுகள் சமாச்சாரங்கள் அவ்வளவும் எப்போதும் ஒண்ணத் தொட்டு ஒண்ணுதான். ஆகவே, கிரயம் எழுதுகிற நாட்களில் சின்னச்சாமி கட்டாயம் தேவைப்படுவார்.

கிராமத்தில் என்னென்ன கால நம்பர் - சர்வே நம்பர் யாருடையது, அவை கையும் கலப்பையும் மாறிய விவரங்கள், கரண்டு சர்வீசு எண்கள் அவ்வளவையும் மனதுக்குள் வைத்திருந்து தேவைப்பட்டால் நுனி நாக்குக்குக் கொண்டுவருவார்.

யாராவது தற்கால விவரசாலிகள், 'அந்த ஆளு எதுக்கு?' எனக் கேள்வி எழுப்பினால், 'நீயே பண்றதுன்னாலும் பண்ணு. ஆனா, ஒரு நடைக்கு ரெண்டு நடை நடக்காமப் பாத்துக்க!' என்கிற பதிலைப் பெறுவார்கள்.

மேற்கு வலையன் தோட்டத்துப் பையன் செல்வராஜுக்கு கல்விக்கடன் வேண்டியிருந்தபோது, 'பெரியப்பா... பெரியப்பா!' என்று அவரிடம் வந்து நின்றான்.

வங்கி மேலாளரைப் போய்ப் பார்த்ததும் அவர் தருவதாகச் சொன்ன தொகை இரண்டு ஆண்டுப் படிப்புக்கே போதுமானதாக இருந்தது.

'அப்புறம்... ரெண்டு வருஷம் திருச்செங்கோட்டுல படிச்சுப் புட்டு அம்போன்னு திரும்பிவந்து மறுபடீ தோட்டத்துல சாணி அள்றதா?'

'நான் அப்படிச் சொல்லுலீங்க அய்யா... பையனோட நிலத்து மதிப்புக்கு அவ்வளவுதான் தரமுடியும்...'

'அப்படி நீங்க தர்றதுன்னா அதுக்குப் பேரு அடமானக் கடன். கல்விக்கடன் அல்ல...'

'வம்பு பண்றதுக்குன்னே வந்துருக்கீங்களா?'

'வந்தது கடன் வாங்கத்தான் வந்தம்னு வச்சுக்கங்க. நீங்க பாத்துக் குடுக்கலீன்னா வம்பு பண்ணவேண்டியது வந்தாலும் வரும்...'

மேலாளர் சம்மதிக்கவில்லை. பையனும் அவரும் சோர்ந்து தளர்ந்து வெளியே வந்தார்கள்.

பையன் அவரிடம், 'இப்பத்திக்கு தர்றத வாங்கிக்கிட்டு சேந்துக் கலாம் பெரியப்பா.... அப்பறம் ரெண்டு வருஷம் முடியறதுக்குள்ள வேற எதாவது பெரட்டிக்கலாம்...'

'நீ சும்மா இருடா. உங்க அப்பனுக்கு என்ன முப்போகமும் வெளயுதுன்னு நெனச்சியா... அவனவன் சும்மா இருந்தா கிறுக்குப் புடிச்சுப் போயிரும்கறதுக்காக வெட்டியா இருக்கமுடியாத பாட்டுக்கு

வெவசாயம் பாத்துக்கிட்டு இருக்கறானுக. இவனொருத்தன்... வெளீல கடன் வாங்கிப் படிச்சா... வேல கெடச்சு அடுத்த அஞ்சு வருஷத்துக்கு நீ கடங்கட்டோணும் பாத்துக்க. கவருமெண்டு தருது, இவனுகளுக்கென்ன... நீ ஒண்ணும் கவலப்படாத, வீட்டுக்குப் போ...' எனப் பையனை அனுப்பிவைத்தார்.

'திண்ணப் பள்ளிக்கூடத்துல இருந்து இன்னிக்கு வரைக்கும் ஒரே மாதிரித்தான் இருக்குது. படிப்பாம் படிப்பு. காசு இருந்தா ஒரு படிப்பு. இல்லீனா ஒரு படிப்பு' என முனகிக்கொண்டே மாவட்டத் தலைநகருக்குப் பேருந்து ஏறினார்.

அடுத்த வாரம் நான்காண்டுக்கான கல்விக்கும் கடனைத் தந்து விடுவதாக மேலாளர் சின்னச்சாமியிடம் கூறினார். செல்வராஜ் சந்தோஷமாகப் படிக்கப்போய் மூணேகாலாவது வருடத்தில் 'வளாக நேர்தேர்வில் பன்னாட்டு நிறுவனம் ஒன்றிற்கு உள்நாட்டில் இருந்தவாறே எலி (Mouse) பிடிக்கும் வேலையில் ஐந்திலக்கச் சம்பளத்திற்குத் தேர்வானான்.

சின்னச்சாமி போதுமான தாள்களுடன் சென்றபோதும் கடன் தராத ஒரு மேலாளர் ஊர் மாறுவதற்கு ஏற்பாடு செய்திருக்கிறார். பக்கத்து ஊர்க்காரர்கள் குடிநீர் வழங்காமல் 'கேட் வால்வ்" போட்டு அடைத்துக்கொள்கிற பிரச்னையை மகஜர் நீதிநாளில் மனு வைத்துத் தீர்த்திருக்கிறார். போராட்டத்துக்குப்பின் வந்த தண்ணீரைக் குடித்துக்கொண்டே, 'ஏப்பா... பக்கத்து ஊர்க்காரனே தண்ணி தர்றதுக்கு இந்தப் போடு போட்டான்னா, காவிரியையும் முல்லைப் பெரியாரையும் பத்தி பேசறதுக்கு என்ன இருக்குது' என்றார். பேசறதுக்கு என்ன இருக்குது எனச் சடைந்து கொண்டாலும் எதைப் பற்றியும் பேசுவதற்கு அவருக்குக் கருத்துகள் உண்டு.

அமெரிக்காவுடனான அணுசக்தி ஒப்பந்தம்பற்றி சின்னச்சாமி கூறுவது இப்படியாக...

'அதென்னப்பா... ஒன் டூ திரி. பேரே நல்லா இல்லியே. மகாபலிச் சக்கரவர்த்திகிட்ட வாமனன் மூணடி நிலம் கேட்ட மாதிரீல இருக்குது. மூணாவது அடியத் தலயிலதான வெச்சான். அமெரிக்காக்காரன்கிட்ட நட்பா இருந்தவங்க கதியை பாத்துக்கிட்டுத்தான இருக்கறம். தலைக்கு வர்ற ஆபத்து தலைப்பாகையோட போயர்ற மாதிரி நம்ம உருமாக் கட்டுன பிரதம மந்திரி பாத்துக்கிட்டாச் சரி...'

தலைவர்கள் பேசுவதைக் கேட்பதற்கு சின்னச்சாமிக்குக் கருவி இருக்கிறது. சின்னச்சாமி பேசுவதை ஒலிபரப்ப தற்சமயம் வானொலி நிலையங்கள் இல்லை.

சந்தேக கேஸ்

'பாயும் புலி' படத்தைப் பார்த்தவர்கள் மறந்திருக்கலாம், மறக்காமலிருக்கலாம். ரஜினிகாந்துக்கும் ராதாவுக்கும் அவ்வப்போது அதைப்பற்றி நினைவு வரலாம். இயக்குனர்கள் கடவுள்களைப் போல என்பதால், வரலாற்றுச் சுவடுகளை மீறி எஸ்.பி.முத்துராமன் முதலில் மறக்கக்கூடும். ஆனால் ராக்கியா வலசு முத்துசாமிக்கு 'பாயும் புலி'யை மறக்கமுடியாது. மூலனூர் முருகன் தியேட்டரில் முதலாவது ஆட்டம் பார்த்துவிட்டு வந்தபொழுது அது நடந்தது.

அவனும் நண்பன் கொங்குராசும் ஆளுக்கொரு சைக்கிளில் வந்திருந்தனர். முத்துசாமி வண்டியைக் கொட்டகை ஸ்டாண்டில் நிறுத்தியிருந்தான். கொங்குராசு சித்தப்பாவின் வீட்டில் நிறுத்தியிருந் தான். அது, இரண்டு கிலோமீட்டர் தள்ளி சான்றோர்பாளையத்தில் இருந்தது. மூலனூரின் கீழமேல் சாலையில், 'ஒரு பத்து நிமிஷம் இரு, நான் போய் சைக்கிள எடுத்துக்கிட்டு வந்திடறேன். அப்புறம் ரெண்டுபேரும் போலாம்' என்று

கொங்குராசு சொல்லிவிட்டு நடந்துசென்றான். 'நானும் வரேன்' என்று தவியாய்த் தவித்து சைக்கிளை தானே அழுத்துவதற்கும் முன்வந்தான் முத்துச்சாமி. 'சொன்னாக் கேளு... நான் நடந்தே போயிட்டு சைக்கிள எடுத்துகிட்டு வந்துடறேன்' என்று கூறிச் சென்றான் கொங்குராசு. ஒரு ஆளைக் கழட்டிவிட்டுவிட்டுப் போகிற சூழல் எல்லோருக்கும் வாய்க்கக்கூடியதே.

ஷட்டர் பூட்டிய ஒரு கடையின் மங்கிய பதினஞ்சு வாட் பல்பின் ஒளியில் முத்துசாமி, மேலான படிக்கட்டு ஒன்றில் சாய்ந்து அமர்ந்தான். வேடிக்கை பார்த்துக்கொண்டே ஏழெட்டு நிமிடம் ஓடியது. மேலான படியிலிருந்து கடையின் புழங்குதளத்தின்மேல் முழங்கையை மடித்து

அமர்ந்து நான்கைந்து நிமிடங்கள் கழிந்தன. ஒருமையாயும் பன்மையாயும் தீர்க்கமுடியாத காலத்தின் அலகொன்றில் கடையின் பித்தளைப்பூட்டு கவர்ந்திழுக்க, அதை ஆராய்ச்சியாளன்போல கையில் தாங்கி, 'நவ் தால் 7 லீவர்ஸ்' என எழுதியதைப் படித்துக்கொண்டிருந்தபோது, பாச்சலூர் போகும் பேருந்தை பின்தொடர்ந்தவாறு சைக்கிளில் வந்த கான்ஸ்டபிள் சுந்தர்ராஜன் அவனைப் பார்த்தார்.

சைக்கிளை ஸ்டாண்ட் போட்டு நிறுத்திவிட்டு, முத்துச்சாமியின் பிடரிப்பக்கம் சட்டைக் காலரைப் பிடித்துத் தூக்கினார். ரவி, அசோக் டெய்லர்ஸ், விகேஎல் - 638111 என, கழுத்துப்பக்கம் எழுதப்பட்ட டெய்லர் லேபிள் ஒரு கொட்டைப்பாக்கு அளவுக்கு கசங்கியது. கொஞ்சம் தள்ளிவிட்ட சுந்தர்ராஜன் வலது கன்னத்தில் அடித்ததில் மூன்று விரல்கள் பதிந்தது. முகம், முகுளம், மூளை அவ்வளவும் கிறுகிறுக்க ஆள் சாய்ந்தான்.

'எந்த ஊருடா?'

'ராக்கியா வலசு சார்...'

'நாலு கிலோமீட்டருக்குள்ள திருடறியா?'

'சார்... படம் பாக்க வந்தனுங்க சார்...'

'என்ன படம்?'

'பாயும் புலி,'

'பாயும் புலி படம் உனக்குப் பூட்டுக்குள்ள ஓடுதா... பூட்டுல என்னமோ ஆராய்ச்சி பண்ணிக்கிட்டிருந்தே?'

'சார், சும்மா பாத்தனுங்க சார்!'

'சும்மா பாக்கறதுக்கு அடுத்தவன் கடையும், பூட்டும்தான் உனக்குக் கிடைச்சுதா?'

'இல்லீங்க... என் ஃப்ரண்டுக்காக வெயிட் பண்ணிக் கிட்டிருந்தேன்...'

'ஓஹோ.... அவன் வந்தா ரெண்டுபேரும் சேந்து பூட்ட உடைக்கலாமுனு இருந்தீங்களா?'

'சார், பத்து மணிக்கு யாராவது பூட்ட ஒடச்சுத் திருடுவாங்களா?'

சுந்தர்ராஜன் இப்போது மறுகன்னத்தில் அறைந்தார். 'அப்படின்னா இப்பப் பாத்து வச்சுக்கிட்டு ஊரு அடங்குனதுக்கு அப்புறம் திருடற பிளானாடா?' முதுகில் வலதுகையை இறக்கியபொழுது கொங்குராசு வந்து சேர்ந்தான். அவனுக்கு சுந்தர்ராஜனைப் பழக்கமிருந்தது. அவன் வந்து விஷயத்தை விளக்கியது மட்டுமல் லாமல், உள்ளூர்க்காரர்கள்

ஓரிருவரை சப்போர்ட்டுக்குக் கூப்பிட்டு அவர்கள் மீண்டு செல்ல வேண்டியதாயிற்று.

அடுத்து அவன் காவல் துறையிடம் அகப்பட்டது உள்ளூரிலேயே. அதுவும் பேருந்துகள் நிற்கிற இடமான உள்ளூர் பஸ் நிறுத்தத்தி லேயேதான். போகிற வருகிற வாகனங்களின் நெம்பர் பிளேட் களைக் கச்சாப்பொருளாக வைத்து, அவ்வூர்த் தறுதலைகளும் திருத்தலைகளும் ஜாக்பாட் என்ற விளையாட்டு விளையாடு வதுண்டு. இது ஒரு 'காசுகட்டி' ஆட்டமாகும் (இந்த விளை யாட்டுப் பற்றி பூரணமாக அறிந்துகொள்ள விருப்பமுடையோர் ராக்கியா வலசு, கன்னிவாடி, அலங்கியம் ஆகிய ஊர்களுக்கு வரவும்). போலீஸ் ஜீப் வந்தபோது அனைவரும் ஓடிவிட, சும்மா வேடிக்கை பார்த்துக்கொண்டிருந்த முத்துசாமி அகப்பட்டுக் கொண்டான். மூலனூர் ஸ்டேஷனுக்குக் கூட்டிப்போய் விட்டார்கள். ஆடுவோர் பெயர்கள் இனிஷியல்களாக குறிக்கப்பட்ட சிகரெட் அட்டையையும் கைப்பற்றியிருந்தார்கள்.

எஸ்.ஐ. டேபிள்மீது கிடந்த அதைக்காட்டி, 'சார் நான் ஆடலைங்க சார். வேண்ணாப் பாருங்க, அதுல 'எம்'முன்னு என் இனிஷியல் போட்டுருக்கான்னு...'

'கம்முன்னு இரு. இது ஆடறவன் சொந்தப் பேருலயா ஆடுவான்?'

கடைசியில் தாராபுரம் சித்ராவுத்தன் பாளைய எல்லையில் அமைந்திருக்கும் கச்சேரியில் துச்ச வழக்குக் (பெட்டி கேஸ்) குற்றத்துக்காக எழுபத்தைந்து ரூபாய் அபராதம் கட்டினான். மீண்டு வந்து கொங்குராசு உள்பட உள்ளூர் நண்பர்களிடம் சொன்னான்.

'தென்ன மரத்துல தேள் கொட்டினா பனை மரத்துல 'நெறி' கட்டறதுன்னா இதுதாண்டா. நீங்க ஆட்டமாட, நான் மாட்டிக் கிட்டேன்...'

அந்தச் சம்பவத்துக்கு அப்புறம் அவனது நடவடிக்கைகளில் குறிப்பிடத்தக்க மாற்றம் வந்தது. அதிலும் குறிப்பாக, காக்கிச் சட்டைகளைப் பார்த்தால் முதற்கண் அவனது கண்கள் இடுங்கிக் கொள்ளும். தோள்கள் குறுகும். தலை அவர்களது திசைக்கு எதிர்ப்புறமாகத் திரும்பும்... இப்படியான அறிகுறிகளோடு அந்த மாதிரியான சமயங்களில் போலீஸ்காரர்கள் கூப்பிட்டால் மட்டும் திரும்பிப்பார்க்கிற தனித்தன்மையும் வந்து சேர்ந்தது. அப்புறம் என்ன... அரவக்குறிச்சி, மூலனூர், வெள்ளகோவில், சின்னதாரா புரம், தாரை, கருவை போன்ற பல நிலையக் காவலர்களிடம் வெவ்வேறு இரவுகளிலும் தருணங்களிலும் அகப்பட்டிருக்கிறான். அப்புறம் யாராவது போனிலோ, நேரிலோ சொல்லி மீட்டுவருவார்கள். முத்துசாமி வெளியூர் போய்விட்டு வந்து பஸ் இறங்குகிற நேரம் உள்ளூர் வாலிபர்களுக்கு எகத்தாளமான நேரம்தான்.

‘என்னடா, நேத்து இன்னிக்கெல்லாம் டேசன்லாம் லீவு விட்டுட்டாங்களா?’

நல்லவேளையாக, இதேவேளைகளில் முத்துசாமியின் சித்தப்பா மகள் ஹேமலதா சீருடைக் காவலியாக தமிழகக் காவல் துறையில் கான்ஸ்டபிளாக சேர்ந்தாள். அவளது பெயரைக் குறிப்பிட்டு எளிமையாக மீண்டுவர ஏதுவாயிற்று.

வெள்ளகோவிலில் அவனும் மற்றுள்ள சிலரும் அய்யப்பன் கோயிலுக்கு மாலை போடுவதற்காகச் சென்றிருந்தார்கள். மறுநாள் எழுந்து குளித்து மாலை போட்டு இருமுடி சூடிக்கொள் வதற்கான திட்டம். முதல் நாள் அந்தச் சம்பவம் நடந்தது. முத்தூர்ச்சாலையில் உள்ள சங்கீதா காம்ப்ளெக்சின் முன்னால் அவன் விருதாவாக நின்றிருந்தான். அவன் முன்னால் ஒரு வேன் நின்றுகொண்டிருந்தது. ஆந்திர ஐயப்ப பக்தர்கள்... ம்ஹூம் ஐயப்பனது ஆந்திர பக்தர்கள். சிலர் அதிலிருந்து இறங்கி கலைமகள் உணவு விடுதிக்குச் சென்றார்கள். சென்றுவிட்டுச் சிறிது கழித்துத் திரும்பிவந்தபொழுது ஏதோ ஒரு பையிலிருந்து துணிமணிகள் உருவிப் போடப்பட்டிருந்ததைப் பார்த்தார்கள். வேனின் கதவு திறந்திருந்தது. பக்கவாட்டில் முத்துசாமி நின்றிருந்தான்.

எது நடக்க வேண்டுமோ அது நடந்தது. கொஞ்சம் கூடுதலாக நடந்தது. அத்தனைபேரும் முத்துசாமியைச் சுற்றி நின்றுகொண்டு சுந்தரத் தெலுங்கில் ஏதேதோ சொல்லி அவனை அந்தரத்தில் ஊஞ்சல் கட்டி ஆடவைத்தார்கள். ரோட்டில் ஏகக்கூட்டம். வடக்காலே கூடவேண்டிய சந்தை அங்கேயே கூடிவிட்டமாதிரி இருந்தது. எத்தனையோ சந்தேகங்களை முத்துசாமி சந்தித்திருந்தாலும் அவனுக்கு இது புதுசு. மொழி தெரியாதநிலையில் விழிபிதுங்கி நின்றான். ஏழுமலைக்கும் சபரிமலைக்கும் இடையில் பழனிமலைப் பிரதேசத்தில் இது நடந்ததால் நல்லவேளையாக முத்துசாமிக்கு அடிவிழவில்லை. அதேநேரம் வெங்கடாசலபதி, அய்யப்பன், அழகன் முருகன் ஆகியோர் அருளால் இரண்டுபேர் வந்து சேர்ந்தார்கள். வெள்ளகோவிலின் புகழ்பெற்ற வனஸ்பதி வியாபாரத்தின் வாயிலாக தெலுங்கு கற்றுவைத்திருந்த கணபதி, அப்புறம் டூத்பேஸ்ட்டைத் தேடிக் கைப்பையைக் கலைத்துப் போட்டிருந்த அல்லூரி சுப்பாராவ், அக்கணமே பிரச்னையிலிருந்து முத்துசாமி மீண்டான்.

மறுநாள் சபரிக்குப் போகிற திட்டத்தை முத்துசாமி கைவிட்டான். சொன்ன பதில் இப்படி.

‘நானே ஒரு ‘ஐயப்பன்தான். பாருங்க... என்னய சந்தேகப் படாதவன் எவனாவது இருக்கறானா?’

விதிவசத்தால் அவன் பிழைப்புத் தேடி ஆந்திராவே போக வேண்டி வந்தது ஒரு கட்டத்தில். நெல்லூர் ஜில்லாவில் நெலட்டூர் பாலெம். அங்கே நான்கு நண்பர்கள் வீடு எடுத்துத் தங்கினார்கள். போர் வண்டி ஓட்டி பூமியைத் துளைக்கிற வேலை. முத்துசாமியும் நண்பர்களும் தங்கியிருந்தது மொட்டைமாடி உள்ள வீடு. மாடிக்குக் கைப்பிடிச் சுவர் உண்டு. அந்தக் கைப்பிடிச் சுவரை அடுத்து கீழாக ஒரு குடிசை இருந்தது. ஆங்கே ஒரு அழகான மனைவியும், மனைவியைச் சந்தேகப்படுகிற அழகான கணவனுமாக தம்பதியினர் வசித்து வந்தனர்.

ஒரு இரவு உறங்குவதற்காக மாடி ஏறிய முத்துசாமி வெயில் காலமே என்று சட்டையைக் கழற்றி மொட்டைமாடியின் கைப்பிடிச் சுவரில் தொங்கவிட்டான். காலரை மட்டும் வெளிப்பக்கம் தொங்கவிடுவதான எண்ணத்தில் அவன் சட்டையைச் சுவரில் போட்டான். விசை அதிகமாகி பாக்கெட் வரை அடுத்த பக்கத்துக்குப் போய் பாக்கெட்டிலிருந்து இருநூறு ரூபாய் பணமும் சில காகிதங்களும் குடிசைக்குப் பக்கத்தில் விழுந்தன. அதை எடுப்பதற்காக வெறும் மேலும், கைலியுமாக இறங்கிக் குடிசைக்கு அருகில் சென்றான். அவன் பணத்தை எடுத்துக்கொண்டு எழுந்து நின்றபோது வெளியே சென்றிருந்த கணவன் அருகில் வந்து நின்றான். உருத்திரங்கண்ணனாக, 'ஏவிட்டாய்யா?' என்றான்.

முத்துசாமி, 'ஏம் லேது' என்றவாறு பணத்தைக் காட்டினான். அவன் அதிர்ச்சியில் உறைந்தான். இத்தனை நாளாக மனைவி சோரம் போகிறாள் என்கிற சந்தேகம்தான் இருந்தது. அவள் விபசாரமே போகிறாளா என்கிற சந்தேகம் தலைதூக்கியது. விறகுக்கட்டை ஒன்றைத் தூக்கிக்கொண்டு வந்து, 'அக்கடனுண்டி ஒச்சி நுவ்வு இக்கட...' என்று ஓங்கியபொழுது நண்பர்கள் வந்திருந்தனர்.

தெலுங்கையும் சுற்றுப்புறத்தையும் பழகி வைத்திருந்ததில் ஒரு அரைமணி நேர விவாதத்தில் பிரச்னை ஒரு முற்றுக்கு வந்தது. மறுநாள் நிம்மதியாகக் குளிக்கப்போனான் முத்துச்சாமி.

முத்துச்சாமி எப்போதும் பாத்ரூமில் சோப்பை வைக்கமாட்டான். குளித்து முடித்துவிட்டு தனது பெட்டிக்கே கொண்டு வந்து விடுவான். குளிக்கப் போகும்போது கவருடன் சோப்பைக் கொண்டு செல்வான். நண்பர்களின் சோப்பைப் போட்டுக் குளித்துவிட்டு கமுக்கமாகக் கமகம என்று வந்துவிடுவான். ஆசைதீரக் குளித்த வனுமில்லை... ஐயந்தீர வாழ்ந்தவனுமில்லை!

மேக வண்ணன்

கோயமுத்தூரில் வண்டி புறப்படலாம் என்பதாக விசில் கொடுத்தார் நடத்துனர் பாண்டியன். அது கோவை யிலிருந்து பொள்ளாச்சி, உடுமலை, ஒட்டன்சத்திரம் மார்க்கமாக திண்டுக்கல் போகிற வண்டி. பேருந்து, நிலையத்திலிருந்து கொஞ்சதூரம் வந்ததும், இரண்டாம் கியரிலிருக்கும்போது கைகாட்டி நிறுத்தித் தாவி ஏறினார்கள் இரண்டுபேர். பேருந்து மேலும் கொஞ்ச தூரம் சென்றதும் கடைசியாக ஏறிய இருவரில் ஒருவன், 'ஏங்க இது பல்லடம் போகுமா... போகாதா?' என பாண்டியனிடம் வினவினான்.

'போகாது. இது பொள்ளாச்சி வழியாப் போற வண்டிங்க...'

'ச்சே... முதல்லயே சொல்லக்கூடாதா?'

'என்ன சொல்லணும்?'

'பல்லடம் போகாதுன்னு சொல்லிருந்தா வேற வண்டில ஏறியிருப்பமல்ல?'

'ஆமா... ஊர்பேரச் சொல்லி பஸ் ஸ்டாண்டுல கத்தறது மட்டும் இல்லாம ஏறுற ஒவ்வொருத்தருகிட்டவும் சொல்லுவம்யா...' என முணுமுணுத்த பாண்டியனை, டிரைவர் சமிக்ஞை ஆரன்மூலம் அருகில் அழைத்தார்.

'தகராறா... பாதில எறங்கிப் போறாங்க ரெண்டுபேரு?'

'அது ராங் நம்பருங்க அண்ணா...'

'ராங் நம்பரா?'

'அது சரிப்பா... அதுக்கு எதுக்கு ராங் நம்பருன்னு சொல்றே?'

‘அது வா... நமக்கு போன் பண்றவங்க பொதுவா பேரக் கேட்டுட்டு, இல்லீனா சொல்லீட்டு அப்பறம் பேசுவாங்க. ஆனா ராங் நம்பர் அப்படிக் கிடையாது...’

‘என்ன பண்ணுவாங்க?’

‘நேரடியா விஷயத்தச் சொல்லுவாங்க. பத்து மூட்ட சக்கரைய அனுப்பிச்சுருட்டுமா... ஏய், ஆறு மாசமாச்சு, அந்த அய்யாயிரம் என்ன ஆச்சு... இப்படித்தான் பேச்சே ஆரம்பிப்பாங்க பாத்துக்கங்க...’

‘சரி, போ... போய் டிக்கெட் போட்டுட்டு வா...’

கடைசி டிக்கெட்டைக் கொடுத்து முடிக்கும்போது ஒத்தக்கால் மண்டபம் நிறுத்தம் வந்திருந்தது. ஏறக்குறைய பேருந்து நிறைந்திருந்தது. பின்னாடி மட்டும் இரண்டு, மூணாள் சீட்டுகளில் ஒன்றில் ஒரு கிழவியும் இன்னொன்றில் நடுத்தர வயதுப் பெண்களும் அமர்ந்திருந்தார்கள். நிறுத்தத்தில் மூன்று வாலிபர்கள் ஏறினார்கள். ஆண்கள் பக்கத்தில் பெண்கள் அமருகிற நிலைக்கு நாடு இன்னும் மாறவில்லை. ஆதலால், அவர்கள் டிக்கெட் வாங்கியதும், பெண்கள் மூவரையும் ஒரே சீட்டில் அமரப் பணிக்குமாறு நடத்துனர் பாண்டியனை வேண்டினார்கள்.

‘பாட்டி! இதா இப்படி வந்து உக்காந்துக்க... இவங்க மூணு பேரும் ஒரே சீட்டுல உக்காந்துக்கட்டும்...’ என்றார் பாண்டியன்.பாட்டி அச்சம், நாணம், பயிர்ப்பு ஆகியவற்றைக் கைகழுவி மடத்தன்மைகளை மட்டுமே மிச்சம் வைத்திருந்தாள்.

‘இதுகள் என் பக்கத்துலயே உக்காரச் சொல்லு. ஒண்ணும் தேஞ்சு போயிற மாட்டேன்.’

‘ரொம்ப நல்லது. நீ ஒரு ஆளு மாறி உக்காந்துக்கிட்டீனா மூணு ஆளுக ஒண்ணா உக்காந்துக்குவாங்கல்ல?’

‘ஏ, இந்த மூணுபேரும் பொறக்கறப்பவே ஒட்டிக்கிட்டே பொறந்தாங்களாக்கும்?’

‘ஆமாமா... தாராபுரம்வழியாப் போறம்னு நெனச்சுட்டாங்க போல இருக்குது. பல்லடம் போகுமுன்னு நெனச்சு ஏறிட்டாங்க... அதுதான்.’

கிழவிவேறு சில அடுக்கு நிலைகளைத் தொடுவதற்குத் தயாராக, முகத்தை இறுக்கமாக வைத்திருந்தாள். பாண்டியன் முன்னால் சீட்டில் உள்ள இரண்டு பெண்களிடம் கேட்டுக்கொண்டார். ‘ஏங்க, நீங்க ரெண்டுபேருமாவது பின்னாடி போய் உக்காந்துக்கங்க...’

அவர்கள் வேண்டாவெறுப்பாகக் கிழவியின் பக்கம் அமர்ந்ததும், ஆண்கள் மூவரும் இருக்கைகளில் அமர்ந்தனர்.

பொள்ளாச்சி பேருந்து நிலையத்திலிருந்து கிளம்பும் முன்னரே வண்டி ஸ்டேண்டிங் கண்டிஷனுக்கு வந்துவிட்டது. பாண்டியன் படிக்கட்டில் நின்று வருகையாளர்களை கவனித்துக் கொண்டிருக்க, வண்டி மெதுவாக வெளிவந்து கொண்டிருந்தது. இரட்டை வேட்டியில் ஒரு தட்டை மட்டும் மடித்துக் கட்டிக்கொண்டு ஒரு ஆள் வந்தார். இசை நிகழ்ச்சிகள் நடத்தும் கண்டக்டர்களைப் போல கைகளை இருபுறமும் ஆட்டிக்கொண்டு வந்தார். சரியான பாதையில் வருகிற அவர், சரியான போதையில் வருகிறவராகவும் இருந்தார்.

கூட்டம் குறைவாக இருந்தால் சமாளித்துக்கொள்ளக்கூடிய ஒன்றுதான் இது. கூட்டம் அதிகமான நாளில் பல சிரமங்களைத் தந்துவிடுவார்கள் என்ற அனுபவ உணர்வில் டிரைவரை வேகமாகப் போகுமாறு இரட்டை விசில் ஊதினார் பாண்டியன். ஊதல் செயலாக மாறுமுன்னரே, போதைக்காரர் கம்பியைத் தொற்றி ஏறி முதலாம் படியில் கால்வைத்துவிட்டார்.

'அண்ணா, இறங்கி அடுத்த வண்டீல வாங்கண்ணா !'

'எதுக்கு? நான் ஏறினா உன் வண்டிக்கு வலிக்குதாமா?'

'அதுக்கில்ல... கூட்டமா இருக்குது. உங்களுக்கு சரிப்படாதுன்னு சொல்லவந்தேன்.'

'அவங்க எல்லாம் நிக்கறமாதிரி நானும் நின்னுட்டுப் போறேன்.'

'அவங்க நிக்கறமாதிரி நீங்க நிக்க முடியாதுங்கண்ணா!'

'என்னை எறக்கிவிட்டுட்டு நீ வண்டி ஓட்டிருவியா? நான் மடத்துக்குளத்துக்காரன் தெரிஞ்சுக்கோ...'

'நான் ஓட்ட மாட்டேன். டிரைவர்தான் ஓட்டுவார்.'

'டாய்...' என்று அவர் ஓலமிடத் தொடங்குகிறபோது, பேருந்து நிலையத்தின் தூரத்தில் யாரையோ பார்த்து பாண்டியன் புன்னகைத்தார். பிறகு தலையை ஆட்டி, 'அண்ணனையா கூப்பிடறீங்க?' என்று முனகியவாறு போதைக்காரரை தொட்டுத் திருப்பி, தூரத்தில் மங்கலான ஒரு உருவத்தைக் காட்டினார்.

'உங்களைத்தான் கூப்பிடறாரு...'

'என்னையா?' என்று மயக்கமும் எதிர்பார்ப்புமாக அந்த ஆள் இறங்கியதும் டிரைவர் வண்டியை வேகமூட்டினார். பாண்டியனிடம் சிரித்துக்கொண்டே, 'இது யாருப்பா?' என்றார்.

'இது எஃப்.எம்.னா. எப்ப பாடுவாங்க, எப்ப பேசுவாங்க, எப்ப நிறுத்துவாங்க.... ஒண்ணும் கண்டுபிடிக்க முடியாது. நல்லவேள,

இன்னிக்கு இந்த மெட்டோட தப்பிச்சம்' என டிக்கெட் கொடுக்க ஆரம்பித்தார்.

உடுமலைப்பேட்டையில் ஏறிய இரண்டுபேர், 'பழனிக்கு டிக்கெட் எவ்வளவு?' என்று கேட்டுவிட்டுக் கொஞ்சதூரம் வந்தபிறகு இறங்கிப் போனார்கள். இப்படியான ஆள்களை என்னசெய்வது எனப் பாண்டியனுக்கு எப்போதும் புரியாது. மெய்யாலுமே டிக்கெட் விலை தெரியாமல் இருக்கிறார்களா? பேருந்தின் அளவுக்குக்கூட காசில்லாமல் அந்த ஊருக்குப்போய் அவர்கள் என்ன செய்யப்போகிறார்கள்? முதன்முதலாக அந்த ஊருக்கு அப்போதுதான் போகிறார்களா? அல்லது டவுன் பஸ்ஸில் போவதற்குப் பதிலாக இப்படிக் கொஞ்சதூரம் பஸ்ஸில் வந்து செலவில்லாமல் இறங்கிக்கொள்கிற தந்திரமா? பலவாறும் நினைந்து உருகுவார்.

அவர்கள் இறங்கிப்போன மறுநிமிடமே அடுத்த வில்லங்கம் வந்து சேர்ந்தது. மடியில் குழந்தையை வைத்திருந்த பெண் ஒருத்தி, குழந்தைக்கு அரை டிக்கெட் எடுக்கும் வயது வரவில்லை என வாதிட்டாள். தாயாரின் முன்னால் ஒரு குழந்தை எப்போதுமே முழுஆளாக வளரமுடியாதுதான். குழந்தையைப் பாண்டியன் நேராக, 'என்ன கண்ணு படிக்கிறே?' என்று கேட்டதற்குக் குழந்தை, 'யு.கே.ஜி' என பதில் தந்துவிட்டது. இப்படி வாயும் மெய்யுமாகப் பிடிபட்டாலும் அம்மா, 'இவன இப்பத்தான் எல்.கே.ஜி. சேத்துவிட்டுருக்குது. மூணு வயசுதான்' என வாதிட்டாள். தாய்ப்பாலும் தாய்ப் பொய்யும் அந்தக் குழந்தைக்குச் சமவிகிதத்தில் வழங்கப்படக்கூடும்.

'நீங்க டிக்கெட் எடுக்கவே வேணாம்மா. ஆனா, செக்கர் வந்து கேட்டா மட்டும் இப்ப சொன்னமாதிரியே மூணு வயசுன்னு சொல்லீருங்க. உங்க குழந்தைனால நான் மெமோ வாங்க வேண்டாம்.'

பழனியில் கூட்டம் நெட்டித்தள்ளி ஏறியது. பழனியின் பேருந்து நெருக்கடிக்கு பிரத்யேகமான காரணம் உண்டு. முருகனைச் சேவிக்க என்று லட்சக்கணக்கானபேர் நடந்தும் வந்துவிடுவார்கள். வந்து முருகனைப் பார்த்ததும் வைராக்யம் வடிந்து விடுவதால், திரும்பச் செல்லும்பொழுது அத்தனைபேரும் பேருந்து ஏறுவார்கள். பின்பு பேருந்துகளின் எண்ணிக்கை போதவில்லை என்ற புலம்பல்களுடன் போய்ச்சேருவார்கள். நடந்துவந்து சேவிக்கிறவர்கள் நடந்தே திரும்பப் போகலாம்தான் அல்லது முருகனாவது ஒவ்வொருவரையும் ஒரு ஸ்பெஷல் டிரிப் மயிலினை அனுப்பி அவரவர் வீடுகளில் விட்டுவிட்டு வரலாம்.

இது தவிரவும், நவபாஷாணத்தில் ஆன சிலை உள்ளதாலோ என்னவோ, ஊருக்கெனச் சில விஷ, விஷமத்தன்மைகளும் உள்ளன. பழனியில் சரியான சில்லரை கொடுத்து டிக்கெட் எடுத்த ஒருவன்

விருப்பாச்சியில் இறங்கும்பொழுது ரொம்ப சாந்தமாக பாண்டியனிடம், 'மீதிக் காசைக் கொடு' என்று கேட்டான்.

'ஆமாய்யா. அம்பது ரூபா கொடுத்தனல்ல...'

ஆள் பட்டவர்த்தனமான மோசடிக்குத் தயாராகிவிட்டான் எனத் தெரிந்தது. இப்படியான ஆட்களையும் மோசடிகளையும் வளரவிட்டால் பிறகு கண்டக்டர்கள் நாளொன்றுக்கு ஆயிரம் ரூபாய் அளவுக்கு நட்டத்துக்கு வேலை செய்யவேண்டிவரும்.

'கொடுத்துட்டேனல்ல' என்றார், பாண்டியன்.

இந்த பதிலுக்குப் பதிலாக அவன் டவுசர், சட்டை அனைத்தின் பாக்கெட்டுகளிலும் இருந்தும் கச்சாத்துகள், காகிதங்களை எடுத்துப் போட்டு, 'நீ மீதி தந்திருந்தா என்கிட்ட இருக்குமல்ல' என்று கேட்டுக் காசில்லாத நிலையை எடுத்து விளக்கினான்.

சண்டை முற்றியபொழுது டிரைவர் எஞ்சினை அணைத்துவிட்டு அருகில் வந்தார். கடைசி அஸ்திரமாக பாண்டியன்,

'சரி. எல்லா டிரிப்பும் என்கூட வா. கடைசியா கணக்குப் பாக்கும்பொழுது அம்பது ரூபா மிச்சமிருந்தா குடுத்துவிடுறேன்...'

'உம்... நல்ல கதையா இருக்குதே. என்னட ஒரு நாள் சம்பாத்தியம் போகுதல்ல?'

'பன்னண்டு மணிக்கு பழனீல ஏறி விருப்பாச்சில எறங்கறவன் என்ன சம்பாதிப்பேனு தெரியாதா?'

'காசும் வேண்டாம்... ஒண்ணும் வேண்டாம். அந்த மீதிக்காச வச்சு நீயே பொழச்சுக்க. உருப்படமாட்டே நீயெல்லாம்' எனச் சபித்துவிட்டு வண்டியிலிருந்து இறங்கிக்கொண்டான். டிரைவர் அவனைத் தாக்கும் தொனியில் நகரவும் பாண்டியன் அவரை ஆற்றுப்படுத்தி, 'போய் வண்டிய எடுங்கண்ணா' எனக் கூறினார்.

வண்டி நகரும்பொழுது இறங்கிய பயணி சத்தமாக, 'நல்லாப் பொழைடா' என்று கத்தினான். 'ஆமா... இந்தக் காசுக்குப் பொள்ளாச்சி ஆனைமலைல, அஞ்சு ஏக்கர் தென்னந்தோப்பு வாங்கப்போறேன்" என மெதுவாகச் சொல்லிக்கொண்டு டிக்கெட்களைக் கொடுத்து இன்வாய்ஸ் எழுத ஆரம்பித்தார்.

ஒட்டன்சத்திரத்தில் ஒரு பயணி, 'கன்னிவாடி போகுமா சார்?' எனக் கேட்டு 'போகும்' என்றதும் ஏறினார். வண்டி சி.எஃப். ஆஸ்பத்திரியைத் தாண்டியபொழுது, "மூலனூருக்கு அடுத்துதான் சார் கன்னிவாடி?' என்றார். உடனடியாக விசிலடித்து வண்டியை நிறுத்தினார் பாண்டியன்.

‘இறங்குங்க சார். நல்லவேள, வண்டி ரொம்பத்தூரம் போறதுக்கு முன்னாடியே கேட்டீங்க. பஸ் ஸ்டாண்டு போயி அங்கிருந்து மூலனூருக்கே பஸ் வரும். அதுல போயிப்போங்க... நாப்பது மைலுக்குள்ள ரெண்டு கன்னிவாடிய வச்சுக்கிட்டு இது ஒரு சிக்கல்’

டிரைவர் பாண்டியனிடம் அலுப்பாக, ‘ஏப்பா இந்த டிரிப் போய்ச் சேருவமா?’ என்றவாறு வண்டியைக் கிளப்பினார். அவர் ஐயுற்றது போலவே செம்பட்டி தாண்டி திண்டுக்கல்லுக்கு 8 கிலோமீட்டருக்கு முன்னதாக வண்டி பஞ்சராகி நின்றது. ஆட்களும் டிரைவரும் துணைக்கு வர 12 நிமிடத்தில் ஸ்டெப்னி மாற்றினார் பாண்டியன். அவர் தனியார் பேருந்து ஒன்று ஓடுகையில் ஐந்து நிமிடத்தில் கழற்றி மாற்றியது இதுவரை போற்றப்படுகிற சாதனையாக இருந்து வருகிறது. திண்டுக்கல்லில் வண்டி நிற்கும்பொழுது திரும்ப டிரிப் எடுக்க ஐந்தே நிமிடங்கள் இருந்தன. இடைவெளியில் தேநீர் அருந்த டிரைவருடன் பாண்டியன் சென்றார்.

தேநீர் அருந்திய பாண்டியனின் உற்சாக முகத்தைக் கண்டு டிரைவர், ‘எத்தனை கூட்டம் வந்தாலும், பிரச்னை வந்தாலும் அசராம இருக்கியேப்பா’ என்றார்.

‘நம்மல்லாம் ஆலைப் பஞ்சுமாதிரி, ஆகாச மேகம்மாதிரி. முதல்ல என்னவா இருந்தம்னு யோசிக்கவே கூடாது, சும்மா போய்க்கிட்டே இருக்கணும். பழய டிரிப்பயே மறந்திரணும். அப்பத்தான் சமாளிக்க முடியும்.’

‘யோகா, கீகா பண்றயா?’

“அதெல்லாம் இல்லண்ணா. நம்ம யோகமே இவ்வளவுதான்னு நெனச்சுக்கறதுதான். வாங்க, வண்டிய எடுங்க.’

வண்டி மேற்கிலிருந்து ஓட ஆரம்பிக்கிறது. மெல்லக் காற்று மேற்கிலிருந்து வீசுகிறது. மேகங்கள் குழுமிக் கருமை செய்கின்றன. காற்றில் ஈரப்பதம் அதிகரிக்கிறது.

பொங்கி வழிபவன்

எங்கள் கிராமத்துக்காரனான சபாபதி, தற்சமயம் வசிப்பது சென்னையில். தாம்பரம், திருமங்கலம், மயிலாப்பூர், வடபழனி - இப்படி எந்த ஒரு இடத்திலும் நள்ளிரவு வாக்கில் ஏதாவது முச்சந்திகளில் நின்றுகொண்டோ, அமர்ந்துகொண்டோ பீர் அருந்தும் உருவம் எதையாவது பார்த்தால் அது சபாபதியாகவும் இருக்கலாம். அது சபாபதிதான் என்று சந்தேகம் வந்தால் அருகில் சென்று சொல்லிப் பாருங்கள்.

'நாங்கள் சினிமா கம்பெனி வைத்திருக்கிறோம். அடுத்த படத்துக்குக் கதாநாயகன் நீங்கள்தான். அகில உலக அழகியும், அருகிலுள்ள அவரக்காய் மாநில அழகியுமாக இரட்டைக் கதாநாயகிகள். தாங்கள் தயாரா?' என்று கேளுங்கள்.

'முடியாது. ஒரு ஸ்டன்டு வாய்ப்பு மட்டும் கொடுங்கள்' என்று பதில் வந்ததென்றால், சந்தேகமே வேண்டாம் அது சபாபதியேதான். அப்படியே கை குலுக்குங்கள். இரும்பால் செய்த முறத்தை உணர்வீர்கள். அவனது ஆசையெல்லாம் கதாநாயகனை ஒரு அடி அடிக்க வேண்டும். பதிலுக்கு நாயகன் எத்தனை அடி வேண்டுமானாலும் அடித்துவிட்டுப் போகட்டும்.

அந்தப் பண்பு அவனது வார்த்தைகளில் தெறிக்கக் காணலாம். யாரைப்பற்றி பேச நேர்ந்தாலும் அடுத்த வரி, 'அவனுக்கு என்ன தெரியும்?' என்பதுமாதிரியே அவனிடமிருந்து வந்து விழும். 'அவன் ஒரு வெத்துவேட்டு' என்பதுமாதிரியே பேசுவான். அவன் யார் யாரை எல்லாம் அப்படிக் குறிப்பிட்டான் என்று சுட்டிக்காட்டுவது இந்திய இறையாண்மைக்குக் குந்தகம் விளைவிப்பதாகும்.

ஊரில் அவனது வன்முறைப் போக்குகள் தாளாமல்தான் தகப்பனார் அவனைச் சென்னைக்கு அனுப்பிவைத்தார்.

க.சீ.சிவகுமார்

கடுமையான கட்டிட வேலை மேற்பார்வைக்கு வந்திருந்தாலும், இரவுகளிலும் தூங்கமாட்டான். தூங்காவிட்டாலும் பரவாயில்லை . அவன் செய்கிற காரியங்கள் சுவாரஸ்யமாக இருக்கும்.

விடியவிடிய ஜாக்கிசான் படமோ, புரூஸ்லி படமோ பார்ப்பான். கார் ரேஸ்கள், வீடியோ கேம்ஸ் ஆடுவான். பொதுவாக, ரத்தம் தோய்ந்த காட்சிகளைப் பார்ப்பதில் கொள்ளை ஆர்வம். அறையில் மற்றவர்கள் தங்கியிருக்கிறார்கள். அவர்களது ராத்திரிகள் தூங்குவதற்காகப் படைக்கப்பட்டவை என்கிற கருணை கொஞ்சமும் இல்லாமல் நடந்துகொள்வான். இதற்காகப் பலமுறை அவன் அறைகளை மாற்ற நேர்ந்திருக்கிறது. பெண்கள் இந்த உலகத்தில் இல்லவே இல்லை என்பதுபோலவும், அவர்கள் கால்காசுக்கும் பிரயோசனமில்லாதவர்கள் என்பதுபோலவும் கருத்துகளைப் பிரயோகிப்பான். இன்னும் அவனுக்குக் கல்யாணம் ஆகவில்லை. அவனது பெண் துவேஷத்துக்கு உதாரணமாக ஒன்றே ஒன்றைக் குறிப்பிட முடியும்.

பத்திரிகை ஆரம்பித்து முப்பது வருடங்களுக்கு மேலாகியும் முப்பதுக்கும் குறைவான பெண்களின் படத்தையே தமது இதழில் வெளியிட்ட பத்திரிகையின் வாசகன் அவன். அந்த முப்பது பெண்களின் பட்டியல் இவ்வகையில் அமைந்தது. மார்கரெட் தாட்சர், இந்திரா காந்தி, மேனகா காந்தி, பெனாசிர் பூட்டோ, சோனியாகாந்தி, கலிதா ஜியா, வசுந்தராராஜே, ராப்ரி தேவி மற்றும் சிலர்.

இரவு பனிரெண்டு மணிக்கும் ஒரு மணிக்கும் நண்பர்கள் வீட்டுக் கதவைத் தட்டுகிறோமே என்கிற பயமில்லாது, அந்தத் தெருவில் நுழைகிறபோதே, 'பாட்சா பாரு... பாட்சா பாரு!' என்கிற மாதிரி நடந்துவந்து, அந்த வேகம் குன்றாமலே படபடவெனத் தட்டுவான் கதவை. அந்த இடிச்சத்தமே அடுத்து வரும் இரவின் உறக்கத்தைக் கெடுக்கப் போதுமானது. அவனது கைகளின் பலம் அப்படிப்பட்டது. இவ்வகைப் பிரச்னைகள் காரணமாகவே எப்போதும் இரண்டு, மூன்று அறைகளில் தங்கி வாழ்கிறமாதிரி "எல்லா பாத்ரூம்களிலும் என் டூத் பிரஷ்' என்று இருந்து வருகிறான்.

அப்படித் தங்கியிருக்கும் அறைகளின் ஈசானிய மூலைகள் அவனுக்குரியவை. அவனுக்குரியவை என்றால் அங்குதான் படுப்பான் என்று அர்த்தமில்லை. பனியன்களைப் போடுவது மட்டும் ஈசானிய மூலையில். பனியன்கள் என்றால் டி-சர்ட்டுகள். கை நுழைக்கும் சந்தின் அளவே, கழுத்து நுழைக்கும் சந்தும் இருக்கும் பனியன்கள்.

ஆறாம்ப்பு, ஏழாம்ப்பு படிக்கையில் துப்பறியும் சங்கர், துப்பறியும் இன்ஸ்பெக்டர் ரமேஷ் ஆகியோர் போட்ட பனியன்களால் பாதிப்படைந்திருந்தான். அந்தவகைப் படக்கதைகள் எதிலும் கதாநாயகர்கள் பனியனைத் துவைக்கிற காட்சிகள் இடம்பெறுவதில்லை.

சபாபதியும் பனியன்களைத் துவைப்ப தில்லை. ஹேங்கரில் தொங்கவிட்டுத் தொங்கவிட்டு அவற்றை மாற்றிமாற்றிப் போட்டுக் கொண்டிருப்பான். ஐந்தாறு மாதங்கள் கழிந்தபிறகு பனியன்களை ஈசானிய மூலையில் வீசிவிட்டு அடுத்த பனியன் வாங்கிவிடுவான். அப்படிப் பனியன்களை வீசியெறிந்து அம்பாரமாக்கியதன்மூலம் கொசுக்களுக்கு புகலிடம் அளித்த புண்ணியவான் ஆகிறான்

அவற்றைத் தூக்கியெறிந்து கொசுக்களிடமிருந்து விடுதலை பெறலாம் என்று அறைவாசிகள் நினைத்தாலும், அவனது வன்முறையை எதிர்த்துக் காரியமாற்றும் மனத்துணிச்சல் பலருக்கும் இருக்காது..

அவனை அன்பினாலோ, ஆதிக்கத்தினாலோ அடக்கியாளுகிற ஆகிருதிகள் யாராவது அந்த அறைக்கு வருகை தருகிற தினங் களில், அவை குப்பைத் தொட்டிக்கு வீசியெறியப்படுவதன் மூலமாக விமோசனம் கிடைக்கும். தற்சமயம் ஓட்டுவது நூறு சி.சி. வாகனம் என்றாலும் அவன் வாழ்வில் இரண்டறக் கலந்து நினைவில் நிற்பது புல்லட்தான், கிராமத்தையும் சுற்றுப்புறத்தையும் கிடுகிடுக்க வைத்தவாறு தினம் நூற்றுக்கணக்கான கிலோமீட்டர்கள் ஓடியது அது. ‘குவா குவா வாத்துகள்’ படத்தில் விஜுசக்ரவர்த்தி, சுலக்‌ஷனாவை அடைவதற்காக வீட்டு உபயோகப் பொருட்களை பைக்கில் கட்டிக்கொண்டு அலைந்ததுபோல், சிலகாலம் சபாபதி பைக்கில் அலைந்தான். அதற்கு வாத்துகள் எதுவும் காரணமல்ல. காடைகளே காரணம். இருபதாயிரம் கோழிகள் வளர்க்கிறமாதிரி அப்பா பண்ணை கட்டிப் போட்டிருந்தார். ஒரு பருவத்தில் பறவை நோய் தாக்கி கோழிகளின் எண்ணிக்கை இரண்டாயிரத்தைத் தொட்டது. இந்த நேரத்தில் வந்ததுதான் காடை வளர்க்கும் யோசனை.

காடைகளை வாங்கிப் போட்டு வளர்த்து, திண்டுக்கல் முதல் கோயமுத்தூர் வரை புல்லட்டில் கொண்டுபோய் விற்றுவிட்டு வருவான். பெட்ரோலால் ஓடவேண்டிய வண்டியைச் சில தொழில்நுட்பத் திருத்தங்களுக்குப் பிறகு டீசலில் ஓடும் வண்டியாக மாற்றியிருந்தான்.

கோயமுத்தூர் - திண்டுக்கல் சாலையில் பல ஒயின்ஸ்களில் அந்த வண்டி நின்றது. வண்டியை நிறுத்திவிட்டு நேராக அடுப்பங் கரைப் பக்கம் போவான்.

‘தினம் எத்தன கோழி ஓடுது?’

‘எத்தனையோ கோழி ஓடுது... ஆடு ஓடுது... மாடு ஓடுது... ஏன், பஸ் கூட ஓடுது.’

இப்படியான உரையாடல் தொடக்கத்துக்குப்பின் மெல்ல மெல்லப் பேச்சுக் கொடுத்து, கோழியைவிட லாபத்திலும் சத்திலும் காடை உயர்ந்தது என எடுத்துக்கூறி தினம் பத்திருப்பது காடைகள்

கழுத்தறுபடுவதற்கான வேலையைச் செய்யவேண்டும். அந்தத் தொழிலில் வாரம் இரண்டு மூவாயிரம் லாபம் வந்ததில் காடைகளின் எண்ணிக்கையை விஸ்தரிக்கும் எண்ணத்துக்கு வந்தான். தன் ஐயாயிரம் காடைக்குஞ்சுகள் வாங்கிப் போட்ட அதேவேளை, 'ஒரு பேட்ச் மட்டும் வளர்த்துக் கொடுங்கள்' என ஒரு ஆசாமி ஐயாயிரம் கோழிகளையும், இன்னொரு ஆசாமி ஆயிரத்து ஐநூறு சேவல் வகை பிராய்லரையும் கொடுத்தனர். கோழி கொடுத்தவர்கள் இருவருக்குமே கோழிகள் என்பன இரை தின்று ஜீவிப்பன என்கிற அறிவு இருந்தமாதிரியே தெரியவில்லை.

சபாபதியிடம் தீவனத்தையும் தரவில்லை. தீவனம் வாங்குவதற் கான பணமும் கொடுக்கவில்லை. காடைகள், கோழிகளுடன் வந்தேறிப் பறவைகளையும் வளர்த்துக் கறியாக்க வேண்டியது நம் பொறுப்பு என்றெண்ணிச் செயல்பட்டான்.

அவனது வன்முறையை ஒரு வரையறைக்குள் அடைத்து முடிவு செய்துவிட முடியாது. முழங்கையில் கொசு உட்கார்ந்தால் அடிக்க மாட்டான். பிறந்த நாள் கொண்டாட மெழுகுவர்த்தி ஊதும் சிறுமி மாதிரி அதை ஊதி அப்புறப்படுத்துவான். 'அதுவும் ஒரு ஜீவன் தானே' என்று வசனம் பேசுவான். அவனது வன்முறைக்களம் மனிதர்கள் சம்பந்தப்பட்டதுதான்.

சபாபதியின் பறவைக் கிட்டங்கி திடீரென வியாபகமாகியதில், வாங்கி வைத்திருந்த தீவனங்கள் ஒரு வாரத்துக்குள் தீர்ந்து போயிற்று. கடன்களும் புரட்ட முடியவில்லை. பக்கத்துத் தோட்டக்காரனிடம் பேசி மக்காச்சோளம் வாங்கி, அதை அரைத்து, மூட்டைகளைக் கொண்டுவந்து அடுக்கினான். காடைகள் கனவளர்ச்சி கண்டிருந்தன. அவ்வளவையும் விற்கவேண்டிய தருணம் வந்துவிட்டது என்பது உறைக்கவும், பண்ணையில் இருந்த லோகநாதனிடம் பராமரிக்கும் பொறுப்பை விட்டுவிட்டு பைக்கை எடுத்துக்கொண்டு கிளம்பினான்.

திண்டுக்கல் வரை பழகிய பாதையில் ஓடிக்கொண்டிருந்த வண்டி, ஆர்டர் பிடிக்கும் ஆர்வத்தில் திடுக்கிடும் திருப்பங்களையும் தூரங்களையும் அடைந்தது. ஐயாயிரம் காடைகளை விற்க அவன் சென்று ஆட்களைச் சந்தித்த ஊர்களில் சிலவற்றின் பெயரை மட்டும் தருவது அவனது வழித்தடத்தைப் புரிந்துகொள்ள உதவும். களியக்காவிளை, திருநெல்வேலி, அருப்புக்கோட்டை, தூத்துக்குடி, திருச்செந்தூர், மதுரை, திருச்சி, உளுந்தூர்பேட்டை, விழுப்புரம், திண்டிவனம், மாமண்டூர், பழவேற்காடு, தாம்பரம்... தமிழ்நாடு தழுவிய அளவில் காடை விற்பனை புரியும் எண்ணம் யாருக்காவது இருந்தால் அவர்கள் போயிருக்கவேண்டிய ரூட்டு அது.

அவனது புல்லட் சளைக்கவில்லை. ஆனால் புள்ளினங்கள் அப்படியல்ல. அவன் திரும்ப கிராமத்துக்கு வந்தபோது அவனது பறவை லோகம் பரலோகத்தை நெருங்கிக்கொண்டிருந்தது. பழைய இடங்களில் கொஞ்சம் காடைகளை விற்று பலவற்றைக் கடனாகக் கொடுத்தான். கோழியினங்களை அந்தந்த ஆட்களுக்கு அனுப்பிவைத்து, காசுக்காகச் சண்டை போட்டான். அவர்களுடன் சண்டை போட நியாயமிருந்தது. ஆனால், லோகநாதனிடம் சண்டை போட்டு அடியும் போட்டான். லோகநாதனின் சாதிக்காரர்கள் அந்த ஊரில் தங்களுக்குள் அடிக்கடி சண்டையிட்டுக் கொண்டிருந்தார்கள். ஆனால் லோகநாதன் அடிபட்ட செய்தி கேட்டு, அனைவரும் அலை ஆழியெனத் திரண்டு சபாபதியின் வீட்டை முற்றுகை இட்டனர். இப்படி இனக்குழு ஒற்றுமைக்குக் காரணமாயிருந்த சபாபதிதான் ஊரைவிட்டுக் கிளம்பவேண்டியதாயிற்று.

'ஏதோ ஒரு கோபத்துல அடிச்சுப்புட்டான். இனி அப்படி நடக்காது. அவன பட்டணத்துக்கே அனுப்பி வச்சிடறேன். போதுமா?' என்று பேசிய தகப்பனார், அவனை சென்னைக்கு அனுப்பினார். சபாபதி யாரிடமும் சண்டை போட்டுத்தான் உறவைத் துண்டிப்பான்.

சினிமாவில் புரடக்ஷன் மேனேஜர் வேலை வாங்கித்தரச் சொல்லிக் கேட்டு, அவர் மறுக்கவும் சண்டையிட்டுப் பிரிந்தான். சுயமுயற்சியிலேயே தரணி பில்டர்ஸில் வேலைக்குச் சேர்ந்து சைட் இன்சார்ஜ் ஆனான். பக்கத்து ஊர்க்காரன் என்பதற்காக 'ரூமுக்கு வா' என்றழைத்ததில் போன வாரத்தில் மூன்று நாட்கள் வடுகநாதனின் ரூமுக்குப்போய் தங்கியிருந்தான். இரவுநேர மதுக்கடை நெரிசலில் ஏற்பட்ட சண்டையில், ஒருத்தன் பீர் பாட்டிலைக் கீழ்ப்பாகத்தில் உடைத்துக்கொண்டு வர, இவன் இரண்டு பாட்டில்களை உடைத்துக்கொண்டு கைக்கொன்றாக நின்றான். பகைவர்கள் பறந்தோடிவிட்டனர்.

'நீ கிட்டே இருந்தா சப்போர்ட்டா இருக்கும்போலத்தான் இருக்குது' என்றான் வடுகநாதன். அவனது அறையின் ஈசானிய மூலையில் ஒரு பனியன் விழுந்தது.

க.சீ.சிவகுமார் 105

தீவ திலகை

'ஊங்கள் கிராமத்துக்காரனான சபாபதி, தற்சமயம் வசிப்பது சென்னையில். தாம்பரம், திருமங்கலம், மயிலாப்பூர், வடபழனி - இப்படி எந்த ஒரு இடத்திலும் நள்ளிரவு வாக்கில் ஏதாவது முச்சந்திகளில் நின்றுகொண்டோ, அமர்ந்துகொண்டோ பீர் அருந்தும் உருவம் எதையாவது பார்த்தால் அது சபாபதியாகவும் இருக்கலாம். அது சபாபதிதான் என்று சந்தேகம் வந்தால் அருகில் சென்று சொல்லிப் பாருங்கள்.

'நாங்கள் சினிமா கம்பெனி வைத்திருக்கிறோம். அடுத்த படத்துக்குக் கதாநாயகன் நீங்கள்தான். அகில உலக அழகியும், அருகிலுள்ள அவரக்காய் மாநில அழகியுமாக இரட்டைக் கதாநாயகிகள். தாங்கள் தயாரா?' என்று கேளுங்கள்.

'முடியாது. ஒரு ஸ்டன்டு வாய்ப்பு மட்டும் கொடுங்கள்' என்று பதில் வந்ததென்றால், சந்தேகமே வேண்டாம் அது சபாபதியேதான். அப்படியே கை குலுக்குங்கள். இரும்பால் செய்த முறத்தை உணர்வீர்கள். அவனது ஆசையெல்லாம் கதாநாயகனை ஒரு அடி அடிக்க வேண்டும். பதிலுக்கு நாயகன் எத்தனை அடி வேண்டுமானாலும் அடித்துவிட்டுப் போகட்டும்.

அந்தப் பண்பு அவனது வார்த்தைகளில் தெறிக்கக் காணலாம். யாரைப்பற்றி பேச நேர்ந்தாலும் அடுத்த வரி, 'அவனுக்கு என்ன தெரியும்?' என்பதுமாதிரியே அவனிடமிருந்து வந்து விழும். 'அவன் ஒரு வெத்துவேட்டு' என்பதுமாதிரியே பேசுவான். அவன் யார் யாரை எல்லாம் அப்படிக் குறிப்பிட்டான் என்று சுட்டிக்காட்டுவது இந்திய இறையாண்மைக்குக் குந்தகம் விளைவிப்பதாகும்.

ஊரில் அவனது வன்முறைப் போக்குகள் தாளாமல்தான் தகப்பனார் அவனைச் சென்னைக்கு அனுப்பிவைத்தார்.

ருக்கு மேற்காலே அந்தப்புரம்; செவ்வந்திப் பூப்பூத்த நந்த வனம்' என்கிற பாடல், அந்த ஊர் இளைஞர்களைப் பொறுத்த அளவில் மிகப் பொருத்தமாக அமைந்தது. ஊரின் மேற்குப் பக்கத்தில்தான் பெண்கள் ராட்டை நூற்கப் போகும் சென்டர் இருந்தது. 'அம்பர் ராட்டை சென்டர்' என அது அழைக்கப்பட்டது. சர்வோதய நூற்புக் கழகத்தின் ஒரு அங்கமாக விளங்கிய அதில் எப்போதும் பத்துக்கும் குறையாத பெண்கள் கற்றும், முப்பதுக்கும் குறையாத பெண்கள் நூற்றும் வந்தனர். காலகாலமாக கம்பு, சோளக் கதிர்களைப் பார்த்துவந்த இனத்தினர் ஆகையால், கம்பங்கதிரின் நீளத்திலும் சோளத்தின் வெள்ளையிலும் நூற்கதிர் களைப் பார்ப்பதற்கு அவர்கள் சளைத்ததில்லை. இது ஆண்கள் கைவிட்ட குடும்பங்களைக்கூட தங்களது நூற்புத்திறனால் சந்தைச் செலவை சரிக்கட்டி, குடும்பத்தையும் கட்டி இழுத்துவந்தனர்.

கோமதி அங்கே நூற்று வந்தாள். பதினெட்டு வயது வயதான பருவமங்கை இவள். இன்னொரு கோமதியும் பதினேழு வயதில் நூற்று வந்ததால் அவள், சின்னக் கோமதி என அழைக்கப்பட்டாள். நெல்லைக்கும் சங்கரன்கோயிலுக்கும் அடுத்தபடியாக, 'கோமதி' எனப் பெயரிடப்பட்டவர்கள் குறிப்பாக, பெண்கள் அதிகம் நிறைந்த ஊரும் சுற்றுப்புறமுமாக அது இருந்தது. அதை உறுதிப்படுத்திக் கொள்ள நினைக்கிறவர்கள், முத்தூர் மேல்நிலைப் பள்ளியில் வருகைப் பதிவேடுகளை எடுத்துப் பார்க்கலாம்.

கோமதி, அந்த சாயங்காலத்தில் நூற்பு மையத்தைவிட்டு வெளிச்சென்ற கொஞ்சநேரத்தில், பெட்டிக்கடையில் இருந்து முத்துராமன் தன்னையே பார்த்துக்கொண்டிருப்பதைப் பார்த்தாள். இலக்கைக் கண்டுவிட்ட ஆந்தையைப் போல விழித்துக் கொண்டிருந்தான் அவன். இன்னும் தொடர்ந்து தான் பார்த்தால் கைகூட அசைப்பான் என்று தோன்றவும், மிரண்டுபோய் விடுவிடு என வீடு போய்ச் சேர்ந்தாள்.

பார்த்த ஒரே கணத்தில் நெய்யைப் போல உருகும்தன்மையும் எரியும் தன்மையும் அவனது பார்வையில் இருந்தது. 'ஏதடா, ஒரு நாளும் இல்லாத திருநாளாய் இருக்கிறதே இது' என நினைத்தாள். அந்த நெய்யில் நேசத்தின் மணம்வேறு கமழ்ந்திருந்தது. விடை அடுத்த நாளுக்குள் கிடைத்துவிட்டது.

அடுத்த நாள் மத்தியானம் உணவுக்குச் சென்றுவிட்டு மீண்டும் மையத்துக்குத் திரும்புகையில் முத்துராமன் அவளை நேரில் பார்த்தான். இருவரும் சந்தித்துப் பேசிக்கொள்ள தடையேது மில்லாதபடி தூரத்துச் சொந்தக்காரனும் முறைகாரனும்தான் அவன்.

'கிடச்சதா?' என்றான். மனசுக்குள்ளாக நாலஞ்சு காதல் கடிதம் கொடுக்கிற சினிமா காட்சிகள் ஓட்டிக்கொண்டிருந்தன. பின்னணி

இசை ஏதும் காதில் கேட்பதை உறுதியாகச் சொல்ல முடியவில்லை. சம்பந்தா சம்பந்தமில்லாமல் ஒரு ஆண்மகன், பெண் ஒருத்தியிடம் இப்படி, 'கிடைத்ததா?' என்று கேட்டால் என்ன ஆகும்? அவளுக்கு ஒன்றும் விளங்கவேயில்லை. பிறகு, அப்பா கூட்டுறவு வங்கியில் கடனுக்கு அலைந்துகொண்டிருந்த விஷயம் நினைவுக்கு வந்தவளாக சந்தோஷத்துடன், 'கிடைச்சது. கிடைச்சது...' என்றாள். தலையை லேசாகச் சாய்த்து நிலத்தைப் பார்த்துவிட்டு அவனுடைய கண்களைப் பார்த்தாள். முத்துராமனில் ஆவல் உலையைப் போலக் கொதித்துக் கொண்டிருந்தது.

பாவம் அவன். நேற்றிலிருந்து கேந்தி புடித்தவன்போல சுற்றிக் கொண்டிருந்தான். இரவுச் சாப்பாடு முடித்து ஒன்றுக்கிருக்க பின்பக்கம் ஓலைக்கூரை வைத்து கட்டப்பட்ட கழிப்பறைக்குப் போனவன் படலைத் திறந்து மூடாமல் அப்படியே நின்றுகொண்டே கழித்தான். வெகுநேரம் போனது. பின்பக்கம் போனவனைக் காணோமே என்று அம்மா வந்து எட்டிப் பார்க்க, இவன் ஆகாசத்தைப் பார்த்துக்கொண்டு நின்றிருந்தான். அவன் அம்மா பலமாக, 'படலச் சாத்துடா' என்றாள்.

சுந்தரத்திடம் சொல்லித்தான் தனது காதல் கடிதத்தை கோமதி யிடம் கொடுக்கச் சொல்லியிருந்தான் முத்துராமன்.

'சரி, நல்ல பதிலச் சொல்லு...'

'நல்ல பதில் என்னத்த சொல்றது. எங்க அப்பாதான சொல்லணும். எப்படியா இருந்தாலும் வருஷந் தவறாம கட்டிடுவோம். அது சரி, நீங்க எதுக்கு ஆபீசர்மாதிரி கேள்வி கேக்கறீங்க? நேத்துல இருந்தே நீங்க சரியில்ல. என்ன ஆச்சுங்க மச்சே உங்களுக்கு?'

திட்டத்தில் எங்கோ பிசகு நடந்துவிட்டதாகப் பொறி தட்டியது முத்துராமனுக்கு. இருந்தாலும் கோமதியிடமே பேசித் தீர்த்துவிடும் எண்ணத்தில், 'நீ கிடச்சுச்சுன்னு சொன்னியே, என்ன அது?' என்றான்.

'கூட்டுறவு சங்கத்துல அப்பாவுக்கு லோன் கிடச்சதச் சொன்னேன். நீங்க கிடச்சுதான்னு எதக் கேட்டீங்க?'

'இல்ல...' எச்சில் விழுங்கினான். 'சுந்தரத்துக்கிட்ட குடுத்து கோம திகிட்டக் குடுத்துடுன்னு சொன்னேன்... ஒரு லெட்டர்...'

கலகலவெனச் சிரித்தாள் கோமதி. 'சரிதான். தெரிஞ்சவரு நேருல எங்கிட்ட குடுத்துருக்கலாமே. அந்த லெட்டர அனேகமா சின்னக் கோமதிகிட்ட குடுத்துருப்பாருன்னு நெனைக்கறேன். இப்பத்தான் ஞாபகம் வருது... காலைல இருந்தே அவ ஒரு மாதிரியாத்தான் இருந்தா... இழை அந்துபோனது தெரியாம ராட்ட நூத்துக்கிட்டு இருந்தா... இப்ப காரணம் புரிஞ்சுபோச்சு!' அவள் சொல்லி முடித்ததும்

முத்துராமன் சுந்தரத்தைத் தேடிப் போனான் ஆவேசமாக. கோமதி, சின்னக் கோமதியைத் தேடிப் போனாள் ஆலோசனையாக.

சின்னக் கோமதியைத் தேடி மையத்துக்குப் போனபோது அவளது பதினாறு கதிர் ராட்டையில் ஐந்தாறு இழைகள் அறுந்தவண்ணம் ஓடிக் கொண்டிருந்தன. முகம் கழுத்தின் மேலிருந்தாலும் பார்வை மோட்டு வளையிலிருந்தது. சுற்றிலும் உள்ள ராட்டைகளின் ரீங்கார இரைச்சல் அவளுக்கு தேவகானமாக ஒலித்துக் கொண்டிருந்தது. கடிதம் தீவிரமாகவே தன் வேலையைக் காட்டிவிட்டது. இலக்கு மாறித் துளைத்த காகிதக் கணை. வருடாண்டு காலம் வாடி வெயிலில் கிடந்த பஞ்சுபோலிருந்திருப்பாள் போலும். போட்டவுடன் பற்றிக் கொண்டது பொல்லாப் பெருநெருப்பு.

அவளைத் தொட்டு மண்ணுலகுக்கு ஈர்த்தாள் கோமதி.

'ராட்டய நிறுத்தீட்டு எங்கூட வெளியே வா!'

வெளியே தூரத்தொரு மரத்தடியில் நிறுத்திவைத்துப் பேசிய பொழுது, சின்னக் கோமதியின் உள்ளக்கிடக்கை பூரணமாகத் தெரிந்தது.

'மணம் முடித்தால் முத்துராமன், இல்லையேல் செத்துருவேன்' என்கிற அளவுக்கே பேசினாள். அவளை மையத்துக்கு அனுப்பிவிட்டு முத்துராமனைப் பார்க்கப் போனாள் கோமதி.

'இனி சின்னக் கோமதி வேற எங்கியும் வாழ்க்கப்பட்டு போனாலும் உங்க நெனப்போடதான் வாழுவாங்க மச்சே. ஒரே லெட்டர்ல ஏகத்துக்கும் முத்திப்போக வச்சுட்டீங்க. நானும் அது நீங்க எனக்கு எழுதுனதுன்னு சொல்லல. அவளக் கட்டிக்கிட்டு சந்தோஷமா குடும்பம் நடத்தற வழியப் பாருங்க...' என்கிறரீதியில் கால் மணிநேரம் பேசவும் முத்துராமன் சின்னக் கோமதியை மணமுடிக்க ஒப்புக்கொண்டான்.

கோமதிக்கு மெய்யாகவே மனதுக்குப் பிடித்திருந்தது நந்தகோபாலைத்தான். நந்தகோபாலுக்கு கோமதியைப் பிடித்திருந்தது. சேர்ந்து ஊர் சுற்றவில்லை, காதல் வசனங்களும் அதிகம் பேசிக்கொண்டதில்லை என்றாலும், 'நீயெல்லாம் இருக்கும்போது நான் எதுக்கு வெளியூர்ல பொண்ணு தேடணும்' என்று சாடைமாடையாக நந்தகோபால் பேசியிருக்கிறான். அவனது நண்பர்கள் பலரும் அவன் கோமதியைத்தான் கட்டப் போகிறான் என்று கல்லுக்கட்டிலும் சினிமா கொட்டகைகளிலும் அவனிருக்கவே பேசியவாறிருந்தனர். அவனும் அதை ஆமோதித்தவாறு இருந்தான்.

கோமதியின் கனவுச்செடி நித்தம் இரவுகளில் கொப்புகளுக்கு வலிக்காமல் பூ பூத்தது. வரவேண்டிய தேனீ வரவேயில்லை. நந்தகோபால் வீட்டுக்கும் சமுதாயத்துக்கும் கட்டுப்பட்ட பிள்ளையாக, அம்பது பவுன்

தங்கம், அம்பதாயிரம் ரொக்கம், பத்துப் பொருத்தம், அரசில்லாத பண்ணயம் என்று பார்த்து வெருச்சினம்பட்டியில் ஒரு பெண்ணைக் கட்டிக் கொண்டான்.

கோமதி வளர்த்த கனவுச்செடியின் பூக்கள் ஆளிலி மூலிகளாக நின்றன.

அடுத்த வருடத்தில் கொல்லத்தில் கந்துக்கடை வைத்திருந்த மோகனரங்கன், கோமதியைப் பெண் பார்த்துச் சகல வீட்டுச் சம்மதத்துடன் நிச்சயதார்த்தம் முடித்தான். நிச்சயதார்த்தத்துக்கும் திருமணத்துக்கும் இடையில் இரண்டு மாத இடைவெளி இருந்தது. முதல் மாதம் முடிவதற்குள் அவன் பைக்கில் லைனுக்குப் போய்க்கொண்டிருந்தபொழுது அந்த விபத்து நடந்தது. ஒரு டெம்போவில் மோதி, வலது கையின் தோள்பட்டை வலது காலின் தொடை ஆகியவை உள்முறிவைச் சந்தித்தன. ஊனமுற்றவன் ஆனான். லைனும் காலி; சேர்த்துவைத்திருந்த சில லட்சம் காசும் ஆஸ்பத்திரியில் காலி. கடைசியில் ஆள் தோள்பட்டையை ஒருச்சாய்த்து விந்திவிந்தி நடந்தான். அங்கம் குறைந்து அழகில்லா ஆண்மகன் ஆனான்.

சுற்றுப்புறமும் பெற்றோரும் திருமணத்தை ரத்து செய்துவிடலாம் என கோமதியிடம் கூறினர். ஆனால், மங்கை விரும்பினாள்.

‘நமக்கு இன்னிக்கு கால், கை நல்லா இருக்குதுன்னு என்ன வேணாலும் பேசறதா... வெத்தலபாக்கு வச்சு, சபைக்கு முன்னாடி வாக்குக் குடுத்துட்டு, இன்னிக்கு வேண்டாம்னா சொல்லுக்கு மரியாத இல்ல. கல்யாணம் முடிஞ்சதுக்கு அப்பறம் இப்படி ஆயிருந்தா யாரு என்ன பண்ணமுடியும்? அவரோடதானுங்கப்பா எனக்குக் கல்யாணம்’ என்றாள் தகப்பனிடம். சொல்லில் விளக்க முடியாத கர்வத்துடனும் ஆன்மாவின் துக்கத்துடனும் அன்றைக்கு அவர் அழுதார்.

திருமணம் முடிந்த சிலநாளில் கோமதியின் ஊருக்கே மோகனரங்கனும் வந்துவிட்டான். தங்கள் வீட்டிலேயே இருக்கச் சொன்ன தந்தையாரிடம் மறுத்துவிட்டு, தனியாக வீடு பார்த்துக் குடிபோனாள் கோமதி. மோகனரங்கன் உட்கார்ந்து வியாபாரம் பார்க்கிறமாதிரி முக்கிய சாலையின் மருங்கில் புளியமர நிழலில் சின்னதாக ஒரு பெட்டிக்கடை.

கோமதி தினமும் ராட்டை நூற்கப் போகிறாள். இப்போது அவளுக்கு இரண்டாம் வகுப்புக்கு படிக்கப் போகிற மகன் உண்டு. மோகனரங்கன் இல்லாத நேரம் அவளிடம் மோகன அம்புகளை எய்து பார்க்கிற ஆடவர்கள் உண்டு.

‘எங்க பையன் ரண்டாவது படிக்கறா... நம்மூட்டுப் பாப்பா என்ன படிக்குதுங்கண்ணா?’ என்பதுபோலப் பேசி, சம்பந்தப்பட நினைக்கிறவர்களின் காமக் குடுவையைக் கவிழச் செய்வாள்.

பஞ்சு பட்டையாவது, பட்டை திரியாவது, திரி நூலாவது, நூல் சிட்டமாவது, சிட்டத்து நூல் தறிக்குப் போய்த் துணியாவது வரை படிநிலைகளை அறிந்தவள் அவள். நூற்பு மையத்துக்குப் போகிற வழியில் எப்போதாகிலும் எதிர்ப்படுகிற முத்துராமன் கேட்பான்: 'நல்லா இருக்கியா கோமு?'

'எனக்கென்ன மச்சே கொறச்சல்? லெட்டர் குடுத்துவிட ஆள் இருக்கும்போது...' என்று சிரிப்பாள்.

முத்துச் சிரிப்பு. கண்ணீர் முத்து.

இரண்டாவது எடிசன்

சமையலறையின் நாற்பது வாட் பல்பு ஃபியூஸ் போய்விட்டது. ரொம்பச் சின்னப்பையனாக இருந்தான் கதிரேசன் அப்போது. அவன் இருக்கும் நேரம் பார்த்து அது, தனது டங்ஸ்டன் இழையை அறுத்திருக்க வேண்டியதில்லை. பல்பு உயிர் விட்டதற்காக அவனது அம்மா வருந்தினாள். பல்பினை கொஞ்சநேரம் ஆராய்ந்த கதிரேசன், அது எரியாமல் போனதற்கான காரணத்தைக் கண்டுபிடித்தான். வண்ணத்துப்பூச்சியின் உணர்கொம்புகள் மாதிரியிருந்த கம்பிகளுக்கு மத்தியில் இருந்த இழை அறுந்து தொங்கியது. பல்பை அப்படியும் இப்படியுமாகத் திருகி டங்ஸ்டன் இழை தொடுத்துக் கொள்ளுமாறு தாஜா செய்தான். ஒட்டிக் கொண்டது. பதவிசாக அதை ஹோல்டரில் மாட்டி சுவிட்சைத் தட்டியபோது எரிந்தது. அவனது அறிவியல் வாழ்வில் அது மறுமலர்ச்சியின் ஒளி...

அன்றைய சந்தை நிலவரத்துக்கு அந்த பல்பு மூன்றரை ரூபாய் பெறுமானம் உடையது. அந்த ரூபாய்க்காக மகிழ்வதைக் காட்டிலும், மகனது செயற்கரிய அறிவுக்காக மகிழ்ந்து, சான்றோன் என உணர்ந்த தாயாக உள்ளம் பூரித்தாள்.

அந்த இரவு கணவன் சாப்பிடும்பொழுது, 'கதிரு ஒடஞ்ச பல்ப ஒட்ட வச்சான் தெரியுமுங்களா?' என்றாள். கதிர், தன் சிறியவாழ்வில் அறிவியலில் கண்ணாடிப் பொருட்களும் காந்தமும் மிக முக்கியமானவை எனக் கண்டான். பள்ளிக்கூட நேரமும் சாப்பாட்டு நேரமும் போக, ஒரு லென்சும் காந்தக்கல் ஒன்றுமாக அலைந்தான். அவனது அந்த இரண்டு பொருட்களும் காகிதத்தையும் துணையாகக் கோரின.

காந்தக் கல்லை, ஒரு டஜன் கோலிக் குண்டுகளையும் ஒரு சோடாக் குண்டையும் (குணசுந்தரி சோடா கம்பெனி- மூலனூர்) ஈடாகக் கொடுத்து, அஞ்சாம் வகுப்பு செல்வகுமாரிடம் வாங்கினான். லென்சை வெள்ளிக்கிழமை சந்தையில் பேட்டரி, குடை ரிப்பேருடன் சூரி போன்ற ஐட்டங்களையும் விற்கிற, வெண்தாடி பாய், அரவை முகமது உல்ஹக் ராவுத்தரிடம் வாங்கினான். வாதரக்காச்சி மரத்தைத் தாண்டி வந்த சூரிய ஒளியை லென்சில் குவித்து வடிகட்டி, ஒரு வெண்தாள் வெந்து புகையுமாறு டெமான்ஸ்ட்ரேஷன் காட்டி, பாய் ஒண்ணரை ரூபாய்க்கு விற்றார். அன்று எரிந்த தீ ஒரு அறிவியல் சுடர் என்பது சீக்கிரமே ஒரு பகல் வெளிச்சத்தில் வெளிச்சத்துக்கு வந்தது.

இதில் காந்தம் அவனது மண் தொடர்பையும், லென்சு ஆகாசத் தொடர்பையும் அதிகப்படுத்தியது. பாடப் புத்தகங்களில் தேவையற்ற பகுதிகள் என பலவற்றை அவனே முடிவுசெய்து கிழித்தெடுத்தான். காந்தக் கல்லை மண் கண்ட இடமெல்லாம் புரட்டி எடுப்பான். இரும்புக் குணமுள்ள துகள்கள் அதில் ஒட்டியபிறகு, பேப்பரைக் கொண்டு துடைத்து சேகரிப்பான். சேகரித்து தெளிவாகக் கொழித்த இரும்பின் தாதுக்களை காகிதத்தின் மேற்புறத்தில் போட்டு அடியில் காந்தத்தை வைத்து நிரடுவான். மேலுள்ளவை முள்ளெலிக் கிளர்ச்சிகொண்டு அலைவதை, பையன்களுக்கு வேடிக்கை காட்டுவான். அப்புறம் காகிதத்தில் சேர்ந்த இரும்புத் துகள்களை ஒரு சட்டியில் சேகரித்தான். அந்தக் காந்தத்தினால் கவரப்பட்ட இரும்பு மண்ணுக்கு உத்தரவாதமாகத் துப்பாக்கியின் நிறம் இருந்ததால், பிற்பாடு அதை உருக்கி ஒரு துப்பாக்கி செய்வது பற்றி அவனுக்குக் கனவுத் திட்டங்கள் தூங்குவதற்குமுன் வந்தன.

இப்படியான நாளில் சமையலறை பல்பு மறுபடியும் ஃபியூஸ் போனது. இம்முறை ஒட்டவைப்பதற்கு வாய்ப்புத் தராமல் வெட்டிப் போட்ட நகத் துணுக்குகள்மாதிரி பல்பின் அடிப்பக்கத்தில் டங்ஸ்டன் இழையின் துண்டுண்ட பாகங்கள் கிடந்தன.

‘கதி ரூ, பல்புக்கு என்ன ஆச்சுன்னு பார்றா!’ என பல்புக்கு டாக்டராக அவனை அம்மா நியமித்தாள்.

பல்பைத் திருப்பும் முயற்சிகள் பலனளிக்கவில்லை. தோல்வியை ஒப்புக்கொள்ள அவன் தயாராக இல்லை. யாரும் பாராத இடத்துக்கு அதைத் தூக்கிப் போனான். ஓரங்குல நீளமுள்ள அலுமினிய மேற்பரப்பைக் கழற்றி, கீழுள்ள இழையை ஒட்டவைத்துத் திரும்பவும் மேல்மூடியை மூடிவிடுவது அவன் திட்டம்.

பல்புகளின் கண்ணாடி உருண்டைப் பரப்புக்குள் மந்த வாயுக்கள் அடைக்கப்பட்டுள்ளன என்பதையும், அந்த வாயு வினையாற்றாத

அப்பாவியாக இருப்பதால்தான் உள்ளிருக்கும் இழைகள் நீண்ட காலம் தாக்குப் பிடிக்கின்றன என்கிற உண்மையும் அப்போது அவனுக்குக் கற்பிக்கப்பட்டிருக்கவில்லை. கண்ணாடிப் பகுதியை வெளியே கழற்றும் முயற்சியில் பிசகு தட்டியதன்மூலம் இடது கை பழுதடைந்தது. கண்ணாடி கையில் ஏறியதற்கு மந்த வாயுக்கள் பொறுப்பல்ல. உள்ளங்கையின் குரு மேடு பகுதி கிழிந்து ரத்தமாகக் கொட்டியது. வீட்டுக்கு ஓடி வந்தான்.

'ஏங்க, கதிரு கைய வெட்டிக்கிட்டான்...' என்று கணவனைப் பார்த்து அம்மா கத்தினாள்.

"ம்... ஒருக்கா ஓட்டுனான். இப்ப வெட்டுனானா...' என்றவாறு அவர் மருத்துவமனைக்குப் போகத் தயாரானார். கை சரியாவதற்குள் முத்து, கனகராஜ், குணசேகரன், மலர்விழி சந்திரசேகரன் என அந்தப் பகுதியில் உள்ள அவ்வளவு மருத்துவர்களையும் பார்க்க வேண்டியதாயிற்று. கடைசியாக, உள்ளங்கையில் அடிபட்டுக் கசங்கிய பூரான்மாதிரி, அறிவியல் தழும்பு ஒன்று மிஞ்சியது.

வீட்டுக்கு வந்து பல்புகள் சம்பந்தமான சாகசங்களை மேற்கொள்ளாவிட்டாலும் ஆறாம் வகுப்புப் படிக்கிற காலகட்டத்தில் சினிமா ஓட்டும் முயற்சியில் இறங்கினான்.

அப்போது டி.வி. பெட்டி கிராமத்தில் பரவியிருக்கவில்லை. ஆதலால், சினிமா ஓட்டும் மோகம் அவ்வளவு ஊரிலும் யாராவது ஒரு சிறுவனுக்கு இருந்தது.

அந்த ஊர்க்காரர்கள் சினிமாவுக்குப் போகவேண்டுமானால் பக்கத்து ஊர்தான் போகவேண்டும். அந்த ஊருக்குத்தான் படிக்கச் சென்றான் கதிரேசன். அங்கே வகுப்புத் தோழனான உமர் ஃபாருக், இரண்டரை ரூபாய்க்கு ஐநூறு அடி நீளமாவது வருகிற பிக்சர்களையும் அதைச் சுருட்டிவைத்த ரீல் வடிவமே ஆன இருபுறத் தகரமடித்த சிறு உருளையையும் கொடுத்தான்.

அதை வாங்கி வந்ததும் சகவயதுச் சிறுவர்களைத் திரட்டி, வீட்டுக்கு மேற்குப்புறமாக கொட்டகை அமைக்கத் திட்டமிட்டான். கதிரின் அப்பாவும் அம்மாவும் வீட்டிலில்லாத சனிக்கிழமை அது. ஒவ்வொருவரும் வீட்டிலிருந்து போர்வையோ அல்லது வெளி யிலிருந்து திரட்டப்பட்ட ஓலை அல்லது தென்னங்கீற்றையோ கொண்டுவந்திருந்தனர். கிடைத்த கச்சாப் பொருட்களைக் கொண்டு கொட்டகை உருவானது. திரைக்குப் பதிலாக வெள்ளை வேட்டி. எதிர்ப்புறம் ஆபரேட்டர் சைடு. உருளை பிக்சர்கள் உருண்டு மேலேவந்து சுற்றிக்கொள்ள கைத் தயாரிப்பாக உருளை செய்து

வைத்திருந்தான். டார்ச் லைட் தயார், லென்சும் தயார். இப்போது அவன் அறியாதது, தியேட்டர்களில் கார்பன் ஆர்க் என்கிற வெளிச்சத் தூவி செயல்படுவதைத்தான்.

கதிர் ஒற்றை பிக்சரின்மீது ஒளி செலுத்தியபொழுது வெள்ளை வேட்டியில் சித்திரம் உருக்கொண்டது. ஆனால், ரீலைச் சுற்றி விடும்போது ஒரே கலர் கலராக வந்து சிறுவர் குழாமும் அவனும் வண்ணமயமான ஏமாற்றமடைந்தனர்.

கடைசியாக, கயிலாயத்தில் அமர்ந்த சிவனை சில வினாடிகள் காட்டி, தியேட்டர் ஆபரேஷனை அந்த அளவில் நிறைவு செய்தான். அந்தப் படம் 'திருவிளையாடல்.'

கதிரேசனின் அடுத்த திருவிளையாடல், எட்டாவது படிக்கும் பொழுது நடந்தது. கதிரின் வீட்டிலிருந்து வெளிவந்தால் மொங்க நல்லாம்பாளையத்தாரின் ஓட்டல் கடை. தென்னங்கீற்றுகளால் வேயப்பட்ட இடம். நான்காண்டுகளுக்குமுன் வேயப்பட்டுக் கீற்றுகள் கருமை நிறம் கொண்டு, தொட்டால் பொடிகிறநிலையில் காய்ந்து படபடத்திருந்தது. கதிர் நின்றிருந்த வீதிப் பரப்பில் அதிக நடமாட்டமும் இருக்காது. சூரியனை நிலைக் கண்ணாடியில் வாங்கி அதன் மீள்கதிர்களை லென்ஸ்வழியாகக் கீற்று ஒன்றின்மீது கடுகுப்புள்ளியாகச் செலுத்த ஆரம்பித்தான். சூரியன் உலகத்தைக் காக்கிறவனாக இருந்தாலும், அவனுக்கென்று தன் உணர்வு இல்லை அல்லவா! கடுகுப்புள்ளி நொதித்துப் புகைவிட்டுப் பின் தீயாகக் கொதிக்க ஆரம்பித்தது. நிலையில்லாத மேகப் படங்களின் நகர்வுடன், மாம்பழத்தில் தோன்றும் வர்ணங்களுடன் கூடுதலாக நீல நிறமும் சேர்த்துக்கொண்டு ஆட ஆரம்பித்தது. தீப்பற்றி எரிவதை மெய் மறந்து, வாய் மறந்து கண் உறைந்து பார்த்துக்கொண்டே இருந்தான். யாரோ, சோறு சாப்பிட்டுக் கொண்டிருந்தவர் முதுகில் வெப்பம் காய்ச்சித் தாக்கவும் அண்ணாந்து பார்த்துத் திகைத்து ஓலமிட்டார்.

அது மாமாங்கத்துக்கு ஒரு தடவை தீப்பிடிக்கிற ஊர் என்பதால் ஊர் மொத்தமும், கடை முன் திரண்டது. பெரிய சேதமின்றித் தீ அணைக்கப்பட்டது. குச்சியும் தீப்பெட்டியும் இல்லாமல் தீ உருவாக்கிய கதிர், அப்படியே வீட்டுக்குள் சென்று கண்ணாடியை அதனது இடத்திலும் லென்சை மறைவிடத்திலும் வைத்தான்.

தீர்ந்துபோன பேட்டரி செல்லுக்கு உயிரூட்டும் முயற்சியாக அவற்றை வெயிலில் வைப்பதுண்டு. அதற்குப்பிறகு அது சற்றே சக்தி உமிழும் அல்லது உமிழ்வதாக நம்பிக்கை உண்டு. அந்த வெயில் எரிப்பு முடிந்தபின்னும் சக்தி திரட்டுவதற்காக உடைந்த பிளக் பாயின்ட் ஒன்றின் நீட்டிக்கொண்டிருந்த பித்தளை நீட்சியில் பேட்டரி செல்லின் கடலைப்பருப்பு முனையை வைக்கப்போய் விரல்வழியாக

ஒரு ஊசிப் படர்வை மின்சாரமாக உணர்ந்தான். பிறகு, உயிரபாயம் கருதி அந்த முயற்சியைக் கைவிட்டாலும் மின்சாரம் என்பதைத் தன்னால் என்றைக்காவது உருவாக்க முடியும் என்கிற நம்பிக்கை அவனுக்குள் துளிர்விட்டது.

பிளஸ் 2 படிக்கும்போது, அவன் செய்த இரண்டு முயற்சிகளில் ஒன்று மட்டுமே பலனளித்தது. பலனளிக்காத முயற்சி எது வென்றால், சொந்தமாக இரண்டு (வானொலிப்) பெட்டிகள் தயார்செய்து தோட்டத்துக்கும் வீட்டுக்கும் கனெக்ஷன் கொடுக்க முயற்சித்ததுதான். அதன்மூலம் செய்திகளை ஒலிபரப்பிக் கொள்வது அவனது நோக்கமாக இருந்தது.

இரண்டாள் உயர ஆன்டெனா கம்பிகளை வீட்டிலும் தோட்டச் சாலையிலும் கட்டிவைத்தான். அதில் காக்கைகள் அமர்ந்தனவே தவிர, அவன் எதிர்பார்த்த 'பலனின் பதம்' உதிரவில்லை. சரி... இதெல்லாம் டிகிரி படித்துவிட்டுப் பார்த்துக் கொள்ளலாம் என்று விட்டுவிட்டான். பலனளித்த முயற்சி எதுவென்றால், பள்ளிக் கூட ஆய்வுக்கூடத்தில் கந்தக அமிலத்தினை ருசி பார்க்க நாக்கில் விட்டுக்கொண்டு காயமேற்படுத்திக் கொண்டதுதான்.

காரியங்கள் செய்து கை சுட்டுக்கொள்கிறவர்கள் உலகில் இருந்தாலும் 'நாக்கைச் சுட்டுக்கொண்ட' முதல் ஆளாக இவ்விஷயத்தில் அவன் திகழ்ந்தான்.

இந்த அமில வினை காரணமாக, சில நாட்கள் வகுப்பை விட்டதில் இறுதித் தேர்வில் இற்று விழுந்து தோற்றுப் போனான். கல்லூரிப் படிப்பு பலிக்காத கனவாக மனதில் தேங்கியது.

போனவாரம் டாக்டர் கனகராஜ் எம்.பி.பி.எஸ்.ஸை சின்ன தாராபுரம் போய்ப் பார்த்தான். உடலில் ஏதும் நோயில்லை. கையில் ஒரு கருவி இருந்தது.

'சார்! ஒவ்வொரு பேஷன்ட் வரும்போதும் போகும்போதும் கதவைத் திறந்து திறந்து மூடறாங்க. இப்படிக் கதவு அறையை எனர்ஜியில் சேமிச்சு கரன்ட்டா மாத்தறது பத்தி யோசிச்சு இதக் கண்டுபுடிச்சிருக்கேன்' என்றுகூறி, அவரது அறைக் கதவின் கீல் பகுதியில் ஒரு கருவியைப் பொருத்தினான்.

அதில் மின்சாரம் உருவாகாது என்று தெரிந்தாலும், அது என்னதான் ஆகிறது என்று பார்க்க ஊர் ஆவலாகக் காத்திருக்கிறது. இயற்கை கதிரேசன்களைத் தந்தால்தான் தாமஸ் ஆல்வா எடிசனையும் தரமுடியும்.

மந்த வாயுக்களின் திருவிளையாடல்!

பகலுறங்கும் பெருமான்

குமாரசாமிக்கு இருபத்தி எட்டாவது வயதில் திருமணம் நடந்தது. சுற்றமும், மாங்குச்சிகளை நெய்யில் கலந்து எரித்த புகையும் சூழ பார்வதி அவனுக்கு மனைவியானாள். எல்லோரும் சொல்வதுபோல கழுத்தை நீட்டினாள் என்று சொல்வதற்கில்லை. மனிதக் கழுத்துகள் ஒட்டகத்துக்கு இருப்பதுமாதிரி இருப்பதில்லை. ஆகவே, அவன் மாங்கல்யச் சங்கிலியைக் கையில் எடுத்தபொழுது கழுத்தைக் காட்டினாள். கோயமுத்தூரில் ஒரு மத்திய அரசு அலுவலகத்தில் பார்வதிக்கு வேலை. உணவுக்கும் காப்பிக்கும் போக மீந்த மூன்று மணிநேரத்தில் சில பைல்களைப் பார்ப்பாள். அப்புறம் கிராமத்தில் இருந்து வருகிற மனிதர்களுக்கு 'அவரைப் போய்ப் பாருங்க.... இவரைப் போய்ப் பாருங்க' என்று சொல்கிற வேலையைச் செய்துகொண்டு மாதம் பனிரெண்டாயிரத்துக்கும் அதிகமாக வாங்கி வந்தாள்.

அதே கோயமுத்தூரில் வெற்றிகரமான கட்டிட காண்ட்ராக்டர் குமாரசாமி. கல்யாணத்துக்குப் பிறகு இருவரும் வடவள்ளியில் ஒரே வீட்டில் குடியிருந்தனர். நான்கு, ஐந்து ஆண்டுகள் இல்லறத் தேர் குண்டுகுழி இல்லாத பாதையில் சீர்நடை போட்டதில் மூக்கும் முழியுமாக தேன்மொழி என்றொரு மகளும் பிறந்தாள். தம்பதியினர் பிரிந்து வாழ்கிற இப்போதைய நிலைக்கு ஒரு நண்பகல் மத்தியானம்தான் காரணமாக இருந்திருக்கக்கூடும் என்பது நண்பர்கள் சிலர் கூறும் காரணமாயிருக்கிறது.

தேச முக்கியஸ்தர்களும் சாமானிய மனிதர்களைப்போலத்தான் மரித்துப் போகிறார்கள். என்ன தேதியில், எத்தனை மணிக்குச் செத்துப்போவது என்பது அவர்களுக்கும் தெரிவதில்லை. யாரோ ஒரு முக்கியர் மத்தியானத்தில் இறந்துபோனதால் அன்றைக்குப்

பார்வதி அலுவலகத்திலிருந்து ஒரு மணி சுமாருக்கே வீடு திரும்பினாள். வீடு திறந்திருந்தது. பள்ளி சென்ற மகள் வீடு திரும்பியிருக்கவில்லை. குமாரசாமி மட்டும்தான் இருக்கக்கூடும் என எதிர்பார்த்து வீட்டுக்குள் அவள் நுழையப்போகையில், பெண்ணின் காலணி ஒன்றை வாசலில் பார்த்தாள். மேல்வாரில் நகங்களில் பாதியளவு கொண்ட கண்ணாடிகள் பதித்த செருப்பு.

வீட்டினுள் அவள் கண்ட காட்சி... நாம் எதிர்பார்ப்பது போல பெரிய தப்போ அல்லது மிகச் சரியான ஒன்றோ அங்கே நடக்கவில்லை. குமாரசாமியின் கைகளைப் பிடித்துக்கொண்டு நான்கு வீடு தள்ளிக் குடியிருக்கிற கமலாவதி அழுது கொண்டிருந் தாள். பார்வதியைப் பார்த்ததும், 'நான் அப்புறம் வர்றேங்க்கா' என்று கூறிவிட்டு கண்களைத் துடைத்துக்கொண்டு போய்விட்டாள். அந்தக் கண்ணீர்தான் குமாரசாமி - பார்வதியின் அமைதியைத் தேய்க்கும் படையாக வந்து சேர்ந்திருக்க வேண்டும்.

கமலாவதி, தனது கணவனுடன் வசித்துக் கொண்டிருப்பவள்.

'எதுக்கு அவ இங்க வந்து அழுதுட்டுப்போறா?'

'அவங்க குடும்பத்துல ஒரு பிரச்சின... அதச் சொல்லிட்டுப்போறா.'

'குடும்பப் பிரச்னைன்னா, அடுத்த ஆம்பள கையைப் பிடிச்சுக் கிட்டு அழுவாங்களாக்கும்!'

'தொட்டுப் பேசறது ஒரு தப்பா?'

'தொடறதுன்னா... எதுவரையிலும் தொடறதுன்னு ஒரு அளவு இருக்குது. இத்தனை நாள் வந்து போயிக்கிட்டு இருக்கிறா, ஒருநாளும் தொட்டது இல்லையே...'

இப்படித் தொடங்கிய அவளது வாதமானது அடுத்து,

'நான் ஒண்ணும் சராசரிப் பொம்பள இல்ல... அடங்கி ஒடுங்கி நீங்க செய்யறதெல்லாம் சரின்னு அனுசரிச்சுப் போறவ நான் கிடையாது' என்கிற இடங்களை நோக்கிச் சென்றது. அவள் குடும்பவிளக்கு, வீடுபேறு, கொலுசொலி, நங்கை, ராகங்கள், நிரந்தரப் பொட்டுக்காரி போன்ற தொலைக்காட்சித் தொடர்களைத் தொடர்ந்து பார்த்து வந்ததை வசனங்கள்மூலமும் அடுத்து நிகழ்த்திய அன்றாட வாழ்வுச் செயல்பாடுகள்மூலமும் மெய்ப்பித்தாள்.

குமாரசாமிக்கு குடிக்கும் பழக்கம் உண்டு. குடித்தபிறகு வீட்டுக்குப் போய்விடும் நிலையிலான குடியை முன்பு நிகழ்த்தி வந்தவர், இதற்குப்பின் வீட்டுக்குப் போகவேகூடாது என்பதுமாதிரி குடிக்க ஆரம்பித்தார்.

மகள், அப்பாவை வெறுக்க ஆரம்பித்தாள். குமாரசாமி, ராம் நகரில் தனியாக அறை எடுத்துத் தங்க ஆரம்பித்தார். தேன்மொழி அம்மாவுடன் இருந்தாள். எப்போதாவது தனது வீட்டுக்கு அவர் செல்வதுண்டு. அந்த நாட்கள் மிகத் தெளிவாக பொங்கல், தீபாவளி, குமாரசாமியின் சொந்தக் கிராமத்துக் கோயில் திருவிழா ஆகியவற்றுக்கு முந்தைய நாட்களாக இருக்கும். இந்தச் சந்திப்பு எதற்காக என்றால், அந்தப் பண்டிகை நாட்களில் குடும்பமாக இணைந்து கிராமத்துக்கு வருவதற்கான ஏற்பாடேயாகும். பேருந்தில் பேசிக்கொள்ளமாட்டார்கள். அப்படிப் பேசினால், பயணத் திட்டங்கள் அச்சு முறிவதற்கான வாய்ப்பை ஏற்படுத்திவிடும் என்பதை நன்றாக அறிவார்கள். ஊரில் இறங்கி இரண்டுபேரும் ஒரே இடத்தில் இருப்பதுமாதிரியான அசௌகரியங்களைத் தவிர்க்க முயல்வார்கள். ஆனால் இயற்கையின் சதி என்பது எப்பொழுதும் நிழலைப்போலத் தொடர்வது.

இருவரும் பேசத் தொடங்குவது சண்டமாருதங்களை நோக்கிய பயணமாக இருக்கும். எதிர்பாராத தாக்குதல்களை நிகழ்த்தும் பார்வதியின் பழக்கத்தை முன்னிட்டு அவளுக்கு ஊரின் இளைஞர்கள் ‘சுனாமி’ என்று பெயர் வைத்திருந்தனர்.

இதற்காகவே குமாரசாமி, எப்போதும் மிதமான போதையில் இருப்பதுமாதிரி கிராமத்தில் இருக்கிறபோது பார்த்துக் கொள்வார்.

எல்லா வார்த்தைகளும் அதற்கான அர்த்தப்பொதிவை இழந்து ‘ரய ரய ரய...’ என்று மட்டுமே கேட்பதுமாதிரியான ஏற்பாடு அது. அதையும் தாண்டி வார்த்தைகளை கடப்பாரை உறுதியுடன் அவள் கையாண்டபோது, அவளை குமாரசாமி அடித்துவிட்டார்.

‘இந்த வேலையெல்லாம் உங் கொளுந்தியாகிட்ட வச்சுக்கோ’ பதிலுக்கு முழங்கினாள் பார்வதி. குமாரசாமியின் தம்பி வெளிநாடு போய்விட்டார். துபாய். தம்பியின் மனைவி பக்கத்து நகரமான தாராபுரத்தில் தன் மகனுடன் வசித்து வருகிறாள். சின்னதாய் ஒரு டீச்சர் வேலை,

பெரியதாக அம்மாவின் கடமை கொண்டது அவளது இருத்தல். மாதத்தில் இரண்டு ஞாயிற்றுக்கிழமையாவது குமாரசாமி கோயமுத்தூரிலிருந்து வண்டி பிடித்துக்கொண்டு ‘பெரியப்பா’ என விளிக்கும் சின்னப் பையனுக்கு பிஸ்கட்டுகளுடன் காலையில் வந்து விடுவார். கீழைச்சூரியன் மேற்கில் படிகிற வரை அங்கே தங்குவார். பனியன் போட்டுக்கொண்டு கட்டிலில் படுத்திருப்பார். தனது தம்பி மனைவியான மல்லிகாவுக்கு அவர் வழங்கும் அறிவுரைகளின் மிகக் குறுக்கிய பட்டியல் இப்படி இருக்கும்.

‘கண்ட ஆளுககிட்ட சிரிச்சுச் சிரிச்சுப் பேசக்கூடாது. ஸ்டிக்கர் பொட்டு வச்சுக்கோ பரவாயில்லை, ஆனா வட்டப்பொட்டு வய்யி...

பாம்பு, தேள் டிசைனெல்லாம் வேண்டாம். நாலு மணிக்கு ஸ்கூல் விட்டா நாலேகாலுக்காவது வீட்டுக்கு வந்திடம்மா. இவனுக்கு சப்ஜெக்ட் சொல்லிக்கொடுக்கறத விட்டுட்டு நீயும் சீரியல் பாத்துக்கிட்டிருந்தா என்ன அர்த்தம்....'

இப்படி அவர் அறிவுரைத்துக்கொண்டே போக, அவருக்குப் பல்லாயிரம் ஞாயிற்றுக்கிழமைகளுக்கான தேவைகள் இருந்தன. இப்படிப் பகலில் சென்று இருட்டுவதற்குமுன் திரும்ப கோயமுத்தூரிலும் வேறுசில இடங்களிலுமாக மட்டுமே எட்டு வீடுகள் இருந்தன.

இதுதவிர பொதுக்காரியங்களில் தீவிரமான ஈடுபாடு கொண்டவர். எப்போதும் அவரைச் சுற்றி ஆலோசனை கேட்டும், உதவிகள் கேட்டும் இளைஞர் முதல் இறப்புக்குச் சற்று முந்தைய முதியவர்கள் வரை இருப்பார்கள்.

கட்டிட அறிவு, நாட்டு அறிவு, பட்டறிவு அவ்வளவும் அவரிடம் பட்டொளி வீசிப் பறந்துகொண்டிருந்தன. ஒருமுறை, கோயமுத்தூரில் அறியப்பட்ட ரவுடியான டப்பா செந்திலுடன் மதுரை தாண்டித் திருநெல்வேலி போய்க்கொண்டிருந்தபோது, மதுரை ரவுடி ஒருவனுடன் செந்தில் முகைந்து கொண்டான். இருவரும் ரவுடிகள் எனப் பரஸ்பரம் அறிந்து, வார்த்தைகளை தடிக்கவிட்டுக் கொண்டிருக்கும்பொழுது, மதுரை ரவுடி செந்திலிடம், 'கோயமுத்தூரில் உனக்கு யாரைத் தெரியும்?' என்று கேட்டான். இதற்கு பதில்சொல்ல செந்தில் தயங்கியபோது குமாரசாமி சட்டென,

'கோயமுத்தூர்ல இவருக்கு யாரையும் தெரியாது. இவரைத்தான் எல்லாருக்கும் தெரியும்.'

என்றுகூறி, செந்திலின் ரவுடியிஸ வீரியத்தைப் பெருக்கிக் காட்டியதும் மதுரை ரவுடி, ரயில் பெட்டிக்குள் மகுடி கண்ட பாம்பாய் அடங்கினான். சாத்தூரில் மூன்றுபேரும் டீ குடித்தனர். டப்பா செந்திலும் அவனது சைக்கிள் செயின் சகாக்களும் ரவுடித் தொழிலை விட்டுவிட்டு கோயமுத்தூரில் ஹோட்டல் ஒன்றை ஆரம்பித்தனர். அன்னமிடும் கைகளால், காஜா முகமது டைலர் கடையில் காஜா எடுக்கும் ராஜா முகமது, பீர் முகமது டைலர் கடையில் பீர் எடுக்க முடியுமா?

கண்ணம் வைக்க முடியாது என்பதால் அவர்கள் ரவுடித் தொழிலைக் கைவிட வேண்டியதாயிற்று. இரும்புடனான அவர்களது அனுபவம் அரிவாள் ஐட்டங்களில் இருந்து மாறி தோசைக்கல், கரண்டி போன்றவற்றை நோக்கித் திரும்பியது. அதேநேரம் முன்காலத்தில் இவர்களுடன் தெருவில் திரிந்த, சோடா பாட்டில்கள் எறிந்த பழைய ரவுடிகள், பார் மூடிய சமயத்திற்குப் பின் வந்து ஆப்பம் முதல் ஆஃப் பாயில் வரை தின்று ஏப்பம்விட்ட வாயாலேயே கடனும் சொல்லிவிட்டுப் போனார்கள்.

கடன் சொல்வது என்பது, போய்விட்டு வருகிறேன் என்று சொல்வதன் மறுஉருவே தவிர வேறொன்றுமில்லை. கடையைப் புனரமைத்து நிலைநிறுத்துவதற்காக குமாரசாமியிடம் வந்து முன்னாள் ரவுடிகளான இன்னாள் அன்ன 'தாதா'க்கள் ஆலோசனை கேட்டபோது அமைதியாகச் சொன்னார்:

'கடையை மூடுங்கப்பா.'

குமாரசாமியின் குடும்ப விவகாரத்தில் தலையிடுவது அல்லது மூளையைச் செலவழிப்பது என முடிவு செய்கிறவர்கள் நேராக பார்வதியைத்தான் சென்று பார்ப்பார்கள். குமாரசாமியை எதிர்கொள்ள அவர்களுக்கு சக்தி போதாது. பார்வதியிடம் சென்று இருவரது இணைவைப்பற்றிப் பேசினால், குமாரசாமி இன்னின்னாருடன் கூடிக் குலவுகிறார் என்று நெடிய பட்டியலைத் தருவாள். குமாரசாமியைப் பொறுத்தமட்டில், பல வீடுகளுக்கு சென்றுவருகிறார். அவர்களுக்கு ஒத்தாசையாக இருக்கிறார். ஆலோசனைகள் வழங்குகிறார். நிமிர்ந்த தலையுடன் பகலில் செல்கிறார். பொழுது சாயும்பொழுதோ, அதற்கு முன்னமேயோ நிமிர்ந்த தலையுடனே வெளியேறிவிடுகிறார் என்பதற்கு அதிகமாக, பிராது சொல்லும்படியான பிடிபடுதல்கள் அவர் வாழ்வில் நடந்திருக்கவில்லை .

பார்வதி குற்றப்படுத்தும் கேள்விகளில் தலையாயதாக ஒரு கேள்வியை ஆணித்தரமாகக் கேட்கிறாள்.

'இந்த ஆளு பகல்பூரா போய்ப் படுத்துத் தூங்கறானே. அத்தனையும் ஆம்பளை இல்லாத வீடு. ஆம்பளைக இருக்கிற ஒரு வீட்டுக்காவது இந்த ஆள் போறானான்னு மட்டும் சொல்லுங்க...'

குமாரசாமியின் பிரிந்து வாழுகிற குழந்தையையும் மனைவியையும் இணைத்து வைக்க மண்ணில் இதுவரை யாரும் உதிக்கவில்லை. ஏனெனில், குமாரசாமிக்கு ஊரில் பெயர் 'சிறந்த ஆலோசகர்.'

மரத்தடி மாவீரன்

எப்போதாவது தப்பினாற்போல் ஓடும் உப்பாற்றங்கரையில் இருக்கிறது அந்த ஊர். கடல்களுக்குக்கூட உப்புக்கடல் என்று பெயர் வைப்பதில்லை. ஆற்றுக்கு உப்பாறு என்று பெயர் வாய்த்திருப்பதும் அதிசயம்தான். ஆனால், அதில் அதிசயிக்கவும் முடியாதபடிக்கு அதன் கரையில் அநேக கிணறுகள் உப்புச்சுவை பெற்று விளங்குகின்றன.

பாலக்காட்டுக் கணவாய்வழியாக அந்த ஊருக்குக் காற்று வீசுவதுண்டு. ஊரில் அடிக்கும் காற்றில் உப்புச்சுவை தென்பட்டதில்லை. கடும் காற்று, ஊன்றி வருகின்ற கைத்தடியைக் கிழித்துக்கொண்டு ஊளையிட, வீட்டிலிருந்து மெதுமெதுவாக நடந்து பின் ஊர்த் தலைவாசலுக்கு வருகிறார் ரத்தினவேல். தலைவாசல் என்பது கன்னியாத்தா கோயில் முன்புள்ள மூன்று படிக்கட்டுகள்தான். வெள்ளைப்பூச்சுக் காணாத அந்த சிமெண்டுப் பூச்சின் கலிதீர்க்க, சுற்றிலும் சுண்ணாம்பு தடவிய தடங்களும் பீடியைத் தீய்த்து அவித்த தடயங்களும் உள்ளன. கீழ்ப்படிமேல் தனது கைத்தடியைச் சாய்த்துவிட்டு இடுப்பை ஓரித்து அமர்கிறார். மூன்றேகால் அடி மதிப்பிடத்தக்க கைத்தடியின் மேல்பக்கம் பல காலம் போர்ப்பயிற்சி உடைய கைப்பிடி போல பளபளத்திருந்தது. ஆகவே, அவரை 'மரத்தடி மாவீரன்' என்றும் அழைக்கலாம் என்றாலும் கைத்தடி மூங்கிலால் செய்யப்பட்டது என்பதால் அழைக்க முடியாது. மூங்கில் புல் வகையைச் சேர்ந்தது. ஆனால், ரத்தினவேல் புல் வகையினரோ, நாணல் வகையினரோ அல்ல... வைரம் பாய்ந்த மரம்.

மெதுவாக ஒரு பீடியை எடுத்துப் பற்றவைக்கிறார். ஒருநாள் விழுந்துவைத்துப் பக்கவாதம் தாக்குவது வரை சிகரெட்தான் ஊதி வந்தார். இப்பொழுது நிதி நிலைமை இடம் தராததால் பீடி.

பக்தவச்சலம் காலத்தில் உப்பாறு அணைக்கட்டு வேலை நடந்தபொழுது சிகரெட் பிடித்துப் பழகியவர். தொப்பிக்கார சிகரெட் அப்போது ஒரு பைசாவுக்கு விற்றுக்கொண்டிருந்தது. ஆட்டக்காசும் ஒரு பைசாதான். மேஸ்திரிகள், பொறியாளர்கள் என அந்த ஆட்டத்துக்குக் கூட்டம் சேரும். ரத்தினவேலிடம் இதுவரை சீட்டாடிய வரலாற்றில் லாபமா, நட்டமா என்று கேட்டால், 'லாபமுமில்லை நட்டமுமில்லை... சிகரட்டுக் குடிச்சுப் பழகியதுதான் மிச்சம்' என்கிறவர் கூடுதலாக, 'மூன்று மகள்களுக்கும் ஒரு மகனுக்கும் திருமணம் செய்துவைத்ததெல்லாம் தோட்டங்களை குத்தகைக்குப் போட்டதன்மூலம்தான்' என்கிறார்.

சிகரெட் ஐம்பது காசுக்கு விற்றுக்கொண்டிருந்தபொழுது காய்ச்சல் காரணமாக அவர் துரைசாமி டாக்டரிடம் போக வேண்டியிருந்தது. ஊசி போட்டு, மருந்து எழுதிக் கொடுத்தபோது ரத்தினவேலின் மனைவி டாக்டரிடம், 'இவரு மானாங்கண்ணியா சிகரட்டு குடிக்கறாருங்க... நீங்க பாத்துச் சொல்லுங்க' என்று வேண்டுகோள் விட்டாள்.

டாக்டர், அவருக்கு புகைத் தீமையை எடுத்தியம்பும்பொருட்டு, 'ஒரு சிகரெட்டுங்கறது அஞ்சு பீடிக்குச் சமம். தெரியுமா உங்களுக்கு?' என்றார்.

ரத்தினவேல் நொடியும் தாமதிக்காமல், 'ஆமாங்க சார்...' என்றார். டாக்டர் கடுப்பாகி, 'சரி, கிளம்புங்க' என்றார்.

மருத்துவமனையிலிருந்து வெளியே வந்ததும் மனைவி, 'ஏய்யா... ஒரு டாக்டர்கிட்ட இப்படித்தேம் பேசுவியா?' எனக் கடிந்தாள்.

'அட, நான் என்ன சொல்லிப்புட்டேன். ஒரு சிகரெட்டு அம்பதுகாசு. ஒரு பீடி பத்துக்காசு. அஞ்சு பத்துக்காசு ஒரு அம்பது காசு. டாக்டர் விவரமானவருதே, பீடி சிகரட்டு முதலானது வெல தெரிஞ்சு வச்சிருக்கறாரு பாரு!' ரத்தினவேல் வியப்பை வெளியிட்டார்.

மனைவி, 'கட்டை காடு போறவரைக்கும் இது சிகரட்ட விடாது' என்கிற முடிவுக்கு வந்தாள்.

உப்பாறு அணை வேலை முடிந்ததும்தான் தோட்டம் ஒன்றைக் குத்தகைக்கு எடுத்தார். அந்த முதலாவது குத்தகைத் தோட்டத்தை, பத்து வருடம் ஓட்டி முடிப்பதற்குள் முதல் இரு மகள்களுக்கும் திருமணம் செய்வித்தார்.

இதே வேளையில் மைந்தன், லாரிக்குப் போய்க் குடும்பத்தை ஓட்டிக் காட்டுகிறேன் எனச் சபதம் எடுத்து தேசிய லாரிகளில் ஓடிக்கொண்டிருந்தான். அஸ்ஸாம், அலகாபாத், ஆந்திரா என என்னென்னவோ ஊர்களைச் சொல்லிவிட்டு, வீட்டுக்கு வரும்போது வெறுங்கையோடு வந்துகொண்டிருந்தான். கையை வெறுங்கை என

வருணிக்க முடியாதபடிக்கு ரேகை மடிப்புகளில் கிரீசுக்கறை எஞ்சியிருந்தது.

ஒரு தடவை மகனை ஆந்திராவில் விட்டுவிட்டு வந்த டிரைவர் ரத்தினவேலிடம் வந்து, 'உன் பையன் நானூறு ரூபாயத் தூக்கிட்டு ஓடிட்டான்' என்று பிராது சொல்லவும், 'நானூறு என்ன, நாப்பதாயிரம் வாங்கிக்க. நீ முதல்ல எம்பையனைக் கொண்டுவந்து ஒப்பி' என சண்டைக்குப் போய்விட்டார். பிறகு ஒரு வாரம் கழித்து மகன் வந்து சேர்ந்தான்.

'டயருல காத்து இருக்குதா பாருன்னு சொல்லி, நான் கீழ இறங்குனதும் வண்டிய எடுத்துகிட்டு வந்துட்டாப்டி' என்ற மகன், பிறகு எப்போதும் அப்படி பாதிப் பயணத்தில் தவறிப் போகவுமில்லை. டிரைவரும் ஆகவில்லை.

ரத்தினவேல் குடும்பத்துக்கு என்று சொந்தமாக நீண்ட நாட்கள் வீடு என ஒன்று இல்லாமலிருந்தது. குத்தகைக்குப் போடுகிற தோட்டத்திலேயே உள்ள சாலைகளில் தங்குவது அல்லது புதிதாகக் குடிசை போட்டுத் தங்குவது என வாழ்ந்துகொண்டிருந்தார்கள். எங்கு தங்கினாலும் அவர்களது இருப்பிடத்தை அலங்கரிப்பது முருகன் படம்போட்ட காலண்டர்கள். வள்ளி தேவானை சமேதனாக இல்லாத திருத்தணி முருகன். கையில் வேல் கொண்டு நின்ற முருகன். முருகன்தான் ரத்தினவேலுக்குக் காலமாகவும் காலகாலமாகவும் நிற்பவன்.

அந்த வருடம் காவடிக்கு வருவதாக ரத்தினவேல் பெயரும் கொடுத்துவிட்டார். வண்டிக்கு வடக்கு ஏறிப்போன மகன் காவடிக் காலத்துக்கு ஒரு மாதத்துக்குமுன்னரே வருவதாகச் சொன்னவன் வரவில்லை. காவடிக்கு ஒரு வாரம் முன்பிருந்து, 'மகனை அனுப்பி வை! அவன் வராவிட்டால் காவடி எடுக்க மாட்டேன்' என, காலண்டர் முன்னால் ஒரு சந்தி விரதம் இருக்க ஆரம்பித்துவிட்டார்.

காவடி புறப்படுவதற்கு இருபத்திநாலு மணி நேரத்துக்கு முன்னால் மகன் வந்துசேர்ந்தான். வந்தது வந்தான்; துணையுடன் வந்தான். பழைய சொந்தத்தில் ஒரு பெண்ணைப் பார்த்துப் பிடித்துக் கூட்டிவந்திருந்தான். 'சொல்லியிருந்தா நானே பண்ணி வச்சிருந்திருப்பேனே!' எனப் புலம்பியவராக பழனிமலை போய் வந்தார். காந்தருவ மணம் என்பது கந்தனுக்கும் உள்ளதுதானே என்று மனதைத் தேற்றிக்கொண்டு வந்தார். ஞானப்பழத்தை வாங்காதவர்கள் கொஞ்சம் அப்படி இப்படி இருக்க வேண்டியதுதான்.

இரண்டாவதாகத் தோட்டம் போட்டுக் கொண்டிருந்தபொழுது மூன்றாவது திருமணம் நடத்திவைத்தார். அதே காலகட்டத்தில்தான் அவருக்கு வீடு வாய்த்ததும். ஊரில் வியாஜ்ஜியத்தில் கிடந்த இரண்டு சகோதரிகளின் நிலத்தை அப்போதைய சட்டமன்ற உறுப்பினராக

இருந்தவர் பேசி வாங்கி ஆறேழு பேருக்குத் தொகுப்பு வீடுகளாக ஊர் மையத்தில் கட்டிக் கொடுத்தார். அதில் ரத்தினவேலுக்கும் ஒரு வீடு கிடைத்தது. அந்த நாள் முதல் இந்த நாள் வரை கட்டித்தந்தவருக்கு விசுவாசமாகவே ரத்தினவேல் வாக்களித்து வருகிறார். மனைவி இறந்தபொழுது சொந்தவீட்டில் இறந்தாள் என்பது கொஞ்சம் ஆசுவாசம் தருகிற நினைவாக அவருக்கு இருக்கிறது. ஆனாலும், மனைவி இறந்துவிட்டாள் என்பது மீளமுடியாத சோகமேதான். ஏனெனில், மனைவி கையால் உண்பதற்கு சாப்பிடுவது என்று பெயர். மருமகள் கையால் உண்பதற்கு, கஞ்சி குடிப்பது என்று பெயர்.

கடந்த வருடத்தில் ஒருநாள், நடந்து போகும்பொழுது திடீரென மயங்கி விழுந்தார் ரத்னவேல். பிறகு அவரே எழுந்து தடுமாறித் தவழ்ந்து வீடு வருவதைப் பார்த்து உள்ளூர் இளைஞர்கள் மருத்துவமனைக்குக் கூட்டிப்போனார்கள். தடி ஊன்றித்தான் நடக்கவேண்டும் என நிலைமை உறுதிப்பட்டபின், முன்பு ஆடுகளுக்கு தழை இணுங்கிப்போடப் பயன்படுத்திய கொடுங்கோலைப் பாதியாக வெட்டி கீழ்ப்பகுதியை ஊன்றுகோலாக்கிக் கொண்டார்.

'முருகா! முருகா!' என அடிக்கடி புலம்பினார். வேலை வைத் திருக்கிற முருகன் அவருக்கு ஒரு கோலைக் கொடுத்துவிட்டான்.

தாராபுரத்தில் முதல் உதவி வைத்தியத்தில் கொஞ்சம் தெப்புத் தேறியபிறகு சின்னாள் கழித்து நோயை முற்றிலும் களைந்துவிட வேண்டும் என்கிற அவாவினால் உந்தப்பட்டு யாரோ கூறியதற்கிணங்கி கோயமுத்தூர் போனார்.

கோயமுத்தூர் மருத்துவமனையில் சீக்குப்பார்க்கும் இளைய மருத்துவர் பார்வைத் தொகையாக மட்டுமே இருநூறு ரூபாய் வாங்கினார். கண், காது, மூக்கு, வாய் என அனைத்துப் பொறிகள் மீதும் பேட்டரி அடித்துப் பார்த்தபிறகு, பச்சைத்துணியைத் தோளில் சுற்றிக்கட்டி இலவங்காய் மாதிரியான பலூனை அழுத்தி அழுத்திக் காற்றை ஏற்றவும் பல்ஸ் எகிறி எகிறி அளவுகோலுக்கும் மேலாக எண்ணிக்கை வரும்போலத் தெரிந்தது. ரத்தினவேல் அப்பொழுதும் சாதாரணமாக இருக்கக் கண்ட மருத்துவர், 'ஆச்சரியமா இருக்கு' என்றார்.

'நான் வாழ்நாள்ல இப்பதான் மூணாவது தடவையா ஆசுபத்திரிக்கு வர்றேன்' என்றார் ரத்தினவேல்.

'சரி, அது போகட்டும். ஒரு அறுபது ஆயிரம் ரூபாய் இருந்தா நீட்டா குளோஸ் பண்ணித் தந்திடறேன்' மருத்துவர் இப்படிச் சொன்ன கணம்தான் ரத்தினவேலுக்கு நிஜமான பல்ஸ் எகிறி யிருந்திருக்க வேண்டும்.

‘குளோஸ் பண்றதுன்னா... சீக்க குளோஸ் பண்றியா.. இல்ல ஆளவே குளோஸ் பண்றியா... ஏய்யா, ஆடு மேய்க்கவே வக்கத்து இருக்கறவங்கிட்டப் போயி அறுபதாயிரம் கேக்கறே? இனி நானிருந்தாத்தே என்ன... போனாத்தே என்ன? அதெல்லாம் முடியாது. தடிய ஊனி நடக்கிறேன். இல்லீனா தவந்து போயி திண்ணையில மொடங்கிக்கறேன்’ என்று, தனது உயிலுக்கும் உயிருக்கும் நிகரான உரையை ஆற்றிவிட்டு வெளியே வந்து பேருந்து பிடித்தார்.

அன்று முதல் தாராபுரம் அரசு பொது மருத்துவமனை தருகின்ற த/அ மாத்திரைகளையே வாங்கிப் பாவித்து வாழ்ந்துவருகிறார்.

படிக்கட்டில் அய்யன் வந்து அரசியல் பேசப் போந்து விட்டார் என்றதும் ஏற்கனவே பேசிக்கொண்டிருந்தவர்கள் உஷாராகிவிட்டார்கள். அவரது பேச்சின் போக்கு எப்படி இருக்கும் என அவர்கள் அறிவார்கள். அலசி ஆராய்ந்து சலித்துவிடுவார் சலித்து. கடைசியில் நாட்டில், காந்தி, நேரு எல்லாம் ஏன் பிறந்தார்கள் என்கிற உணர்வு நிலைக்கு ஆட்களைத் தள்ளிவிடுவார்.

இந்தமாதிரியான தருணங்களில் அகவயமான பேச்சுகளில் அவரைத் திருப்பிவிடுவது நல்லது எனக் கண்டவர்களில் ஒருவர் மெதுவாக, ‘ஏனுங்கய்யா... முதியோர் பென்சனுக்கு எழுதிப் போட்டீங்களே, என்ன ஆச்சு?’ என்றார்

‘அத ஏப்பா கேக்கறீங்க. மூணு தடவை எழுதிப் போட்டுட்டேன். ஆபீசருக விசாரிச்சிட்டு வாற அன்னிக்கு எவனாவது ஒருத்தன், நான் பய்யங்கூடத்தான் இருக்கறேன்னு சொல்லிப்புடறான். என்னமோ எனக்கு அவன் லச்ச லச்சமா சம்பாரிச்சுப் போடற மாதிரி...’

உண்மையில், கிளீனரான அவர் மகன் கிளீனாக அவனது தேவைக்கு அதிகமாக ஒரு தம்பிடி சம்பாதிக்கிறதுமில்லை. அப்பனுக்கென ஆக்கிப் போடுவதுமில்லை. ஆனால், இரண்டு பேரும் ஒரே வீட்டில்தான். மகனோ, ‘உன்னை விட்டு விலகுவது மில்லை, உன்னைக் கைவிடுவதுமில்லை’ என்று கூடவே இருந்தான். ரத்தினவேல் எச்சிலைக் கூட்டி விழுங்கினார்.

குறும்புக்காரரும் முறைக்காரருமாகப்பட்ட ஒருவர், ‘ஏ மாமா, பேசாம மாப்ள ஒரு மெண்டல்னு சொல்லீற வேண்டீதுதான?’ என ஆலோசனை வழங்குகிறார்.

‘போய்யா... அப்படி ஒரு காசு வந்து ஒரு புண்ணாக்கும் ஆக வேண்டாம். வமுசாதி வமுசத்துக்கும் கிறுக்குப் பயனுகளுக்குப் பொறந்ததுகன்னு ஊரு சொல்லிக்கிட்டு இருக்கறதுக்கா? மூணு புள்ளைகளக் கட்டிக் குடுத்தேன். சொந்தமா காக்காணி நெலமா வச்சிருந்தேன். என்னமோ கைய ஊனிக் கரணமடிச்சு... குத்தக

செத்தவைக்கு பயிரு பண்ணி ஒரு தட்டுத் தரவு இல்லாம சீவிச்சுப்புட்டேன். உன்னி என்னய்யா வந்திரப்போவுது...'

இடது கையை இடது முழங்காலில் ஊன்றுகிற அதேநேரம், வலது கை தாவிவந்து தனது செங்கோலைப் பற்றுகிறது. இரண்டு பாதத் தடங்களும் அதன் துணையாக ஒரு எட்டணா வட்டத்தடமும் வர, ரத்தினவேல் அடுத்த இடத்தைத் தேடி நடக்கிறார்.

வாழ்க்கை என்பது, குத்தகைக்கு நிலம் ஓட்டுவதன்றி வேறென்ன?

பொசிசன்

தமிழகக் கபடி விளையாட்டில் புதிய விதியாக 'போனஸ் லைன்' அறிமுகப்படுத்தப்பட்ட அதே காலகட்டத்தில்தான் பரிசுத் தொகைகளைப் பங்கிட்டுக்கொள்கிற, சொல்லிவைத்து மேட்ச் ஆடுகிற வழக்கமும் வந்துசேர்ந்தது. இதில் போனஸ் லைனுக்கு முந்தைய பத்தாண்டுகளும் பிந்தைய ஓரிரு ஆண்டுகளும் விளையாடியவராக பாலு இருந்தார். அந்த வட்டாரத்தின் பெயர்பெற்ற ஆட்டக்காரராகப் புகழ்பெற்றிருந்தார். சுற்றுப்புற ஊர்களில் 'கபடி பாலு" என்று அழைக்கப்பட்டவர், பத்திருபது கிலோமீட்டர் தூரம் கடந்துபோய் ஆடுகையில், தங்கள் அணியின் பெயரால், 'நீலவைரம் பாலு' என்று அழைக்கப்பட்டார். ஆடும் களத்தில் நின்று அடிக்கடி, 'பொசிசன்... பொசிசன்' என்று கத்திக் கொண்டிருந்ததால், சக ஆட்டக்காரர்கள் 'பொசிசன்' என்று பேர் போட்டு செல்லமாக அழைத்தார்கள்.

பொசிசன், நீலவைரம் தெ.வெங்கிடாபுரம் அணிக்காக ஆடிக்கொண்டிருந்த பொழுது, அது ஆயிரம் ரூபாய்க்கு உட்பட்ட பரிசுத் தொகைகளை வெல்கிற அணியாகப் புகழ்பெற்றிருந்தது. ஆயிரம் ரூபாய்க்கு மேற்பட்ட பரிசுத் தொகைகள் என்றால் எல்.ஜி.எஸ். கம்பெனி - கோவை, மதுரை ரிசர்வ் போலீஸ், புகளூர் சர்க்கரை ஆலை, கரிகாலன் வெங்கரை, வள்ளுவன் சூ.தொட்டம்பட்டி போன்ற அணிகள் வென்றன. இப்படியான பெரிய ஆட்டங்கள் விஜய் அணியினர் சார்பில் கன்னிவாடியிலும், வெண்ணிலா சார்பில் ஒட்டன்சத்திரத்திலும் நடைபெற்றன.

தனி ஆட்டக்காரர்களின் பிரதாபத்தில் அணிகள் சிலசமயம் கோப்பைகளை வெல்லும். கரூர் மில்ஸ் அணிகூட அப்படித்தான், ராஜாவின் வருகையால் வெற்றிக் கோப்பைகளைத் தட்ட ஆரம்பித்தது. 'கபாடி கபாடி'

என்பதை மிகச் சத்தமாகப் பாட ஆரம்பித்த மூத்த ஆட்டக்காரர்களில் ஒருவர் ராஜா. வர்ணனை யாளரின் மைக்குகள் திறந்திருக்கும்பொழுது ராஜா பாடுவது உண்மையிலேயே எட்டு ஊருக்குக் கேட்கும். ராஜா ஆடவந்தபிறகு நடுவர்கள், 'லவுடர்... லவுடர்' என்று சத்தமிடுகிற கட்டாயத்துக்கு ஆளானார்கள்.

ராஜாவைப் பார்த்து பொசிசன் பாலு சத்தமிட்டுப் பாடப் பழகிக் கொண்டார். அப்படி பாடிப் பழகி முதன்முதலாக அறுவடை செய்தது அணைப்பாளையத்தில் நடந்த ஆட்டத்தின்போதுதான். சம வெற்றிப் புள்ளிகளுடன் ஜெய்கிஷான் ராஜபுரத்துடன் ஆடிக்கொண்டிருந்தது நீலவைரம் அணி. ஆட்டத்தின் கடைசி மணித்துளிகள். பாலு பாடிப்போனார். நாலுபேரை தொட்டுக் கொண்டு வரும்பொழுது பாட்டின் சத்தம் சிறிது குறைந்து பாடுகதியின் மாத்திரை இடைவெளி கொஞ்சம் துண்டுபட்டது. 'கேன் கட்' என்ற அறிவிப்புக்குப் பிறகு ரெஃப்ரீ, 'ரைடர் டவுன்' ஊதினார்.

ஆட்டத்தில் சண்டை வந்தது. இரண்டுமே ஆட்டத்தின் இடையில் சண்டைபோடுவதில் புகழ்பெற்ற அணிகளே. ஆகவே, வர்ணனை ஒலிபெருக்கி அடிக்கடி, 'நடுவரின் தீர்ப்பே உறுதி யானது. இறுதியானது' என்று சொல்லவேண்டி வந்தது.

பாலு வெளிநடப்புக்கு ஆயத்தமாகிவிட்டார். ஆட்டம் பார்க்க வந்திருந்தவர்களில் ஒருவரான மதியாக்கூடலூர் துரை, 'பாலு, கீழூருக்கு மேலூரு நாமளே அடிச்சுக்கிட்டு ஆட்டத்தப் பாதில விட்டா எப்படி? போயி ஆடுங்கப்பா!' என்றதும் பாலு,

'சரிங்ணா... நீங்க ஒரு ஆட்டக்காரரு... நீங்க சொல்றதுனால போய் ஆடறம்...' என்றார்.

மிச்சமிருந்த மூன்று நிமிட ஆட்டம் தொடங்கி, நீலவைரம் இரண்டு புள்ளிகள் வித்தியாசத்தில் வென்றது.

மேடைப் பேச்சுகளைக் கேட்கவும் கபடி முதலான ஆட்டத்தின் போதும் கிராமத்துப் பெண்களும் பார்வையாளர்களாகக் கலந்து கொண்டிருந்த அந்தக் காலகட்டத்தில், வால் கயிற்றில் கட்டப் பட்டிருந்த டியூப் லைட்களை உடைக்கும் வீரர்களாக சிலர் புகழ்பெற்றிருந்தார்கள். சர்க்கரை ஆலை வரதன், வெங்கரை விஸ்வநாதன் ஆகியோருக்கு அந்தப் பெயர் உண்டாகியிருந்தது. டியூப்லைட்டை உடைத்த அதேநேரம், தமது அணிக்கு வெற்றி வெளிச்சமும் ஏற்றியவர்களாக அவர்கள் இருந்தனர். பொசிசன் பாலுவுக்கும் இந்தப் பறக்கும் மோகம் உண்டாயிற்று.

பயிற்சி ஆட்டங்கள் பொதுவாக, மாரியம்மன் கோவில் திடலில் அல்லது சுமைதாங்கி நாற்சந்தியில் கரண்டுக் கம்ப டியூப்லைட்

வெளிச்சத்தின்கீழ் விளையாடப்படுபவை. ஆகவே, பயிற்சி ஆட்டங்களின்பொழுது பாலு டைவ் அடித்தாலும், டியூப் லைட்டை உடைக்க முடியவில்லை.

பாரதி தென்னிலைக் குழு நடத்திய பந்தயத்தின்பொழுது, பெரியார் வருந்தியார்பாளையம் அணியை எதிர்த்து ஆடும்போது பாலுவுக்கு அந்தப் பொன்னான வாய்ப்பு வந்தது. பாடிப் போகும்போது நான்குபேர் இருந்தார்கள். சங்கிலியைத் தவறவிடாத துடிப்பானநிலையில் இருந்தார்களேயானால் எப்பேர்ப்பட்ட கொம்பனும் 'இப்படி நாலுபேர் இருக்கும்பொழுது' பாடி பாயின்ட் எடுப்பது சிரமம்தான். பாலு இருமருங்கும் புயலெனப் பறந்து வெட்டிவெட்டி உதைப்பதில் எதிரணி பின்பக்க லாபி லைனுக்கும் களத்துக்கும் இடையே மில்லிமீட்டர் இடைவெளி வைத்து பதறிக் கொண்டிருந்தது.

பார்வையாளர்களின் கெக்கலிக்கை மீறிப்போனபோது வலதுபுறச் சங்கிலிக் கையினர் சூழ்ந்தனர். பாலு உள்பக்கத்து ஆளைத் தொட்டுவிட்டு முற்றாக சைனுக்கே அகப்படாமல் வருவதற்காக லாபிகள் வெட்டிச் சந்திக்கிற இடம்வரை ஓடிவிட்டுப் பிறகு மையக் கோட்டை நோக்கிப் புயல்வேகம் எடுத்தார். இப்போது இடதுபுறச் சங்கிலியினர் சூறாவளி வேகமெடுத்து சென்டர் லைனுக்குமுன் பெருஞ்சுவரென நின்றிருந்தனர். ஒரு எட்டடி ஓடி வந்திருந்தது விசையும் திசையும் ஐம்ப்புக்கு வாகாகியது. டைவ். பாலு ஆறடி மனிதர். பெருவிரல் டியூப் லைட்டைத் தொட்டது. தரைக்கு மீண்ட உடலின் ஏதோ ஒரு பகுதி லைனைத் தொட்டது. ஆனால், அப்போது கபடி என்று கேட்பதற்குப்பதிலாகச் சத்தம் 'ஐயே' என்று கேட்டது. எலும்புமுறிவு. ஆட்டக்காரர் உலகமும் ஆடவர் உலகமும் சுற்றிச் சூழ்ந்து முகத்தில் தண்ணீர் அடித்தபோது கால்முறிவைப் பற்றி கவலைப்படாமல் உடையாத டியூப்லைட்டையே பார்த்துக் கொண்டிருந்தார் பாலு.

லேசான முறிவு. வலுவான எலும்பு. வளமான சாப்பாடு. சீக்கிரத் தில் எலும்பு கூடிவிட்டது. ஒத்தமாந்துறை காளீஸ்வரி வைத்தியச் சாலையில்தான் வைத்தியம், பத்தியம் எல்லாம். மூங்கில் பட்டை வைத்து வெள்ளைத் துணி சுற்றியபொழுது அது டியூப் லைட்டின் ஒரு அடித் துண்டுபோலக் காட்சியளித்தது. நாட்டு மருத்துவ நல்லெண்ணெயினை ஊற்றிச் சொதம்பச் செய்தபோது கிளையில் முற்றிய எலுமிச்சங்கனியின் நிறம் பெற்றது.

சுமைதாங்கியில் ஏறுகிற அவரை பேருந்தின் டிரைவர்கள் ஒத்தமாந்துறையில் சரியாக, கட்டுக் கட்டும் இடத்துக்கு முன்னாலேயே இறக்கிவிட்டார்கள். வைத்தியரின் வேண்டுகோளுக்கு இணங்க ஆறு

மாதத்துக்கு 'நீலவைரத்தின் மகுடத்தில் உங்களுக்கு இடமில்லை' என்று கூறிவிட்டார்கள். பையன்களின் வேட்டி சட்டைகள், வாட்சுகளைப் பொதிசுமக்கும் மேனேஜராக அந்த ஆறு மாதங்களைக் கழித்தார்.

பள்ளிக்கூடத்தில் டிரில் மாஸ்டர்களாகவும் இருந்து, புகழ்பெற்ற ரெஃப்ரீகளாகவும் இருந்த பத்மராமசாமி, எலவனூர் கிருஷ்ணன் ஆகியோர்களுக்கு வட்டாரம் சார்ந்த அல்லது ஆள்பிரியம் சார்ந்த மனச்சாய்வு இருந்தது. ஐந்தாவது அம்பயராக இரண்டு லைன் அம்பயர்களுக்கும் அப்பால் ஆட்டத்தின் வெற்றி, தோல்வியை நிர்ணயித்தது.

எல்.ஜி.எஸ். வீரர்கள் மூன்றுபேர் இவர்களிடம் படித்த, இவர்கள் பார்க்க வளர்ந்த பையன்கள். அந்த அணி கன்னிவாடி மேட்ச்சில் கரிகாலன் வெங்கரையுடன் மோதியது. எல்.ஜி.எஸ். என அழைக்கப்படும் லட்சுமி மில்ஸ் மூன்று புள்ளிகள் அதிகமிருந்த பொழுது விஸ்வநாதன் பாடிப் போய் நாலுபேரைத் தொட்டு டியூப்லைட்டையும் உடைத்துக்கொண்டு நலமுடன் வந்து சேர்ந்தார். இரண்டு நடுவர்களும் 'ரைடர் டவுன்' என்றார்கள். பாலு வெகுண்டு நடுத்திடலுக்குச் சென்றார்.

'எப்படி அவுட்டு?'

'கேன் கட்' என்றார் பத்மராமசாமி.

'இல்லியே, அதெல்லாம் ஒண்ணும் கிடையாதே...'

'டியூப்லைட் ஒடைஞ்ச சத்தத்துல உனக்குத் தெரியாது' என்றார் கிருஷ்ணன்.

'உங்களுக்குத் தெரிஞ்சுபோச்சு... ஊம், கபடின்னா என்னன்னு தெரியுமா உங்களுக்கு?'

'தெரியும்ரா. வெங்காய...'

அதற்கு முந்தைய, பிந்தைய சர்ச்சைகளுடன் ஆட்டம் முடிந்து லச்சுமி மில்ஸ் வென்றதாக அறிவிக்கப்பட்டது. அன்றையிலிருந்து கிருஷ்ணன் நடுவராக இருந்தால் ஆடுவதில்லை என்கிற முடிவை பாலு எடுத்துவிட்டார்.

'அதெல்லாம் கரெக்டா ஊதுவாருப்பா...' என யாராவது சொல்வார்கள்.

'இத பாரு, நீலமேகன ஊதச் சொல்லு, நம்ம ராசலிங்கத்த ஊதச் சொல்லு.... இல்லனா கபடி பாக்க வந்தவங்க யாரயாவது ஊதச் சொல்லு, தப்பா ஊதுனாக்கூட ஏத்துக்கறேன். அவரு ஊதி நான்

ஆடமாட்டேன். விசுவநாதன் பறந்து வந்தாரு தெரியுமா அன்னிக்கு... அந்த டீம் செயிக்கறதவே தொலச்சுப்புட்டாரு...'

'எப்பவோ நடந்தத இன்னம் பேசிக்கிட்டு...' என்று கடிந்து கொள்வார்கள்.

சில கிலோமீட்டர் தாண்டிப்போய் ஆடுகிற ஆட்டங்களில் பாலு, வள்ளுவன் சூ.தொட்டம்பட்டி அணிக்காகவும்... ஏன், லட்சுமி மில்ஸ் அணிக்காகவும்கூட ஆடுவதுண்டு. ஒட்டன்சத்திரத்தில் நடந்த ஆட்டத்தில் வள்ளுவன் அணியும் ரிசர்வ் போலீசும் குவார்ட்டர் ஃபைனல் ஆடுகிறமாதிரி டைஸ் போட்டுவிட்டார்கள். பாலுவின் மனதுக்குப் பிடித்தமான ஆட்டக்காரரரான ரிசர்வ் முருகானந்தம் பாலுவைப் பார்க்க வந்தான்.

'அண்ணா! படாதபாடு பட்டு லீவு வாங்கிக்கிட்டு வந்துருக்கறமுண்ணா! கப்போட போனாத்தான் மரியாத...'

'அதுக்கு?'

'இந்த மேச்சுல விட்டுக்குடுத்திருங்க அண்ணா! பிரைஸ் அமவுன்ட உங்களுக்குத் தந்திர்றோம்...'

'ஏந் தம்பி, நீ வந்து இப்படிப் பேசலாமா? பிரைஸ் அமவுன்டா பெருசு. அதவிடு, களத்துக்குள்ள வந்துட்டா அப்புறம் எப்படியாவது ஜெயிக்கணும்னுதான் ஆடுவம் தம்பி... நீ சொன்னதனால நாங்க ஆடவே வரல... ஸ்கிராச் அவுட் ஆயிர்றோம். ஆனா, அடுத்து எங்க மேட்ச் நடந்தாலும் உங்களுக்கும் எங்களுக்கும் முத ரவுண்டு, சரியா?'

பாலுவை முத்தம் கொடுக்காத குறையாகக் கட்டிப்பிடித்துக் கொண்டு முருகானந்தம் சொன்னான்:

'நீங்க பிளேயர்ணா...'

பிளேயரான பொசிசன் பாலுவின் ஆட்டக்காலத்தில் அவருக்கு, தேவத்தூர் சுப்பிரமணியிடமும் கரூர் ராஜாவிடமும் காலைக் கொடுத்துவிட்டு அவர்கள் கேட்ச் போட்ட பின்னால் வெட்டிக்கொண்டு வருவது என்பது விருப்பமாக இருந்தது. ராஜாவிடம் அப்படி வெட்டிக்கொண்டு வந்தபோது இரண்டு பாயிண்டுகள் எடுத்தார். சுப்பிரமணி பிடித்ததையும் சுண்டி வெட்டுவிட்டார் என்றாலும் ஆர்ச் பிளேயரால் ஆகாயம் நோக்கித் தூக்கப்பட்டு ஆட்டமிழந்தார்.

தமிழக கபடிப் போட்டிகளில் போனஸ் லைனுடன் அதன் கிராமப்புற அழிவும் சேர்த்தே வரையப்பட்டபோது ஆட்டம் இன்னும் நுட்பமான இடங்களையும் அழிவையும் ஒரேநேரத்தில் தேடிக்கொள்ளும் கட்டத்தில், வால் கயிறில் டியூப்லைட்கள் கட்டுவதைவிட்டு, ஆறு

இடங்களில் கம்பு நாட்டி அதன் உச்சியில் ஸ்டேடிய ஸ்டைலில் டியூப்லைட்கள் பொருத்தினார்கள்.

டியூப்லைட் உடைப்பதற்கான வாய்ப்பு இல்லாததாலோ, வயதின் காரணத்தினாலோ பொசிசன் கபடி விளையாடுவ திலிருந்து விலகிக்கொண்டார். பார்வையாளராக இருப்பதிலிருந்து கபடி விளையாடிய ஒருத்தர் மீளமுடியாது, இன்னும் சிலரால் பார்வைக்குள்ளாவதிலிருந்து.

இந்த ஆடி 18 சின்னதாராபுரத்தில் ஒரு இரவு, பகல் ஆட்டம். 'லைன் அம்பயர்!' என்றுகூவி, ரெஃப்ரீ விசில் எழுப்பும்போதெல்லாம் வாய்க்கால் முனையில் இருந்து வலது கை உயர்கிறது. ஆட்டம் தொடங்கியதும் அந்தக் கைக்குச் சொந்தக்காரர் அங்கே அமர்வதில்லை.

பார்வையாளர்கள், 'பாலண்ணா, உக்காரமாட்டியா?' என்று கூச்சலிடுகிறார்கள். வர்ணனையாளர் லியோ பிரபு, 'அண்ணா... கடைப் பக்கமாவது போயிட்டு வந்துருண்ணா...' என்று பாலுவுக்கு மதுக்கடையைப் பரிந்துரைக்கிறார். ஃபைனல் வரையிலும் தொடர்கிறது பாலுவின் ஆட்டம்.

டியூப்லைட்களை உடைப்பதில் உள்ள கவர்ச்சியை பாட்டில் மூடிகளை உடைப்பதில் ஒருவர் பெறமுடியுமெனில் அது தீர்க்க முடியாதது. பிடியையும் கொடுத்துவிட்டு வெட்டிக் கொண்டுவந்து மையக்கோட்டைத் தொடுவது எல்லா நேரமும் சாத்தியமில்லை.

எரிதழல் வேலவன்

வானத்தில் மேகங்கள் கூடிக் கறுக்க ஆரம்பித்தன. நல்லசிவனின் வீட்டுவாசலில் மக்காச்சோளம் கிடந்தது. வெயிலை நம்பிக் காயப் போட்டது. சட்டென மகப்பேறுபோல மழைத்தோற்றம் கண்டதும் வீட்டுக்குள்ளிருந்து அம்மா, 'டேய்... மக்காச்சோளத்த எடுத்து வீட்டுக்குள்ள போடு' என்றாள். வேலையிலிருந்து தப்பிப்பதற்காக உடனடியாக ஒரு வேலையைக் கற்பித்துக்கொண்டு, 'அம்மா! அவசரமா வெள்ளகோவில் போகவேண்டிய வேலை இருக்குது' என்றான் நல்லசிவன்.

'எப்பப் போகப்போறே?'

'இதா... இப்பப் போறேன்"

பதில் அம்மாவைச் சென்று அடைவதற்குள் சட்டையை மாட்டிக்கொண்டு வீடுவிட்டு வீதியில் நடந்தான். வீட்டிலும் தோட்டத்திலும் ஒரு வேலைகூட பார்க்கப் பிடிக்காத ரசனையான பிள்ளை நல்லசிவன். இனி, அம்மா அப்பாவின் திட்டுகளிலிருந்து தப்பிக்க அவன் தட்டாரவலசிலிருந்து புதுப்பைக்குப் போகவேண்டும். புதுப்பையில் நடராஜின் கடையில் போய் நின்றபொழுது, கண்டேன் கண்டேன் என்று பட்டத்திபாளையம் சாமிமுத்தையன் வந்து சேர்ந்தார்.

சாமிமுத்தையன், நல்லசிவனிடம் படாதபாடு படப்போவதை எண்ணி நடராஜன் மனம் கலங்கினார். நல்லசிவனைப் பார்த்தவுடன் வேறு இடம் போகவேண்டும் என்பதாக நகர்ந்தார் சாமிமுத்து.

ஆனால் நல்லசிவன் விடுவதாக இல்லை.

'என்னஙக அய்யா! வந்தீங்க.... வந்த வேகமா விரல்ல வெந்நி தண்ணி ஊத்துனாப்புல கிளம்பறீங்க... என்ன சமாச்சாரம்?'

சாமிமுத்துக்கு யதார்த்தமான மனசு. மடியில் முடிந்துவைத்திருப் பதை மனதில் முடிந்துவைக்கத் தெரியாது.

‘ஒண்ணுமில்லீப்பா. மகன் கேரளாவுல இருந்து வந்தப்ப பணம் முப்பதாயிரம் குடுத்துட்டுப் போயிருக்காப்டி. அத எதாவது பேங்குல போடணும். நல்ல வட்டி கிடைக்கிற ஒரு பேங்கச் சொல்லுங்க. மூலனூர்ல போடலாமா? வெள்ளகோயல்ல போடலாமா?’

‘போட்ட உடனே ஒண்ணு டபுள் ஆகறமாதிரி ஒரு பேங்கு இருக்குது. டாஸ்மாக்னு அதுக்குப் பேரு. எல்லா ஊருலயும் அது இருக்குது. வாங்க நான் கூட்டிப்போறேன்...’

நல்லசிவனைக் கண்களால் கைது செய்வதுமாதிரிப் பார்த்தார் சாமிமுத்து.

‘நெசமாத்தேஞ் சொல்லறியா கண்ணு? ஒண்ணு ரெட்டிப் பாகுமா... எப்பவோ போஸ்ட் ஆபீசுலதே அப்படி ஒண்ணு இருந்தது. இப்பத்தே எங்கீமே ஒரு வட்டிக்கு மேல இல்லீங்கறாங்களே?’

‘பேசாம எங்கூட பஸ் ஏறுங்க. கேரளாவுல வட்டிக்குவிட்டு சம்பாரிச்ச காசுதான? நான் அதுக்கு ஒரு வழி சொல்லறேன். பணம் கைல வச்சிருக்கறீங்கல்ல...’

‘ஆமாப்பா... இருக்குது...’

நடராஜின் கடைக்கு நேர்முன்னால் வேகத்தடையில் ஏறி இறங்கிக்கொண்டிருந்த விசாலாக்ஷி மோட்டார் சர்வீஸை கைதட்டி நிறுத்தினான் நல்லசிவன். சாமிமுத்தய்யனும் நல்லசிவனும் பேருந்து ஏறி மூலனூர் வந்தடைந்தார்கள். மூலனூரில் நல்லசிவன் முன்னத்தி ஏரைப்போல டாஸ்மாக்குக்குள் நுழைய பின்னத்தி ஏரைப்போல சாமிமுத்து நுழைந்தார்.

‘என்னப்பா இங்க கூட்டியாந்தே?’ என்று கோபமாகக் கேட்க நினைத்த சாமிமுத்து அங்கே நிறைந்திருந்த சுண்டல், முட்டை, வறுபட்டகோழி ஆகியவற்றின் கார மணத்தாலும் மதுவாசத்தின் காரணத்தாலும் மதியிழந்தார்.

முதல் சுற்றுப் போனபிறகு தத்துவ வகுப்பைத் தொடங்கினான் நல்லசிவன்.

‘இந்தக் கடையில உள்ள நுழையும்பொழுது என்ன எழுதி வச்சிருக்கான் பாத்திங்களா? மது நாட்டுக்கு வீட்டுக்கு உயிருக்குக் கேடாம்! வரிசையே தப்பு. உங்களமாதிரி ஒரு ஆள எழுதச் சொன்னாக்கூட இப்படி எழுதமாட்டாங்க. முதல்ல ஒரு ஆளு உயிருக்கு ஆபத்துன்னாத்தான் பயப்படுவான். அப்புறம் வீடு, அதுக்கும் அப்புறமாத்தான் நாடு...’ இதைக் கூறிக்கொண்டே சட்டை பாக்கெட்டில் இருந்து சிகரெட்

பாக்கெட்டை எடுத்தான். ‘மார்ல்பொரொ’ சிகரெட் பாக்கெட். உள்ளேயிருந்த வஸ்து கோல்ட் ஃபில்டர். சமயத்தில் பத்தாம் நம்பர் பீடிகள்கூட அதற்குள் கிடக்கக்கூடும்தான். ஆனால், எப்போதும் கைவசம் வைத்திருப்பது மார்ல்பொரொ பாக்கெட்தான்.

அதற்குக் காரணங்கள் உண்டு. சின்ன வயதில் பார்த்த அம்பது காசுப் பரப்பளவில் சிவப்பும் வெள்ளையும் வண்ணங்களாக வைத்த வண்ணத்துப்பூச்சியை அது நினைவுபடுத்துகிறது. அப்புறம் தயாரிப்பாளர்களான ஃபிலிப் மாரிஸ்காரர்களாகப்பட்டவர்கள் நம்ம ஊர்க்காரர்கள் மாதிரி ‘புகைக்குடி ஆரோக்கியக்கெடுதி’ என்று நேரடியாகப் பாக்கெட்டில் எழுதி அவமானப்படுத்துவதில்லை. அவர்கள் என்ன எழுதியிருக்கிறார்கள் என்றால், ‘சிறியோருக்கு விற்பது தடைப்படுத்தப்பட்டுள்ளது, சிகரெட் புகை கார்பன் மோனாக்சடை உள்ளடக்கியிருக்கிறது’ என்பதுமாதிரி வாசகங் களைத்தான். நல்லசிவன் ஒரு படித்த சீமான். ஆகவே, அவன் இப்படியான சிலவற்றை அடையாளப்படுத்த வேண்டும் என்பதில் உறுதியாக இருக்கிறான்.

பல விஷயங்களில் அப்படி அவன் உறையை மட்டுமோ, உண்மைப் பொருளையோ பயன்படுத்தினாலும் சிலவற்றை உதாரணமாகக் குறிப்பிடலாம். தலைக்குப் பூசுவது என்.எஸ்.என். தேங்காயெண்ணெய். காலுக்குப் பூணுவது வீகேசி ஒரிஜினல். காலைப் புத்துணர்ச்சிக்கு ஜெமினி பீபரிகாப்பி (தாராபுரம்). போதைக்கு ‘னைட்டெட் பிராவரீசின் மெக்டவல் பிராந்தி. அரிசி வருடத்தில் செழிம்பான நாட்களில் டிரிபிள் எஸ் ராஜபோகம் (காங்கேயம்) மற்ற நாட்களில் ரேஷன் அரிசி வரை ஏதொன்றைப் பயன்படுத்தினாலும் ராஜபோகச் சாக்குக்குள்தான் அரிசியைப் போட்டுவைத்திருப்பது.

அழகான பெண்கள் ரோஸ்மில்க் விற்கிறார்கள் என்பதற்காக வெள்ளக்கோவில் முத்தூர்ச் சாலையில் ரோஸ்மில்க் குடிப்பான். அப்புறம் நல்ல ரோஸ்மில்க் விற்கிறார்கள் என்பதற்காகக் கரூர் சாலையில் உள்ள கடையில் ரோஸ்மில்க் குடிப்பான். அவனது ரசனைக்கும் கருத்துக்கும் அடியும் முடியும் பணிந்து உள்ளூரின் விடலைப் பருவ, வளரிளம் பருவப் பையன்கள் எப்போதும் சுற்றிச் சுற்றி வருவார்கள். நல்லசிவனின் சாதனை என்னவென்றால் அப்படிப்பட்ட சிறியவர்களுக்கும் நண்பனாக இருந்துகொண்டு அவர்களது அப்பாமார்களுக்கும் நண்பனாக இருப்பதுதான். வயது நாற்பது ஆகிவிட்டது... மல்லிகா ஷெராவத்தின் படம் ஒன்று வந்ததென்று கோயமுத்தூர் போய்ப் பார்த்துவிட்டு வந்தான். மல்லிகாவுக்காக ஒரு நூறு கிலோமீட்டர்களையும் ஒரு மாவட்ட எல்லையையும் ஒரு ஆள் தாண்டுகிறான் என்றால் அவனது ரசனையை அந்தக் குக்கிராமம் மதிக்காமல் வேறென்ன செய்யமுடியும்!

மூலனூர் கடையில் சரக்குப் போட்டு முடித்தபொழுது சாமி முத்துக்கு போதை ஒண்ணுக்கு ரெட்டிப்பாகி ஆன ரெண்டுக்கும் நிழல்கள் விழ ஆரம்பித்திருந்தன.

கடைக்கு வெளியே வந்து நின்றுகொண்டு 'சொல்லு நல்லசிவா!' என்றார்.

'கரூர் போலாமாங்க அய்யா... நந்தினி ஓட்டல்லீலா நீங்க ஒரு நாக்கூட தங்கீருக்கமாட்டீங்கல்ல... அதயுந்தே என்னன்னு பாத்துப்புடுவம்...'

'ஆமா நல்லசிவா. அதுக்கு முன்னால கேரளாவுக்கு ஒரு எட்டி போயி என்ன ஏதுன்னு பாத்துட்டு வந்துரணும். காசு சம்பாரிக்காட்டியும் நீயெல்லாம் பெரியவங்கன்னா எவ்வளவு மதுப்பு மரியாதயா இருக்கறே. எங்க ஆளுந்தே இருக்கறானே... அடங்கொப்பா எவ்வளவு கொழுப்புங்கறே... ஏதோ வாயக்கட்டி வயத்தக்கட்டி பத்து வருஷத்துக்கு முன்னாடி நாங்குடுத்த காசுலதான இப்ப அவனொரு ஆளு ஆயிருக்கறதே. அந்த மரியாதய துளிகூட மனசுல வச்சிருக்கறதில்ல...'

அவர் புலம்பிக் கொண்டிருக்கும்பொழுதே கரூருக்குப் பேருந்து வர, இருவரும் மிதமான தள்ளாட்டத்துடன் ஏறி கரூருக்குப் பயணித்தார்கள். வாழ்வில் காணாததெல்லாம் கண்டு ஊர் திரும்பினார் சாமிமுத்து. பிறகும் மீதியுள்ள காரியங்களை இரிஞாலக்குடாவிலிருந்து வந்த மகன் நடத்திக்காட்டினான். தன் தந்தை கேடுகெட்டுச் செலவுகள் செய்தான் எனக் கேட்ட மகன் அவையத்து நாறடித்தான்... அம்பலத்தில் நாறடித்தான்... அடுப்படியில் நாறடித்தான். முப்பதாயிரத்தை முச்சூடாகக் காலிசெய்யக் காரணியாயிருந்த நல்லசிவனைப் பார்க்க வந்தான்.

'இவ்வளவு நாளா வயசுப் பையனுகளத்தான் கெடுத்துக் கிட்டிருந்தே. இப்பப் பெரிய ஆளுககிட்டயும் வேலய ஆரம்பிச் சிட்டியா?'

'சும்மா இரு. வேலகீலன்னு ஏதும் பேசினீனா நீ வடக்கஞ்சேரி லைனுல என்ன பண்ணுனீங்கறது இங்க எவனுக்கும் தெரியாது... அது எல்லாருக்கும் தெரியறமாதிரி ஆயிரும்' என்று நல்லசிவன் சொல்லவும், சாமிமுத்துவின் மகன் பெட்டித் தேளாக அடங்கி விட்டான். கொட்டவந்த கொடுக்கு கணுக்கணுக்களில் முறிந்தது.

அவனை அனுப்பிவிட்டு வீட்டுக்குப் போய் தூங்கிவிட்டு மறுநாள் நடராஜின் கடைக்கு வந்தான். சாமிமுத்தய்யனின் பையனுக்குப் பெண் தரத் தயாரான குடும்பத்தின் சார்பாக பையனைப் பற்றி விசாரிக்க வந்த ஒருவர் அங்கே நின்றுகொண்டிருந்தார். சுற்றிச் சுற்றி நைச்சியமாகவும் இங்கிதமாகவும் அவர் விசாரித்து வருவதன் தன்மையை அளவெடுத்தவனாக நின்றிருந்த நல்லசிவம் கடைசியாக

அடங்கிய குரலில், 'ஏனுங்க... உங்க ஊருல ஒரு கிணறு இல்லியா?' என்று கேட்டுவைத்தான். அதற்குப்பிறகு அவர் அங்கு நிற்கவில்லை. அந்தக் கல்யாணமும் நடந்திருக்காது என்பதையும் கூறத் தேவை யில்லை.

நடராஜ் கோபமுற்று, 'ஏ நல்லசிவா... என்னமோ வேல வருது... வேலைக்குப் போறன்னு வருஷக்கணக்கா சொல்லிக்கிட்டிருந்தே... எப்பப் போகப்போறே?' என்று வினவுகிறார்.

மெல்ல வானத்தை அண்ணாந்து பார்த்தவாறு பதில் கூறுகிறான் நல்லசிவன்:

'அதா... வரப்பாளையம் வேலுச்சாமிகிட்ட சொல்லி வச்சிருக்கேன். திருப்பூருல நமக்கேத்த மாதிரி நேம்பா ஒரு வேல... கிடைச்ச மாயத்துல உடனே கிளம்பிர வேண்டியதுதான். நீங்க ஒரு சிகரட் குடுங்க!'

சிகரெட்டை நல்லசிவன் பற்றவைக்கிறபொழுது யாரோ கடையைக் கடந்துபோவது தெரிகிறது. தீக்குச்சியை உதறி அணைக்கிறான்.

'யோவ், வில்வமரக் காடு! ஆள் நிக்கறது தெரியாம அப்படி என்னய்யா ஓட்டம்...' எனக் குரலெடுக்கிறான். தீக்குச்சியில் அணைந்த சுடர் இப்பொழுது கண்களில் ஏறிப் பிரகாசிக்கிறது.

பூட்டு ஜான்

பூட்டு ஜான் உங்கள் கற்பனையில் வந்தபடி கிருத்துவர் அல்ல. இந்து என்று சான்றிதழில் உரைக்கப்படுகிற, கிடா வெட்டுகிற கலாசாரத்தை பின்பற்றுகிற குடும்பத்தில் பிறந்தவர். வைத்த பெயர் வீராச்சாமி. வழங்கிய பெயர்கள் ஏராளமிருந்தன. கடைசியாக, இப்போதுதான் ஜான் என்று பெயர். இன்னும் எத்தனையோ இப்படிப் பெயர்களைப் பெறுவதற்கான தகுதியுடன்தான் எப்போதும் இருக்கிறார். அவரது ஆங்கிலத்துக்காக ஜாக்சன் துரை என்கிற பெயர்கூடச் சிறிது நாட்கள் இருந்தது.

ஜாக்சன் துரையைத் தெரியாதவர்கள் உடனடியாக வீரபாண்டிய கட்டபொம்மன் படம் பார்க்கவும். கட்டபொம்முவைத் தூக்கில் போடுகிற ஆர்டரைப் போடுகிறவனாக வந்து, தமிழ்கூறும் நல்லுலகம் வியக்கும்படி, 'நீர்தான் கட்டபொம்மன் என்பவரோ?' என ஜாக்சன் வசனம் பேசுவான். வீராச்சாமிக்கு அவர் ஆங்கிலம் பேசுகிறார் என்பதற்காக அந்தப் பெயர் வைக்கப்பட்டது.

ஒருநாள் தண்ணீர் பாய்ச்ச, தோட்டம் போயிருந்த நான் அவரை எதேச்சையாகச் சந்தித்தேன். அப்போது அவர், மருத்துவச் சிகிச்சைக்காக கோயமுத்தூர் சென்று வந்திருந்தார் எனக் கேள்வியுற்றிருந்ததால்,

'என்னஙக... உடம்பு சரியில்லன்னு சொன்னாங்க... என்ன ஆச்சு?' என வினவினேன்.

'அது ஒண்ணுமில்லப்பா... லஸ்ட் பிரச்னை' என்றார். நான் திகைத்துப்போய்த் திரும்பிவிட்டேன். அடுத்த நாள்தான் தோட்டத்துக்குத் தண்ணீர் மாறவே போனேன். அன்றைய மாலை நேரம் வரை ஒரே ஒலட்டலாகவே இருந்தது. லஸ்ட்: காமம் அவருக்கு ஒரு பிரச்னையா... அப்படியே இருந்தாலும் மகன் வயதுடைய என்னிடம்

எப்படி அவர் அதைப் பகிர்ந்துகொள்ள முடியும். பொதுவாக, காமத்தைப்பற்றி பேசித் தெரிந்துகொள்ளவோ, புரிந்துகொள்ளவோ வாய்ப்புள்ள, வாய்ப்புத் தருகிற சமூகம் அல்ல நம்முடையது. அது எப்பவும் பூடகமாகவே, 'சொல்லித் தெரிவதில்லை' என்கிறவகையில் வைக்கப்பட்டதுதான். அதுவும் வயதானவர்கள், சிறியவர்களிடம் இது சம்பந்தமாகப் பேசமாட்டார்கள். பேசுகிற சிலரும் காமத்தின் வக்கிர திசைகளும், தசைகளும் எத்தகையன என்று வெளிக்காட்டும் முகமாகத்தான் பேசுவார்கள்.

அவர் படுஇயல்பாக காமத்தைப்பற்றி இப்படிப் பேசியது ஆச்சரியத்தைத் தந்தது. ரொம்ப நேரத்துக்குப் பிற்பாடு அவரது ஆங்கிலத்தின்மீது எழுந்த ஐயப்பாட்டின் காரணமாக, அவரது வீட்டுக்குச் சென்று மருந்துச்சீட்டை வாங்கிப் பார்த்தேன். அவருக்கு இருந்தது லஸ்ட் பிரச்னை அல்ல... லங்ஸ் (நுரையீரல்) பிரச்னை. என்ன செய்வது? ஆங்கிலம் அவரது மூச்சுக்காற்றுடன் கலந்தது. அவரது ஆங்கிலம் மற்றவர்களை எவ்வளவு தூரம் 'கன்பூசன்' பண்ணுகிறது என்பதை அவர் அறியமாட்டார்.

சில வார்த்தைகள் எப்படிச் சொன்னாலும் புரிந்துகொள்ளத்தக்க அளவில் இருப்பதால் அவை பாதகங்களை விளைவிப்பதில்லை. உதாரணமாக, டிமூகா... ஏடி மூகா என்று சொன்னால் புரிந்து கொள்ள முடியும்தானே. அதுகூடப் புரியாவிட்டால் அவருக்கும் நமக்கும் 'வாக்குரிமை' என எதற்கு ஒன்று இருக்கவேண்டும்? ஆனால், அவர் ஆம்பே ஏஜன்டாகச் செயல்பட்டபோது பலபேர் கஷ்டப்பட்டார்கள்.

வீராச்சாமி, யார் எதைச் சொன்னாலும் காது கொடுத்துக் கேட்பார். பேச்சுக்கு இடையில் மட்டும், 'அதனாலென்ன, நாம் செஞ்சுட்டாப்போகுது... பாத்தாப் போகுது...' என்கிறரீதியில் பேசுவார். இது சவடால் அல்ல. அந்த விஷயம் அவ்விதமாக நடைபெற்றுவிடும் என அவர் நம்புவதுதான் காரணம். 'இதெல்லாம் ஜார்ஜ புஷ் நினைத்தால் மட்டுமே நடக்கும்' என யாராவது கூறினால், 'ஏற்பாடு பண்ணிட்டாப் போகுது' என்கிற மாதிரிதான் பதில் சொல்வார். 'ஆமாம்... ரொம்பச் சுலபம். முதலில் ஓலைப்பாளையம் போய் ராமசாமியைப் பார்க்க வேண்டியது. பிறகு அவரைக் கூட்டிக்கொண்டு போய் ஒன்றியச் செயலாளர். அப்புறம் எம்மெல்யா. அவர் சொல்லி எம்ப்பி. எம்ப்பி பிரதமருக்கு ஒரு பேச்சு சொல்லிட்டாருன்னா, அவர் புஷ்சுகிட்ட பேசிட்டார்னா, ஒரு ரேட் (டேட்: நாள்) பிக்சு பண்ணிப் பாத்தற வேண்டூதுதான... 'என்ன ஒரு முப்பது, நாப்பது நாள் ஆகும். அவ்வளவுதான்' என நம்பிக்கையுடன் முடிப்பார்.

அந்த நம்பிக்கையுடனேதான் மாட்டு வியாபாரம் முதல் மாங்கா வியாபாரம் வரை சகலமும் பார்ப்பார். தெருவில் ஒருநாள் பூலாம்வலசு

வாலிபன் ஒருவன் நவீன ரகப் பொருட்களை அழகிய பை ஒன்றில் போட்டு எடுத்துக்கொண்டு வந்து, விற்க முயற்சி செய்துகொண்டிருந்தான்.

‘பல் வெளக்கற டூப்புக்கெல்லாம் பத்து கிலோ அரிசி வெல சொல்லிக்கிட்டிருக்கியேப்பா’ என்று கூட்டமொன்று சத்தாய்த்துக் கொண்டிருந்தபோது வீராச்சாமி வந்தார்.

‘ஏப்பா, ஒரு ஆள் ஒண்ணு சொல்றான்னா அதுல அர்த்தம் இல்லாமயா இருக்கும்... நீ சொல்லுப்பா’ என ஆதரவுக்கரம் நீட்டவும், அவன் கம்பெனி வரலாறு முதல் பொருட்களின் தர புராணம் வரை விவரிக்க ஆரம்பித்தான். எல்லாவற்றையும் விவரமாகக் கேட்டுக்கொண்டிருந்த வீராச்சாமி, அதற்குப்பிறகு ஏதாவது வாங்கினாரா என்றால் அதுதான் இல்லை. நேரடியாக கம்பெனியின் அருகிலுள்ள ஆபீசை அடைந்து ஏஜென்டாகப் பதிவு செய்துகொண்டார்.

ஆம்வேயில் ஏஜென்டாகி ஊரெல்லாம் அதன் தயாரிப்புப் பொருட்களை ‘ஆம்பே... ஆம்பே’ என்று கூறிக்கொண்டு சிலகாலம் அலைந்தார்.

‘நம்மளையாட்டந்தாங்க ரெண்டு பேரு... அமெரிக்காவுல இருந்தப்ப திடீருனு ஒரு ஐடியாப் பண்ணி ஆரமிச்ச கம்பெனிங்க இது’ என்ற முகவுரைக்குப்பின் விற்பனையைத் தொடங்குவார். ஆம்வே கம்பெனிக்காக முதன்முதலில் ஸ்டாம்பு விற்றவர் அவரே. ஸ்டாம்பை ஷாம்பு என்று அறிக.

தடாலடியான நடவடிக்கைகளுக்காகப் பலராலும் அறியப் பட்டவர். வியாழக்கிழமை கூடலூர்ச் சந்தையில் மாடு வாங்கிக்கொண்டு வந்த விவசாயி ஒருவரின் பணத்தை ஒரு ஆள் மூணு சீட்டில் ஏமாற்றிப் பிடுங்கிக்கொள்ளவும், அடுத்த ஐந்தாவது நிமிடத்தில் பல விவசாயப் பெருமக்களை ஒன்று திரட்டி அந்தக் காசை மீட்டுக்கொடுத்த சாதனை இன்றளவும் நினைக்கப்படு கிறது. ஒரு பதினைந்து நிமிட இடைவெளியில் ஐம்பது வேளாண் இன மக்களைத் திரட்டிச் சங்கம் சேர்த்ததற்காக, சில நாட்கள் இளைஞர்களால் ‘சங்கர்’ என்றும் அழைக்கப்பட்டார்.

பள்ளபட்டியைச் சேர்ந்த ஒரு உர வியாபாரி, நீண்டநாட்களாக அவரிடம் வாங்கிய பணத்துக்கு வட்டியும் கட்டாமல் முதலையும் தராமல் டபாய்த்து வந்தார். ஒருமுறை, அந்த ஆள் கடையில் தனியாக அமர்ந்திருந்த நேரமாகப் பார்த்து உள்ளே நுழைந்து ஷட்டரை இழுத்துவிட்டார். முதுகுப்பக்கமிருந்து அரிவாளை எடுத்தார். அரிவாள் சிகிச்சை பலனளித்தது. பணம் வசூலான துடன் ‘ஷட்டர்’ என்கிற பெயரும் உபரியாகக் கிடைத்தது. இந்தப் பெயர் தந்த செருக்கினால் அடுத்த முயற்சி ஒன்றில் அவர் சறுக்க நேர்ந்தது.

பள்ளபட்டி உரக் கடைக்காரன்போலவே அவரிடம் பணம் வாங்கி, நீண்டநாளாகக் கடுக்காய் கொடுத்து வந்தவர்களில் ஒருவன் ராமலிங்கம். கரையூரில் தென்னிந்தியத் திருச்சபைக்குச் சொந்தமான ஆறு கடைகளில் ஒன்றான கடை எண் மூன்றில் தேநீர்க் கடை நடத்திவந்தான். பாய்லருக்கு அருகில் பன்களைத் தொங்கவிட்டு அவற்றை வருக்கியைப்போலவும், தண்ணீர் தெளிபடுகிற இடங்களில் வருக்கிகளை வைத்து அவற்றை பன்களைப்போலவும் ஆக்கி விற்கிற அவனது விட்டேத்தித்தனங்களின் காரணமாக, அவனால் எந்தக் கடனையுமே அடைக்க முடிந்ததில்லை.

'ஷட்டர்' அவன் கடை அடைக்கிற நேரமாகப் போய் காட்டுக் கத்தல் ஒன்றைப் போட்டுவிட்டு வந்தார். மறுநாள் காசை வைக்காவிட்டால் கொலை விழும் என்கிற அளவுக்கான மிரட்டல். ஏற்கெனவே ஊரைவிட்டு ஓடிப்போவதான ராமலிங்கத்தின் எண்ணத்துக்கு, வீராச்சாமியின் இந்தக் கூச்சல் உரமூட்டியது போலும். கம்பி நீட்டிவிட்டான். அவன் ஓடிப்போன செய்தி கேட்டதும், உடனடியாகத் தாராபுரம் சென்ற வீராச்சாமி நல்ல நவ்தால் பூட்டு ஒன்று வாங்கி வந்து ராமலிங்கம் நடத்திய கடையின், பூட்டாமலிருந்த மறுபக்கத்தைப் பூட்டினார்.

அவர் பூட்டுப் போடுகிற சங்கதி அறிந்துவந்த பாதிரியாராகப்பட்ட ஜேக்கப் மணவாளனை,

'போங்க சார். அவன் வரவுட்டு மத்த பேச்சுப் பேசிக்கலாம்' என அனுப்பிவிட்டார்.

பூட்டு போட்டுவிட்டு வந்த பின் லேசாக பயம் தொடங்கவும், பூட்டு வாங்கப்போன தாராபுரத்துக்கே சென்று வக்கீலையும் பார்த்துச் செய்வது என்னவென்றே புரியாத அப்பாவியாய், அவருக்கு வரவேண்டிய பாக்கிக்காக மூன்று வக்கீல் நோட்டீஸ்களைக் கொடுத்தார்.

முதலாவது ராமலிங்கத்திற்கு. இது சரியானதே. அடுத்த நோட்டீஸ் கடைகளுக்கும் ஆலயத்துக்கும் பொறுப்பாய் இருக்கிற குருசேகரர் ஜேக்கப் மணவாளனுக்கு (இது உள்ளூர் அளவில் மன்றாடித் தீர்த்துக்கொள்கிற சிறுபிழையே ஆகும்). மூன்றாவது நோட்டீஸ் திரு. மண்டலப் பேராயருக்கு. போப் ஆண்டவரின் வாடிகன் அட்ரஸ் கிடைக்காததால் அவர் நான்காவது நோட்டீஸை அனுப்பாமல் இருந்திருக்கக்கூடும். மண்டலப் பேராயரை அந்த நோட்டீஸ் அடைந்த மறுநாள் வீராச்சாமியின் வீட்டுக்குக் காவல்துறை வந்துவிட்டுப்போனது. வீரு, விறுவிறுவென பாதிரியாரைப் பார்க்கப் போனார். தன் பங்குக்கு அறிவுரைகள் வழங்கிய ஜேக்கப் மணவாளன்,

'இந்தாங்க... எங்க பேராயர்கிட்டப் பேசுங்க...' என்று போன் போட்டுக் கொடுத்தார்.

பேராயர் எதிர்முனையில் என்னென்ன பேசினார் என்பது இருக்கட்டும். வீராச்சாமி பேசியது இவ்விதமாக அமைந்திருந்தது.

'அய்யா, தெரியாம நடந்துபோயிருச்சுங்கய்யா... அதிகம் படிப்புக் கிடையாதல்லவுங்களா... பணங் கெடைச்சா அந்தப் பூட்டக் கழட்டித் தூர எறிஞ்சிருவேன்... என்ன இருந்தாலும் நம்ம இதுல மன்னிப்புன்னு ஒண்ணு உண்டு அல்லவுங்களாய்யா...'

மறுநாள், அவர் பூட்டிய பூட்டைக் கழற்றி எடுத்த அதே வலது கைக்கு ராமலிங்கத்துக்குக் கொடுத்த பணம் திருச்சபை சார்பாகத் தீர்க்கப்பட்டது. வீராச்சாமி பேராயரிடம்,

'நம்ம இதுல...' என்று குறிப்பிட்டது ஏதோ பணியினைப் புரிந்திருக்க வேண்டும். இந்தச் சம்பவத்துக்குப்பின், மறுநாளுக்கு முன்னமே பூட்டும் பூட்டுக்குப்பின்னே புனித யோவானின் பெயரும் அவருக்கு உண்டாகி தற்சமயம் வரை தங்கியிருக்கிறது. ஆமென்.

மன இறுக்கன்

பத்தேகால் மணிக்கு வருவதாகக் கூறியவருக்காக பேருந்து நிலையத்தில் காத்திருந்தார் பெரியசாமி. தொலைவில் சாமிநாதன் வருகிறாற்போலத் தெரிந்து ஆசுவாசமடைந்தார். ஆசுவாசத்துக்கு ஆயுள் குறைச்சல். வந்தும் கடந்தும் போனது சாமிநாதன் அல்ல. சுள்ளென்று, மழையை அடுத்த மத்தியான வெயில்மாதிரி மனதுக்குள் புழுக்கம் ஏறியது. 'இவனெல்லாம் நண்பனா?' என்று கோபம் கொப்புளித்தது.

இனி, சாமிநாதன் வரும் வரை பெரியசாமியின் நிலைமை எதனுடன் ஒப்பிட்டாலும் ஈடாகாது. அனலில் இட்ட புழு, அலை ஆழித் துரும்பு, தழலில் இட்ட இரும்பு, ஆலைக் கரும்பு... இன்னும் என்னென்ன நைதல் பாடுகள் உள்ளனவோ, அவ்வளவும்தான். இவை எல்லாவற்றின் நிலையும் இது ஆகித் தீர்ந்து அவ்வளவும் நெற்றியில் கொப்புளம், ஆகுமளவுக்குச் சூடேறியபோது சாமிநாதன் வந்து சேர்ந்தார். சாமிநாதனைப் பார்த்து பெரியசாமி, 'நீ எல்லாம் மனுஷனா?' என்று கேட்டார்.

'இப்ப என்ன ஆகிப்போச்சு...'

'நேரம் ஆகிப் போச்சு...'

'ஆனாப் போகுது.... சரி புறப்படலாம்...' என்ற சாமிநாதன் பேருந்தில் ஏறும் திட்டத்தைக் கைவிட்டு ஆட்டோ பிடித்தார்.

ஆட்டோவில் போகும்பொழுது, 'என்ன ஆனாலும் டாக்டர் இன்னிக்குப் போயிருப்பாரு...' என்று புலம்பிக்கொண்டே வந்தார் பெரியசாமி.

'அதெல்லாம் எங்கேயும் போயிருக்கமாட்டார். உன்னமாதிரி ஆயிரம்பேரு இருக்கானுக... அவனுகளயெல்லாம் பாக்க வேண்டாமா?'

‘என்னது, என்னமாதிரி ஆயிரம்பேரா?’

‘இல்லப்பா... நீ ஆயிரத்துல ஒருத்தன்! டென்ஷன் ஆகாத!’

‘கிண்டல் பண்றியா?’

‘ஒரு கிண்டலும் இல்லைப்பா. கொஞ்சம் கோ ஆப்பரேட் பண்ணீனா எல்லாம் சரியாயிரும்...’

‘என்னமோப்பா.... நான் அடிக்கடி டென்ஷன் ஆகறது நெஜந்தான். அதுக்காக இப்படிக் கிறுக்காஸ்பத்திரி டாக்டர்கிட்ட அப்பாயின்மென்ட் வாங்கி, பாக்கப்போற மாதிரி பண்றியேப்ப’

‘கொஞ்ச டென்ஷனா! நான் அன்னிக்கு உங்க வீட்டுக்கு வந்தப்ப என்னென்ன நடந்துச்சுனு யோசிச்சுப் பாரு...’ என்றார் சாமிநாதன்.

நல்ல வெயில் காலத்தில் காலை ஆறு மணிக்கு மின்சாரம் தடைப்பட்டு கூரைவிசிறி நின்றபொழுது பெரியசாமிக்கு விழிப்புத் தட்டியது. சமையலறையிலிருந்த மனைவி மல்லிகாவுக்கு படுத்திருந்தபடியே, ‘அங்கே என்ன பண்றே?’ என்று குரல் விட்டார்.

‘சமையல்.’

அந்தப் பதில் அவரைக் கோபப்படுத்தினாலும் மேற்கொண்டு வாதாட இடமில்லாததால் பாத்ரூமுக்குச் சென்றார். அரைவாளித் தண்ணீர் இருந்தது. பைப்பை திறந்தபொழுது தண்ணீர் வரவில்லை. ‘மோட்டரை போடு மல்லிகா...’ பக்கத்தில் உள்ள ஐந்தாறு வீடுகளுக்கு கேட்குமாறு அந்தச் சத்தம் இருந்தது.

‘ஏங்க, கரண்ட் இருந்திருந்தாத்தான் போட்டுருப்பனல்ல...’

‘தண்ணி சுத்தமாத் தீர்ற வரைக்குமா சும்மா இருப்பே? எப்பவும் துடச்சு வெறும் வீடா இருந்தாத்தே உனக்கு நிம்மதி’ சத்தம் கேட்டு, விருந்தாட வந்திருந்த சாமிநாதன் எழுந்தார்.

“ஒரு அரமணி நேரம் இருந்தா கரன்ட வந்திட்டுப் போகுது. அப்புறம் புறப்பட்டுக்கிட்டாப் போச்சு...’

‘அதில்லப்பா... ஆபீஸ்ல சீனியர், பத்து நிமிஷம் லேட்டானாக் கூட பொருமித் தள்ளீருவான்...’

‘அதெல்லாம் தள்ளவும் மாட்டாரு. கிள்ளவும் மாட்டாரு. ரொம்ப நல்லவரு’ என்றாள் மல்லிகா.

‘ஆமா... ஒரு நா எங்கியோ விசேஷத்துல பாத்துட்டு, நல்லா இருக்கீங்களான்னு கேட்டு உங்கிட்டப் பேசிட்டான். அதுக்கு அவன் நல்லவன்னா, நானெல்லாம் கெட்டவனா?’

‘அய்யோ... நீங்க கெட்டவருன்னு நான் சொன்னேனா?’

‘சொல்ல வேணாம். ஆமா, கெட்டவன்தான். கெட்டவனுக்கு ஏண்டி உங்கப்பன் பொண்ணு குடுத்தான்?’

பதிலுக்குச் சூடாகி மல்லிகா, ‘தெரியாமக் குடுத்துட்டாரு’ என்றாள்.

சாமிநாதன் தர்மசங்கடத்தின் பற்சக்கரத்துக்கு நடுவில் நின்றார். “விடு பெரியசாமி! இதுக்குப் போயி... ஒண்ணுமில்லாததப் பெருசு பண்ணிக்கிட்டு...’ என்று சமாதானத்தின் மயிலிறகை எடுத்தார்.

‘சாமிநாதா! உனக்குத் தெரியாது. நீயெல்லாம் நல்ல பெண்டாட்டிகூட வாழுறவன். இந்தத் தட்டுவாணிகூட ஒரு நா இருந்து பாரு... அப்பப் புரியும்!’

தர்மசங்கடத்தின் பற்சக்கரம் உருண்டு வந்ததில் சாமிநாதன் நசுங்கிக் கூழானார்.

‘எப்பா, என்ன ஏதுன்னு யோசிச்சுத்தான் பேசறியா?’ என்று சாமிநாதன் கோபமாகக் கேட்கும்பொழுது ‘மட் மட்’டென்று மாட்டில்லாத சத்தம் வந்தது. மல்லிகா சுவரில் முட்டிக்கொள்கிற சத்தம். அந்த இடியின் பின்னணியுடன் உப்பு மழையாக, துளிகளின் சரமாக அவள் விசும்பி அழுகிற சத்தம். அதைத் தொடர்ந்து, காற்றின் சத்தமாக விசிறி சுழலும் ஓசை கேட்டது. மின்சாரம் வந்துவிட்டது. ‘இந்தக் கருமாந்திரம் நாலு நிமிஷம் முன்னால் வந்திருக்கக்கூடாதா?’ என்று கண்களைத் துடைத்துக்கொண்டு மோட்டரைப் போடப் போனாள்.

கூழாகிப்போன சாமிநாதன் மெல்ல மெல்லத் திட உருவம் பெற்றுவந்தாலும், மல்லிகாவின் முகத்தைப் பார்க்கவே அஞ்சினார். ஆனால் காபியுடன் வந்த மல்லிகா, ‘எனக்கு இதெல்லாம் பழகிப் போயிருச்சுங்க அண்ணா. நீங்க ஒண்ணும் மனசுல வச்சுச் சங்கடப்பட வேண்டாம்’ என ஆறுதலாக மொழிந்தாள்.

அன்றைக்கு அவ்வளவு அல்லல்படுத்தி பெரியசாமி அலுவலகம் சென்றபொழுது மேலதிகாரி வந்திருக்கவில்லை. சீக்கிரத்தில் ஒரு மனநல மருத்துவரிடம் பெரியசாமி செல்லவேண்டியதன் அவசியத்தைப் பக்குவமாக ஒரு இளமாலை நேரத்தில் சாமிநாதன் எடுத்தியம்பினார்.

‘எனக்கு ஒண்ணுமே இல்லையப்பா’ என்றார் பெரியசாமி.

‘உனக்கு ஒண்ணுமே இல்லை. பிரச்னை எல்லாம் மத்தவங்களுக்குத்தான். நீ பாட்டுக்கு கோபத்துல என்ன வேண்ணாலும் பேசீட்டுப் போயிறுவே. அடுத்தவங்ககிட்ட அது என்னென்ன எஃபெக்ட் பண்ணும்னு யோசிச்சியா?’

‘நான் வேணும்னே ஒண்ணும் பண்ணறதில்ல. ஆனா... இருந்திருந்தாப்புல சுர்ருன்னு வந்து ஜிவ்வுன்னு ஏறுதுப்பா..’

'சரி... ரகசியமா போயிட்டு வந்துருவோம். எனக்கு தெரிஞ்ச டாக்டர் இருக்காரு..'

'நீ டிரீட்மென்டுக்குப் போயிருக்கறயா அவருகிட்ட?'

'போனதில்ல... தேவப்பட்டா போவேன்...'

'போய் பாத்தாத்தான் போவுது. ஆனா, ரொம்ப டார்ச்சர் பண்ணினா, டிரீட்மென்டும் வேணாம்; ஒண்ணும் வேணாம்னு வந்திருவேன்.'

ஆட்டோ உளநல மருத்துவமனையின் முன்னால் நின்றது. இருவரும் உள்ளே நுழைந்தனர். சாமிநாதன் காத்திருப்பார் நாற்காலிகளில் அமர்வதற்குத் தோது பார்த்துக்கொண்டு நின்றிருந்த பொழுது, பெரியசாமி மளமளவென்று மருத்துவர் அறைக்குள் புகுந்து, உடனடியாக மீண்டார்.

சாமிநாதன், 'என்ன பெரியசாமி?' என வினவவும், பெரியசாமி, 'ஒண்ணுமில்ல... உள்ள போனேன். டாக்டர் இங்கே ஏதோ ஆயா இருக்குமாமல்ல... அதப் பாத்துட்டு வாங்கன்னுட்டாரு" என்றார்.

அப்படி எந்த ஆயாவும் தென்படாததால் இருவருமே குழம்பினர். பெரியசாமி, 'ஏஞ் சாமிநாதா, மற கழண்ட கேசுகளாப் பாத்துப் பாத்து டாக்டரே ஒருமாதிரி ஆயிட்டாரோ!' என ஐயம் கிளப்பினார். பத்து நிமிடம் காத்திருந்தும் ஆயா தென்படாததால், ரிசப்ஷனில் அமர்ந்திருக்கும் பெண்ணிடம் சென்றனர். பெரியசாமி அந்தப் பெண்ணிடம், 'ஏம்மா.. இங்க ஆயா யாரு?' என்றார்.

'ஆயாவா, எதுக்கு?'

டாக்டர் சொன்னதை பெரியசாமி விளம்ப, அந்தப் பெண் விழுந்து விழுந்து சிரித்தாள். டாக்டருக்கு மட்டுமல்ல... இங்கு வேலைபார்க்கும் யாவருக்குமே தலை சுகமில்லை என்கிற முடிவுக்கு வந்த பெரியசாமி, சாமிநாதனை 'புழுவே' என்பதுபோலப் பார்த்தார்.

ரிசப்ஷனிஸ்ட் பெண்ணாகப்பட்டவள் சிரித்து ஓய்ந்தபின், 'அது ஆயா அல்ல. சாய' என்றாள். 'ஏங்க, நாட்டு வைத்தியத்துல மருந்து குடிக்கறது வெறு வயித்துல குடிக்கறமாதிரி, இவரப் பாக்கறதுன்னா டீ குடிச்சுட்டுத்தான் பாக்கணுமா?'

மீண்டும் சிரித்தாள் அவள். 'அதல்ல. எம் பேரு சாயா. என்னப் பாத்துட்டு வரச் சொல்லிருக்காரு. உக்காருங்க" என்று நாற்காலி களைக் காட்டினாள்.

சரியாக எட்டு நிமிடங்களுக்குப்பின், 'டாக்டர் உங்களைக் கூப்பிடறார்' என்றாள்.

இருவரையும் முக மலர்ச்சியுடன் வரவேற்றார் டாக்டர். சாமிநாதனைத் தெரிந்தவராதலால் குசல விசாரணைகளுக்கு ஓரிரு நிமிடங்கள் எடுத்துக்கொண்டு பெரியசாமி பக்கம் திரும்பினார். கை குலுக்கினார்.

'உங்க பிரச்னை என்னன்னு சாமிநாதன் சொன்னாரு. கூடுதலா உங்ககூட கொஞ்சம் பேசணும்...'

'என் பிரச்னை என்னன்னு இவரு சொன்னாரா?'

டாக்டருக்குப் பெரியசாமியின் பிரச்னை என்னவென்று புரிகிற மாதிரி இருந்தது. 'டென்ஷன் ஆகறதுங்கற குணம் உங்களுக்கு எந்த வயசில இருந்து இருக்குது?'

'பொறந்ததுல இருந்து இருக்குன்னு வைங்களேன்...'

'பொறந்ததுல இருந்து எப்படிங்க இப்படி இருக்கமுடியும்?'

'அப்படின்னா, ஞாபகம் வந்த நாளில் இருந்துன்னு வச்சுக்குங்க."

நீண்ட உரையாடலின் முடிவாக பெரியசாமிக்குச் சொல்லும் வேத தேவ வாக்கியமாக டாக்டர்,

'நம்ம விரும்பறமாதிரி உலகம் இருக்காது. அதேமாதிரி நம்ம பயப்படற அளவுக்கும் உலகம் இருக்காது' என்றவர், ஆலோசனையாக வீட்டில் ஒரு கண்ணாடித் தொட்டி வாங்கிவைத்து, தங்க மீன்கள் வாங்கி வைக்கச் சொன்னார். பெரிய அளவு பயப்படத் தேவையில்லை என்று குறைவான வீரியஅடர்த்தி உள்ள மாத்திரைகள் கொடுத்தனுப்பினார்.

நான்கைந்து நாட்கள் அமைதியாகப் போயிற்று. மல்லிகா மகிழ்ந்தாள். திடீரென ஊரில் மல்லிகாவின் பெரியப்பா இறந்துவிட்டதாகத் தகவல் வந்தது. போய்வர இரண்டு மூன்று நாட்களாவது ஆகும். கிளம்பும் முன் கண்ணாடி மீன்தொட்டியைப் பார்த்தார். அதை வைத்திருந்தால் டென்சன் குறையும் என்று யாரோ கூறியதால் வாங்கி வைத்தது அது.

'இந்த மீனுக ரெண்டு மூணு நாளைக்குத் தாங்குமா?' என்றார் பெரியசாமி. மல்லிகா அமைதி காத்தாள். அறையின் காற்றில் அழுத்தம் கூடிக்கொண்டிருப்பதைத் தெளிவாக உணர்ந்தாள். 'தெரியலியே...' என்றாள்.

'இத நானா வாங்கச் சொன்னேன்... நானா வாங்கச் சொன்னேன்' என்று கைகள் நடுங்க, ஏதோ ஒரு தாக்குப் பொருளைத் தேடினார். சப்பாத்திக்கட்டை கையில் கிடைத்தது. கண்ணாடித் தொட்டியின் நீள மையத்தில் ட்டங்கென்று அறைந்து, 'நான் புடுங்காதத...

இந்த மீன் புடுங்குதா?' எனக் கேட்டார். எதிர்பாரா திறப்புகளால் விம்மிய தண்ணீர், தரையில் நிழல் கோலத்தை வரைந்தது. செம்பில் பொன்னைத் தேய்த்த நிறத்தில் மீன்கள், நீரழுத்தம் மறைந்ததில் பிய்ந்த பல்லி வால்களாகத் துடித்தன.

அக்கணமே பாத்ரூமுக்கு ஓடிய பெரியசாமி, ஒரு அரைப்பாகம் நிரம்பிய வாளியைத் தூக்கிவந்தார். துடிக்கும் மீன்களிரண்டை அலுங்காமல் எடுத்து உள்ளேவிட்டார்.

'சரி வா. திரும்ப வரைல பொழச்சிருந்தா பாத்துக்கலாம்...'

'ஆமா. பொழச்சுக்கிடந்தா பாத்துக்கலாம்' என அழ ஆரம்பித்தாள் மல்லிகா.

'சரி. கிளம்பும்மா போலாம். டயமாச்சு. எவ்வளவு அழுதாலும் போனவுங்க வருவாங்களா?' என்று வீட்டைப் பூட்ட ஆயத்தமானார்.

ஊருக்குப் போய்த் திரும்பும் வரையிலும்கூட மீன்கள் உயிரோடிருந்தன. புதுத்தொட்டி வாங்கி, தனது கையால் நீர் நிரப்பினார் பெரியசாமி.

அவரைச்சாமி

சுப்பன் என்றழைக்கப்பட்ட சுப்பிரமணி, சாமியாடியாக மாறியது ஒரு விபத்து. சின்னதாராபுரத்திலிருந்து மூலனூர் போகும் பாதையினூடே, பள்ளப்பட்டிக்காக இடதுபுறம் திரும்புகிற வழியில் நாலு எட்டு நடந்தால் சுப்பிரமணியைப் பார்த்துவிட முடியும். 4 சைக்கிள்கள், 2 பெட்ரோமாக்ஸ் விளக்குகள் இவற்றை வாடகைக்குக் கொடுத்துக் கொண்டும் ஸ்பானர், திருப்புளிகளை இரவல் தந்துகொண்டும் கடுங்காலம் வாழ்ந்து வந்தான். மூத்த நாயக்கன் வலசில் பெண் எடுத்தபோது, அடுத்து மைக்செட் வாங்கிப்போடுவதாகவும் ஒளிமயமான எதிர்காலத்துக்கு அது உத்தரவாதம் என்றும் சொன்னான். கல்யாணம் முடிந்ததும் வாக்குறுதியை மறந்தான். வாக்குறுதி அளிக்காமல் மக்கள் நிறைவேற்றுகிற விஷயம் குழந்தைச் செல்வங்களை வழங்குவதுதான். அழுதுகொண்டே பிறந்த அழகான ஆண் குழந்தைக்கு அப்போது புகழ்பெற்று விளங்கி வந்த சாமியார் ஒருவரை மனதில்கொண்டு சாமிஜியின் பூர்வகாலப் பெயரான 'சுந்தர்ராஜன்' என்று வைத்தான். மனைவி ராஜேஸ்வரியை அடைந்தது பற்றி மகிழ்ச்சி ஒரு சோளப்பயிரின் ஆயுட்கால அளவு நீடித்தது. கல்யாணம் கட்டி என்ன சுகத்தைக் கண்டாய் என்று கேட்டால் சுப்புவுக்கு முகம் பிரகாசமாகிவிடும். 'அதுவா... பஸ்சுக்கு ரெண்டுபேரா போனா, ஒத்தயில உக்காந்திருக்கிற ஆளுங்க கொஞ்சம்பேரு எந்திருச்சு எடம் குடுக்கறானய்யா... அதத் தவிர, கல்யாணத்துல சுகம் இருக்கற மாதிரித் தெரியல...' என்பான்.

ஏற்றம் இறக்கம் மாற்றம் எதுவுமில்லாத தொழிலாக அது இருந்தது. சைக்கிளுக்கு டயர், டியூப்கள் மாற்றுவதற்குக்கூட கடும் சிரமத்தைச் சந்திக்கவேண்டியிருந்தது. என்ன செய்வது எனப் புரியாமல் இருந்தபோது ஒரு குடுகுடுப்பைக்காரன் வந்தான்.

‘நல்லஹாலம் பொறக்குது... நல்லஹாலம் பொறக்குது’ என்று ரொம்பநேரம் கத்திக்கொண்டிருக்கவும் சுப்பு கடுப்பாகி, ‘என்னய்யா... சும்மா நல்லகாலம் பொளக்குது, நல்லகாலம் பொளக்குதுன்னு கத்திக்கிட்டிருக்கறே... பொளந்ததுபோதும், போ மூடிக்கிட்டு...’ என்றான். குடுகுடுப்பையாகப் பட்டவன் பக்கத்து ஊரான நெஞ்சிக்காளி பாளையத்துக்காரன். வெகுண்டு வெடிகுண்டாகச் சீறினான்.

‘ஓட்ட சைக்கிள் வச்சிக்கிட்டு உனக்கு இவ்வளவு திமிரா... என் நாக்குல தெய்வம் பேசுது... நீ கிண்டல் பண்றியா?’

‘நாக்குல தெய்வம் பேசுதா.. எதாவது சொல்லப்போறேன். ஓடிப்போ ... முதல்ல வாயக்கொப்புளிடா...’

சண்டை முற்றியநிலையில் குடுகுடுப்பை, ‘மூன்று மாதத்தில் முடமாவாய்’ என்று சபித்தான். பதிலுக்கு சுப்பிரமணி, ‘மூணே நாள்ல உன் வீட்டுல பச்சயில்லாமப் பண்ணீருவேன்!’ என்று சூளுரைத்தான்.

குடுகுடுக்கன் போனபிறகு, எதற்காக இப்படி சொன்னோம் என்று குழம்பினான். பச்சையில்லாமல் பண்ணுவது என்பதுதான் என்ன? சாயங்காலம் சைக்கிளை எடுத்துக்கொண்டு போனபோது குடுகுடுப்பைக்காரனது வீட்டின் முன்னால் அவரைக் கொடி படர்ந்திருக்கக் கண்டான். மூளைக்குள் ஏதோ மின்னல் அடித்த மாதிரி இருந்தது. அன்றைக்கு ராத்திரியே போய் அவரைக் கொடியின் வேரை அறுத்துவிட்டு, அறுபட்டது வெளித் தெரியாமல் மண்ணை மேவிவிட்டு வந்தான். மூன்றாம் நாள் அவரைக்கொடி முச்சூடாகக் காய்ந்து போய்விட்டது. நான்காம் நாள் கதறிக்கொண்டு கடைக்கு வந்தான் குடுகுடுப்பைக்காரன்.

‘சாமீ! என்ன மன்னிச்சிருங்க.... சொன்னமாதிரியே வீட்டுல பச்ச இல்லாமப் பண்ணிப்புட்டீங்களே!’

‘சரி விடு... இனியாவது புத்தியாப் பொழச்சுக்க.’

‘எப்படியாவது அவரக் கொடிய மறுக்காத் தழையவச்சுக் குடுங்க...’

‘முடியாது. ஏவுன மந்திரம் ஏவுனதுதான். இனி ஒண்ணும் உன்னப் பண்ணமாட்டன். தைரியமாப் போ!’

அருள்வாக்கு மாதிரி இதை சுப்பு சொன்னபொழுது கடையில் ஏழெட்டுப்பேர் இருந்தார்கள். அந்தச் சாயங்காலமே பைந்தமிழ் நட்டு என அழைக்கப்படுகிற நடராசன் தேடிவந்து, ‘நீ எனக்கு உதவி புரியணும். எதிரியா இருந்தாக்கூட இந்தமாதிரி இடுக்கண் வரக்கூடாது...’ என்று ஆரம்பித்து பிரச்னையைக் கூறவும், அதற்கு சுப்பிரமணி பரிகாரம் கூறவுமாக, அன்று தொடங்கியது ஆன்மிக எல்லைகளின் விரிவு. உபகார பரிகார சஞ்சார நீட்சி.

அடுத்த நாள் நடராசனின் காசை எடுத்துக் கொண்டுபோய் சின்ன தாராபுரம் தங்கவேல் ஜவுளிக்கடையில் இரண்டு காவித்துண்டுகளும் இரண்டு காவி வேட்டிகளும் எடுத்து வந்தான். தேர்முட்டி காய்கறிக் கடைக்குப்போய் எலுமிச்சம்பழங்களும் வாங்கினான். அறுத்து ஊறுகாய் போட்டால் ஆறு மாதத்துக்குத் தாங்கும் அளவு எலுமிச்சங்கனிகள்.

காலை விழித்ததும் இரண்டாம் காரியமாக பாலக்குமார் கரட்டு மீது ஏறி முருகனைத் தரிசித்தான். அது அவனது கடையிலிருந்து மேற்கே 80 மீட்டர் நடந்து உயரவாக்கில் 70 அடி ஏறவேண்டுமான அண்மையில் இருந்தது. பாலகுமாரனுக்கு இவ்விதமாக ஒரு காலகால ஊழியன் கிடைத்தான். கையில் எலுமிச்சங்கனியும் கொண்டு பக்திப்பழமாகக் காட்சியளித்தான். கடையில் கிழக்கு ஓரமுள்ள தெய்வங்களை மனமும் நேரமும் உருக உருக வேண்டினான். முக்கால் மணிநேரம்.

'என்னப்பா... கடையத் தூக்கிகிட்டுப்போனாக்கூட தெரியாதாட்ட இருக்கு' என்று பன்னீர்செல்வம் கேட்டதற்கு முகத்தை பெருஞானபாவத்துடன் வைத்துக்கொண்டு, 'கட போனா என்ன, கடவுள் இருக்காரு இங்க' என்றுகூறி மிரள வைத்தான். மெது மெதுவாக அயலூர்களிலிருந்து ஆட்கள் வர ஆரம்பித்தார்கள். இரண்டு சைக்கிள்களை விற்றான். விற்ற காசு ஒரு டேப்ரெகார்டருக்கும் ஐந்து ஒலிநாடாக்களுக்கும் ஆகி வந்தது. அத்தனையும் பக்திரசம்... பக்திக் குழம்பு... பக்தி மோர் சொட்டுகிற பாடல்கள்.

பிறகு காலை, மாலை இருவேளையும் அவன் கைகூப்பி நின்ற பொழுது தோன்றாத் துணையாக டி.எம்.எஸ்-ஸும் லோகநாதன் ராஜேஸ்வரியும் பெங்களூர் ரமணியம்மாளும் சூலமங்கலிகளும் சீர்காழியும் பித்துக்குளியும் ஒலிப்பெட்டிக்குள் குரலித்தார்கள். சைக்கிள் கடைக்கான ரப்பரும் கிரீசுமான வாசனை மங்கி, சைக்கிள் பிராண்டு ஊதுபத்தியின் மணம் எழுந்தது. அதற்கெல்லாம் முன்பாக நூறு கிராம் சாம்பிராணியைப் பொடித்துப் போட்டு கடைக்குள் மேக மண்டலத்தை உருவாக்குவான். அதனுள் கூடிக் கும்பிட்டுக் கொண்டிருக்கையில் சட்டெனப் புகை மறைந்து கைலாசம் காட்சிப்பட்டு பசுநேசன் பாசக்கயிறன் பரம ஈசன் பிரத்யட்சம் கொடுத்துவிட்டதைப்போலப் பரவசமுகம் தென்படுவதற்கும் புகை மறையவும் கணக்காக இருக்கும்.

முத்து மளிகைக் கடையிலிருந்தும் ஈஸ்வரி மளிகையிலிருந்தும் வாரம் கால் கிலோ சாம்பிராணியை அவனுக்கு உபயமாக அளித் தார்கள். எந்தப் பொருளும் போய்ச் சேரவேண்டிய இடத்துக்குப் போய்ச்சேர்ந்தால்தானே மதிப்பு,

சுப்பிரமணி பூஜைக்காகப் போகும்பொழுதே ஆட்கள் எழுந்திருந்து வழிவிடுகிறமாதிரி கூட்டம்சேர ஆரம்பித்தது. முதலில் தெய்வத்துக்குத்

திரை போட்டான். அடுத்ததாக ஆட்களுக்கு குறி சொல்லுமிடம் மற்றவர்களுக்குத் தெரியாமல் இருக்கத் தட்டி ஒன்றை வைத்தான். தட்டி, மாதாந்திர, நாளாந்திரக் காலண்டர் கடவுள்களால் நிரம்பி மறைந்தது. ஷட்டரும் தட்டியும் துணியுமாக ஒரு முத்தடுப்புச் சாலை உருவாகி அவனது கீர்த்தி ஊராட்சி ஒன்றிய அத்துகளை மீறியது. ஆகவே வேளாம்பூண்டி, மூலனூர், ஒட்டன்சத்திரம், வெள்ளகோவில், பரமத்தி ஊராட்சி ஒன்றியங்களிலிருந்தும் ஆட்கள் வரத் தொடங்கினார்கள். சுப்பிரமணி ஆட்களைப் படிக்க ஆரம்பித்தான்.

புதுமணத் தம்பதியினரும் பெண்ணின் அம்மாவானவளுமாக மூன்றுபேர் தட்டியறைக்குள் அமர்ந்திருந்தனர். புது நெல்லு புது நாத்து... பிரச்னைகள் பழமையானவை. மூன்றுபேரையும் உருட்டி உருட்டி விழித்தான். 'கல்யாணம் ஆகி...?' கேள்வியைத் தொங்கவிட்டு, ஆகாச திசையில் பார்த்து உறுமினான் சுப்பு.

'பதினஞ்சு நாள் ஆச்சுங்க...' பெண்ணின் தாயார் புடைவையின் செவ்வக வெட்டின் முனையை வாயில் வைத்துக்கொண்டு விசும்பினாள். பெண் எச்சிலை நம்பாமல் கண்ணீர்ப்பெருக்கின் மூலமாகவே சேலையை ஈரப்படுத்திக் கொண்டிருந்தாள்.

பையன், அகிலத்தின் அனைத்து அணுத் தொகுதிகளும் அவனுக்கு எதிராகவே இருப்பதான பாவனையில் அமர்ந்திருந்தான். கண்கள் வறண்டு நட்டுக்குத்தி நின்றன. உதடுகள் உலர்ந்திருந்தன. முகம் புழுதிக்குள் வறண்டுகிடக்கும் சாணிமாதிரி இருந்தது. ஜோடியை மாறி மாறிப் பார்த்தான் சுப்பு. பிறகு சத்தங் குறைச்சலாக ஆனால், குரலில் காங்கிரீட் கம்பியின் வலுவைச் சேர்த்துக்கொண்டு சொன்னான்:

'இதுல மூணாவது ஆளுக்கு இடமில்ல...'

அந்தப் பெண் கெஞ்சும் குற்றமுள்ள கண்களால் பீதியுடன் கணநேரம் சுப்புவைப் பார்த்துத் தலைகுனிந்தாள்.

சுப்பு திருநீறுத் தட்டத்தில் கைபோட்டு அள்ளினான். குரலை உயர்த்தி, 'சாம்பல்... சாம்பல்' என்றவன் பெண்ணைப் பார்த்து, 'இங்க பாரும்மா!' என அழைத்தான்.

'அவனிருக்கானல்ல அவ... சாம்பலாக்கிப் புடுவேன். ஆமா... அவம் பஸ்பமாகறத கண்ணால பாக்கணுமா நீ?' என்றதும் புதுநாத்தாகப்பட்டவள் விசும்பி விசும்பி அழுது, அழுத கண்ணீர் அம்மியை முழுகவைத்து, மனசுக்குள் உட்கார்ந்து மஞ்சள் அரைத்தவனையும் முழுக்கவைத்தது.

'இன்னிப் பிரச்னையில்ல போம்மா!' என்று பெண்ணைப் பெற்றவளிடம் கூறினான். இப்போது பையனின் முகம் முதற்சீப்பின் பசுங்குச்சிகளை உலகுக்குக் காட்டும் வாழைப் பூவின் நிறத்துக்கு வந்திருந்தது.

அப்புறம் அந்த அம்மாள், அடிக்கடி வந்து பார்த்து புதிய புதிய பிரச்னைகளுக்கு விடைதேடிப் போனாள். பையனும் பெண்ணும் குழந்தைக்குப் பெயர்வைக்கும் தினத்துக்கு வந்து கார் எடுத்துக் கூட்டிப்போனார்கள். அந்தக் குடும்பம் சுப்பிரமணிக்கு ராக்கியாவலசின் ஏரியா ஏஜண்டாகவும் செயல்பட ஆரம்பித்தது.

சுப்புவை வெளியூருக்கு அழைத்துப் போகிறார்கள் என்றால் முதல் வேலையாக மாற்றத்தை நிகழ்த்திக் காட்டுவான். மாற்றம் என்றால் வாழ்க்கையில் ஏற்படுத்துவானோ இல்லையோ, வாசலில் மாற்றத்தை ஏற்படுத்துவான்.

சட்டென எடுத்தாம்போக்கில் வீட்டினுள் நுழைந்துவிட மாட்டான். வீட்டை ஒரு சுற்று அன்னநடையாகச் சுற்றி வருவான். யாரும் அப்போது பேசினாலும் காதில் போட்டுக்கொள்ளாமல் தாவாரம், கூரை, வாசல், கதவு நிலை அருகிலுள்ள மரம் இப்படி எல்லாத்தையும் உன்னித்து உன்னிப்பான்.

'இப்படி வாங்க, ஒரு நிமிஷம்' என்று கூப்பிடுவான். ஆறேழு வினாடிகள் ஆக்ராவைப்போல் துளைக்கும் கண்களால் வீட்டுக்காரரைப் பார்ப்பான். பிறகு அவர்களால் மறுக்கமுடியாத அந்த வகை யினத்தின்பேரில் செலவு வராத ஒரு கட்டளையை முன்வைப்பான்.

'இந்த வடக்குப் பக்கத்து ஜன்னல் ஒரு மூணு மாசத்துக்கு அடச்சுவைங்க!'

இதை யாரால்தான் மறுக்கமுடியும்!

தெருவில் நடக்கும் குடுகுடுப்பைக்காரனை வலிய கூப்பிட்டு, 'இந்தாப்பா... கிருத்திகைக்குக்கிது. கோயில் கொளம்னு போயிட்டு வா...' என்று, மாதம் ஒரு தடவையாவது ஐம்பதோ, நூறோ தருவதை அவனும் மறுக்காமல்தான் வாங்கிக்கொள்கிறான். மனதுக்குள் மூச்சுக்காற்று போலவே நிரந்தரமாக உறைந்து கசிகிற அந்தப் பாட்டையும் பூட்டிவைத்துக் கொள்கிறான்.

'நல்ல காலம் பொறக்குது...'

பிளவன்

கல்யாண மண்டபத்து முகப்பில் பன்னீர் தெளித்து நின்று கொண்டிருந்த நாச்சிமுத்துவைப் பார்த்து, அவரது மைத்துனரும் கல்யாணக்காரருமான மயில்சாமி ஒரேநேரம் மனமகிழ்வும் மனக் கலக்கமும் அடைந்தார். நாச்சிமுத்து ஒரே கிடையில் ஒரே தோற்றத்தில் கால்மணி நேரத்துக்குமேல் இருந்ததில்லை என்பதுதான் மனக் கலக்கத்துக்குக் காரணம். மற்றபடி, தனது மகளின் திருமணத்தில் தாய்மாமனான அவர் இப்படி முன்நின்று மனமகிழ்வுடனும் மலர்ச்சியுடனும் அனைவரையும் வரவேற்க எழுந்தருளியது உள்ளபடிக்கே மகிழ்ச்சியே.

நிச்சயதார்த்தத்துக்குக்கூட டூ விட்டுவிட்டு மனைவி மக்களை மட்டும் அனுப்பிவிட்டு வராமல் இருந்தவர்தான் அவர். இன்றைக்குக் காலையில் நல்லபுத்தி வந்ததுபோலக் கிளம்பி வெள்ளைவேட்டி வெள்ளைச்சட்டை கருப்புச் செருப்பு என மண்டபத்துக்கு வந்தது மட்டுமில்லாமல், 'வாங்க சம்பந்தி... வாங்க பங்காளி... வாங்க தங்கச்சி... வா.. மாப்ள...' என சகல வகை உறவுகளையும் வழிமேல் வழிமறித்து வரவேற்றுக் கொண்டிருக்கிறார். அவரது செய்நேர்த்திகண்ட மகிழ்ச்சி தாங்காமல் தங்கையிடம் சென்ற மயில்சாமி, 'என்னம்மா... உங்க ஊட்டுக்காரர் இந்தப் போடு போடறாரு. நேத்து நீ சொல்லிக்கில்லி சமாதானம் பண்ணினியா?!' என்றார்.

'நீ வேற. ரொம்பச் சந்தோஷப்பட்டுக்காத... எப்ப என்ன ஆகுமோன்னு நானே துடுக்குத் துடுக்குன்னு கெடக்கறேன்' என மறுமொழிந்தாள்.

தாலிகட்டி முடிவதற்கு முன்பாக ஐம்பத்தி ஒரு ரூபாய் மொய் எழுதினார் நாச்சிமுத்து. கொள்கைவாதி. படச்ச பிரம்மா ஆனாலும் சரி, பகையாளி ஆனாலும் சரி... யார் வீட்டுக் கல்யாணத்துக்குப் போனாலும் மொய்

ஐம்பத்தி ஒன்றுதான். அவரது தத்துவ நிலைப்பாட்டினை எண்ணிச் சிலிர்த்தவராக ஒருவர் மொய் எழுதினார்.

மொய் எழுதிவிட்டுத் திரும்பிக் கொண்டிருந்தவரை மயில்சாமியும் அருகிலிருக்க அவரது கல்யாணவீட்டுப் பங்காளி ஒருவர், 'போய் சாப்பிடுங்க மாப்ளே.. நெறய வேல கெடக்குது' என்றார்.

'நம்மள மதிக்காத ஊட்டுல நமக்கு எதுக்கு சாப்பாடு?' மைய அஸ்திரம் மயில்சாமியின் நெஞ்சாங்கூட்டில் விழுந்து புகை கிளப்பியது. அப்புறம் அந்த இடத்தில் கூட்டம் சேர அதிகநேரம் ஆகவில்லை.

வந்தவர்கள் போய்க்கொண்டிருப்பவர்கள் அவ்வளவுபேரும் ஆளாளுக்கு அருகில் வந்து, 'சாப்பிடுங்க... மத்தது எதுவா இருந்தாலும் அப்புறம் பேசிக்கலாம்' என்று சொல்லி சாம்பிராணி போடவும் நாச்சிமுத்துவின் சாமியாட்டம் எல்லை மீறிக் கொண்டிருந்தது. மனைவி மகேஸ்வரி ஓரத்தில் நின்று புடைவைத் தலைப்பை கண்ணீர், எச்சில், சளி ஆகியவற்றின் கலவையால் ஈரம் செய்ய ஆரம்பித்தாள்.

மயில்சாமியும் அவரது மனைவியும், 'உங்களுக்கு நாங்க பத்திரிகை குடுக்கலியா... இல்ல, உங்க வீட்டுக்கு துணிமணி குடுக்கலியா... என்ன குறவச்சம்னு நெறஞ்ச சபைல நல்ல நாளன்னிக்கு இப்படிப் பண்ணிக்கிட்டிருக்கறீங்க?' என்று இரட்டைக்குழலாக உருமாறி ஊதினார்கள். மங்கலவாத்தியச் சத்தம் நின்றிருந்தது.

'நிச்சயத்தன்னிக்கு நான் இருந்தனா... செத்தா போயிட்டேன். வீட்டுலதான நீங்க வருவீங்க வருவீங்கன்னு படுத்திருந்தேன்.... வந்து கூப்பிட்டிருந்தா மகுடம் எறங்கீருமா?'

தப்புத்தான் மாப்ள... மனசுல வச்சுக்காம வந்து சாப்பிட்டுட்டு மங்கலப் பூட்டுக்கு நேரமாகுது; ஆகறதப் பாருங்க...'

நான் எதுக்கு? நிச்சயத்துக்கு உங்க தங்கச்சியும் தங்கச்சி மகனுந்தான வந்திருந்தாங்க. அவுங்கள வச்சே பண்ணிக்கிங்க...'

''பெரியவங்க நீங்க இருக்கறமாதிரி இருக்குமா?' என்றாள் மயில்சாமியின் மனைவி. மயில்சாமி மனதுக்குள், 'இந்தக் கொல்லைல போறவன் இன்னிக்கும் எங்கியாச்சும் போயித் தொலஞ்சிருக்கலாமே' என எண்ணமிட்டார்.

மணப்பெண் வந்து கண்ணகித் தோற்றத்தில் அவர்முன் விம்மலும் விழிநீருமாக நின்றாள்.

'அப்பா எதாவது தப்புப் பண்ணியிருந்தாலும் எனக்காக மனசுல வச்சுக்காதீங்க மாமா!' என வேண்டுகோள் வைத்தாள்.

‘உங்க அப்பனுக்குப் பணம் இருக்குதுன்னு திமிரு... பத்திரிகைல தாய்மாமன்னு எம்பேரு போடக்கூடாதா... நீயே சொல்லு?’ என்று திருநிறைச்செல்வியையே நியாயம் கேட்டார் நாச்சிமுத்து.

திருநிறைச்செல்வன், ‘இவனுக தாலி கட்டாமயும் வாழ விடமாட்டானுக... தாலி கட்டியும் வாழ விடமாட்டானுக” என விரக்தி தட்டிப்போய் ஓரமாக நின்றிருந்தான். இந்தக் கல்யாணம் நின்று போய்விட்டால் சண்டையடித்துக் கொண்டிருக்கிற இந்த ஆளுக்கே பெண்ணுக்கு முறைகாரனாகப்படுகிற மகன் இருக்கிறான் என்கிற நினைவும் அவனை தாளித்துக்கொண்டிருந்தது. சொந்தத்தில்தான் என்னவேண்டுமானாலும் நடக்குமே.

மயில்சாமி, ‘இப்ப நம்ம பக்கத்துல இதெல்லாம் போட்டுப் பத்திரிக்கை அடிக்கறதில்லைன்னு தெரியாதா உங்குளுக்கு? தெக்கு ஜில்லாக்காரனுகளாட்டம் ஓட்டு லிஸ்ட்டு மாதிரியெல்லாம் பத்திரிக்கை அடிக்கமுடியாது...’

‘சரி. இங்கத்த நவீன முறையிலயே நீ கல்யாணம் நடத்து. நான் எதுக்கு? மந்திரம் சொல்லப்போறனா... இல்ல குச்சுக் கட்டத்தான் போறனா...’ என வெளிநடப்புக்குத் தயாரானபோது பந்தி விசாரணையில் மும்முரமாக இருந்த நாச்சிமுத்துவின் மைந்தன் மனோகரன் வந்து சேர்ந்தான். சங்கதிகளை யூகித்தறிந்தவன், விலங்கிடப்பட்ட கைதிகளைக் காவல்துறையினர் அழைத்துப்போவதுபோல தகப்பனைத் தரதரவென ஆண்கள்/ பெண்கள் என எழுதப்பட்ட கட்டடப் பகுதியருகில் அழைத்துச் சென்றான். பின்தொடர்ந்த சுற்றத்தைக் கைகாட்டித் தடுத்தான்.

ஒருமையில் ஆரம்பித்தான் மகன்.

‘உன்னையெல்லாம் ஒரு ஆளுன்னு உள்ளாறவிட்டதே தப்பு. இங்க வந்து பன்னாட்டுப் பண்றியா?’

“பின்ன... பேரு போடலீனா என்ன அருத்தம்?’

‘போடற சோத்தத் தின்னுட்டு வைக்கற மொய்ய வச்சிட்டு மூடிக்கிட்டுப் போகணும்னு அர்த்தம். அந்தப் புள்ள கல்யாண நாளன்னிக்கு அழுதுக்கிட்டிருக்குது. மரியாதயா போய் கல்யாண வேலைல கூடமாட ஒத்தாசயா இரு. இல்லீனா நல்ல எடம் கெட்ட எடம்னு பாக்கமாட்டேன். நாறி நாத்தங்கண்டு போயிருவே... புரியுதா?’

முகத்தைத் துண்டால் துடைத்துக்கொண்டு பளிச்சென நடுக் கூட்டத்துக்கு வந்தார். ‘சரி... சரி... எதுக்குக் கூட்டங் கூடிக்கிட்டு... வாங்க போயி வேலயப் பாக்கலாம்‘ என்று நேராக தின்னகம் சென்று இலையின் முன் அமர்ந்தார்.

திருமண மண்டபத்தினைக் காலிசெய்து போகும்போது “வீட்டுக்கு வந்தால் காலை முறிக்கிறேன்’ என்று வெஞ்சினம் கூறிச் சென்றாள் நாச்சிமுத்துவிடம் மகேஸ்வரி.

அரைநாள் பொறுத்துப் பொறுத்துப் பார்த்தவர் அந்த இரவு வீடுதேடிச் சென்றார். கதவு உட்புறமாகத் தாழிட்டிருந்தது. கதவைத் தட்டித்தட்டிப் பார்த்தார். திறக்கவில்லை. திறப்பதற்கான அறிகுறிகளும் தென்படவில்லை.

பெயர் கூவல்கள் முடிந்தபின், அவர் தூற்றலுக்குத் தயாரானார்.

‘இன்னமும் தெறக்காம என்னடி பண்றே மகேசு? வேறெவனாவது தட்டுனாத்தான் தெறப்பியா... இல்ல வேற எவனாச்சும் உள்ளாற இருக்கறானா?’

நெடி தாங்காமல் கதவைத் திறந்தாள் மனைவி. உள்ளே நுழைந்ததும் படுபாந்தமாக, ‘சாப்டியாம்மா?’ என்றார். குரலில் ஒரு டன் அமிர்தம் கசிந்தது.

‘இல்ல... நீ பண்ற காரியத்துக்கும், பேசற பேச்சுக்கும் வெசத்தத்தேங் குடிக்கணும்.’

‘சேச்சே... அப்படியெல்லாம் இல்லம்மா. காசு கப்பு இல்லீன்னுதான் நம்மள உங்கண்ணன் மதிக்காமப் போயிட்டாரு... அந்தக் கோபம். அதுக்காகக் கொஞ்சம் இதாயிட்டேன். அதுக்காக நீ பாரு... போ, போயி மூஞ்சி கழுவிக்கிட்டு வா...’ என்றவர் அடுப்பங்கரைக்குப் போய்ப் பதனமாக மாவு கரைத்து தோசை வார்க்க ஆரம்பித்தார். கடுகின் அளவிலும் மிளகின் அளவிலும் சீரக அளவிலும் துளைகள் விழும் நயமான தோசைகள். சந்தனம் பூசிக்கொண்ட பச்சை மிளகாய்கள் பிளந்து மிதக்கும் சட்னியைக் கைப்பட அரைத்து மனைவியிடம் போய் அமர்ந்தார். ஊட்டிவிட எத்தனித்தார். அவள் மறுத்துவிட்டு ஆசையுடனும் பசியுடனும் அள்ளித் தின்ன ஆரம்பித்தாள். இலக்கணம் மீறிய தோசை.

சற்றுநேரத்தில் மைந்தன் மனோகரன் வந்தான். வெளியில் நாச்சிமுத்து மனைவியைச் சாடிய சொற்களின் சாராம்சத்தை யாரோ அவனுக்கு எடுத்தியம்பியிருந்தார்கள்.

தோசை சாப்பிட்டுக் கொண்டிருந்த நாச்சிமுத்துவின் தட்டைத் தட்டிவிட்டான். ‘டேய் விட்றா, அந்த ஆள் சாப்டுட்டுத் தூங்கட்டும்‘ என்றாள் மகேஸ்வரி. ஆனால், இழிசொல் பொறாத தாயைக் காத்த தனயன் முரட்டுக்காளையாக மாறிவிட்டிருந்தான்.

‘உனக்கெல்லாம் ஒரு தோச...’ முதுகில் முழங்கால் கொண்டு மிதித்தான் மனோகரன். ‘உனக்கெல்லாம் ஒரு மீச...’

சமாளித்து சட்னி முகத்துடன் எழுந்துநின்றார் நாச்சிமுத்து. 'என்னடா... வாடா யோக்கியா... மாமம் மக கல்யாணத்துல உனக்கென்னடா அக்கற குப்பறப் பாயுது ? இன்பம் அனுபவிச்சுட்டு இளிச்சவாயனுக்குக் கட்டிக் குடுக்கறமுன்னு சந்தோஷமா?'

நீளமான விறகுக்கட்டை ஒன்றை எடுத்து நாச்சிமுத்துவின் முழங்காலுக்குக் கீழாக அடித்தான். பகலில் பத்தினி சொன்னது பகல் முடிவில் பலித்தது. முறிந்தது கால். முறித்துப்போட்டான் மனோகரன்.

'கால முறிச்சுட்டா நீ நல்லவன்னு ஆயிருமாக்கும்' என்றார் நாச்சிமுத்து. மனோகரன் நாவினை அறுக்கும் ஏற்பாட்டில் கத்தி தேடினான். மகேஸ்வரி குறுக்கிட்டு, 'அந்த ஆள்தான் மடையன்னா நீ அதுக்குமேல இருக்கியேடா... முதல்ல ஆஸ்பத்திரிக்குப் போற வழியப் பாரு" என்று ஆற்றுப்படுத்தினாள்.

காலுக்குத் தொட்டில் கட்டிப்போட்டுப் படுத்திருந்த நாச்சி முத்துவைப் பார்க்க மைத்துனர் மயில்சாமி வந்தார். குசல விசாரணைகளுக்குப்பின் ஆதுரமாக, 'ஏன் மாப்ள இப்படியெல்லாம் நடந்துகிட்டு... சிரமந்தான... எல்லாருக்கும்?'

'என்னன்னு எனக்குந்தேம் புரியல... ஆனா, முறிஞ்சதெல்லாம் கூடீரும்னு ஒரு நம்பிக்கைதான்' என, தன் கால்களைத் தானே நீவிக்கொண்ட நாச்சிமுத்து பிறகு கொஞ்சம் சூடான குரலில், 'என் சிரமம் என்னோட... இதுக்காக மத்தவங்க ஒண்ணும் வேத்து வடியவேண்டியதில்ல' என்றார்.

'அதுஞ் சரிதே. மனோகரன் இப்ப வர்றம்னாப்டி. வந்தா சொல்லீட்டுப்போலாம்னு பாத்தேன். இன்னம் காணாமா?'

'வந்துருவே வந்துருவே. நீங்க அதுக்குள்ள போகாட்டித்தான் என்ன? பாப்பா, மாப்ளையெல்லாம் நல்லா இருக்காங்களா? நான் விசாரிச்சேன்னு சொல்லுங்க... நா டிஸ்சார்ஜ் ஆகி வந்ததும் முத வேலயா அவங்களுக்கு என் கையால் விருந்து செஞ்சு போடணும்...'

'சரிங்க மாப்ள!' என்று விடைபெற்று வெளியில்வந்த மயில்சாமியை எதிர்கொண்டான் மனோகரன்.

'என்னங்க மாமா, அப்பா என்ன சொல்றாரு?'

'அவருக்கென்னடா எப்பவும்போலத்தான். மூளையே ஒருக்கா வெலகிக் கூடறமாதிரி ஏதாவது பண்ணுனாத்தான் மாறுவாரு!'

தளவாய் வேலாயுதன்

மாவட்டத்தின் மிகப் பழைய நூலகக் கட்டடம் அந்த ஊரில் இருந்தது. தாராபுரத்தை அடுத்துள்ள தளவாய்ப்பட்டணம். அந்த ஊரின் பள்ளியில் ஆரம்பக்கல்வியும் நூலகத்தில் புத்தகங்களும் படித்த ஒரு சப்-இன்ஸ்பெக்டர் எங்கள் ஸ்டேஷனுக்கு வருவதாகத் தகவல் வந்தது. எங்கள் ஸ்டேஷன் என்று குறிப்பிடுவது, மூன்று காவல் நிலையங்களில் எதுவாகவும் இருக்கலாம். எங்கள் ஊரிலிருந்து கிழக்கு, மேற்கு, தென்கிழக்கு ஆகிய மூன்று திசைகளிலும் பத்துக் கிலோமீட்டர் சுற்றளவுக்குள் வெவ்வேறு காவல் நிலையங்கள் இருந்தன.

ஒரு எஸ்ஸையா மாறிப்போய், அடுத்த எஸ்ஸையா வருவதற்கிடையே உள்ள காலகட்டம் கிராமங்களுக்கு மிக சுவையூட்டுவதாகும். யார் அவர், அவரது கீர்த்திகள் என்னென்ன, அவர்மீதான அபவாதங்கள் என்னென்ன என்பது டீக்கடைகளில் வாய்க்காட்சியாய் விரியும். வேலாயுதனைப் பற்றி 'ஒருமாதிரியான ஆளு' என்கிற சித்திரம் வந்தடைந்திருந்தது.

ஊர்ப்பெயரை ஒட்டித் தளவாய் என்பது அவருக்குச் சேர்ந்திருந் தாலும் எங்கள் தமிழ்ஆசான் கூறியது, 'தளவாய் என்றால் போருக்கும் தலைமை தாங்குகிறவர்கள், அவர்களே அமைச்சராக இருக்கும் திறன்படைத்தவர்களாகவும் இருப்பதைக் குறிக்கும்' என்றுதான்.

காவல் நிலையத்தில் மையெழுத்துப் போட்டதும் வேலாயுத னிடம் வந்த முதல் வழக்கு, வாய்ப் பிராதாகக் கொடுக்கப் பட்டதுதான்.

சிவனாண்டி, வாங்கிச் சிவந்த கரங்களுக்கு சொந்தக்காரர். வாங்குவது என்றால் கடன்... கடன்... கடன்தான். என் கடன், கடன் வாங்கிக் கிடப்பதே என்று வாழ்ந்து வருகிறவர். எப்பொழுதாவது யாருக்காவது

திருப்பித் தருவதுமுண்டு. ஆகையால் இன்னும் அவருக்குக் கடன் கிடைத்துக் கொண்டிருந்தது.

நாற்றாயனிடம் வாங்கிய பணத்தைத் திருப்பித் தரவில்லை. முதல் நாள் நாற்றாயனும் அவரது கைத்தடியுமான வெள்ளைச் சாமியும் வீட்டுக்கு வந்து மிரட்டிவிட்டுப் போனார்கள். மிரட்டலின் உச்சமாக 'காசு வரலீனா உன் புள்ளயத் தூக்கீருவம்' என்கிற வசனம் சிவனாண்டியைக் காவல் நிலையத்துக்கு வரவைத்துவிட்டது.

'இப்ப அவங்க ரண்டுபேரும் எங்கே இருப்பாங்க?' என்றார் வேலாயுதன்.

'கோதண்டன் கடையில டீ குடிச்சுக்கிட்டு இருக்கறாங்க சார்...'

தனது பைக்கில் சிவனாண்டியையும் உட்கார வைத்துக்கொண்டு நேராக டீக்கடைக்கு வந்தார் வேலாயுதன். இரண்டு ஆட்களின் அடையாளத்தையும் கேட்டவர், நேராக நாற்றாயனின் அருகில் வந்தார். எழுந்து நின்ற நாற்றாயனிடம், 'காசு கொடுத்தா... காசைக் கேக்கணும். இல்ல ஆம்பளத்தனம்னா இவன அடிச்சு வாங்கு. அத விட்டுட்டு பொம்பளப்புள்ளயத் தூக்குவியா...?' என்றவர், துப்பாக்கியை எடுத்து நாற்றாயனின் வாய்க்குள் செருகினார்.

உடனிருந்த வெள்ளைச்சாமி அவசரமாகப் பின்வாங்கி பைக்கை எடுத்துக்கொண்டு ஓட்டினார். அந்த ஓட்டத்தின்போது மதுரையைத் தொட்ட சுந்தரபாண்டியன் என்ற பெயரைப் பெற்றார். நண்பரின் வாயில் துப்பாக்கி வைக்கப்பட்டதும் இப்படி இருநூறு கிலோ மீட்டர் ஓடி, தனது உயிர் விசுவாசத்தை நிரூபித்த வெள்ளையிடம் பிறகு நாற்றாயன் பேசவேயில்லை.

துப்பாக்கி தூக்கித் துலக்கமாய்த் திட்டியதில் துணுக்குற்றுத் திகைத்தது தேனீர்க் கடை.

சம்பவத்துக்கு மறுநாள் சிவனாண்டி நாற்றாயனிடம் காசைப் பைசல் செய்தார். நாற்றாயன், 'யோவ்... வட்டியெல்லாம் வேண்டாம்யா... நமக்குள்ள என்ன... மெதுவாக்கூட தந்திருக்கலாம்' எனத் திருவிழாக்காலத்துக் கதம்பமாலை மாதிரி வெவ்வேறு ஒழுங்கில் வசனங்களை உதிர்த்தார்.

காவல் நிலையத்தில் அவரது அதிரடி ஏட்டய்யாவிடம் இருந்து தொடங்கியது. அடுத்த வருடம் ஓய்வு பெறப்போகும் பருவத்திலிருந்த ஏட்டய்யா, வேலாயுதனை 'அய்யா...' என விளிக்கவும், 'ஏட்டய்யா உங்க வயசென்ன என் வயசென்ன... உங்களை நாந்தான் அய்யான்னு கூப்பிடணும். சும்மா தம்பீன்னு கூப்பிடுங்க... இல்லீனா வேலாயுதன்னு பேர்சொல்லிக் கூப்பிடுங்க...' என்று அன்பும் கண்டிப்புமாகக் கூறினார்.

க.சீ.சிவகுமார் ● 161

ஏட்டையா தங்கப்பதக்கம் படம் பார்த்ததற்கு மறுபடி அன்றைக்கு உணர்ச்சி வசப்பட்டார்.

யாருமில்லாத சமயங்களில் வேலாயுதனை "என்னங்க தம்பி" என்று அழைப்பதும் கர்த்தவ்ய காலங்களில் 'அய்யா' என்றழைப்பதும் ஏட்டய்யாவிற்கு வழக்கமாயிற்று. அதன்பிறகு முரண் சமயங்களில் அய்யா என்று அழைக்கிறபோது வேலாயுதன் முணுமுணுத்துக் கொள்வார்.

'ம்.... இத்தன வய்சுக்கப்புறம் ஒரு ஆளுக்கு வாயில வசம்பத் தேய்க்க முடியுமா?'

லோக்கல் வக்கீல் ஒருவரின்மீது வேலாயுதன் வழக்குப்பதிவு செய்தபொழுது நான்கைந்து வக்கீல்கள் காவல் நிலையத்துக்கு வந்துவிட்டார்கள்.

'நீங்க... ஒரு வக்கீல்மேல கேஸ் போட்டிருக்கீங்க தெரியுமா?'

'அட... அப்படியா...'

"என்ன சார்! எடக்கா பேசறீங்க..."

"ஒரு வக்கீல்மேல கேஸ்போட்டது போதும்னு இப்ப வரைக்கும் நெனச்சுக்கிட்டிருக்கேன். அதிகப்பேர் மேல கேஸ் போட வச்சிறாதீங்க. ஒன்னு தெரிஞ்சுக்கணும்... படிச்சுப் பட்டம் வாங்கறதும் கறுப்புக் கோட்டு போடறதும் வாதாடறதுக்குத்தான். அது ஒன்னும் தப்புப் பண்ண உங்களுக்குக் கொடுத்த லைசென்ஸ் அல்ல. அப்பறம் வரப்புத் தகராறு பண்ணிக்கிட்டு வர்றவங்ககிட்ட காட்டற சோலியெல்லாம் இங்க செல்லுபடியாகாது. போயிட்டு வாங்க. நான் சட்டமும் படிச்சுட்டுத்தான் இந்த வேலைக்கு வந்திருக்கேன்.'

அதற்கப்புறம் வக்கீல்கள் நயந்து கேட்டுக்கொண்டபிறகு 'பார்ட்டிப் பைசல்' பேசி அந்த வக்கீல் வெளியே வர அவரே உதவினார். வழக்கு தொடுத்துக்கொண்டு கிராமத்து ஜனங்கள் கோர்ட்டு, கேசு என்று அலைவதை வேலாயுதன் ஊக்குவித்ததில்லை.

கஸ்தூரிபாளையத்தைச் சேர்ந்த ஒரு முதியவர், வயது எழுபது இருக்கும். அவர் நடந்தால் ஊர்க் கல்லுக்கட்டில்கூட ஒருவரும் எழுந்து மரியாதை தரமாட்டார்கள். திடீரென ஒருநாள் தலை குனிந்தவராகக் காவல் நிலையத்தின்முன் போய் நின்றார். பசிவாட்டிய முகத்தில் நீர்கோத்த கண்கள். அவரைப் பார்த்ததும் உள்ளேயிருந்து வேலாயுதன் எழுந்து வந்தார்.

'என்னய்யா சாப்பிட்டாச்சா?'

‘இன்னம் இல்லீங்க...’ தோள்துண்டை எடுத்துக்கொண்டு அடுத்து, அதை என்ன செய்வதெனத் தெரியாது கையில் பிடித்துக் கொண்டு நின்றார். அருகில் வந்த வேலாயுதன் துண்டைத் தோளில் போட்டுவிட்டு அதே கையோடு அணைத்துக் கொண்டார்.

‘உங்க வயசுக்கு இங்கயெல்லாம் வரப்படாதே அய்யா... சரி.... வந்தாச்சு உள்ள வாங்க.... இப்படி உக்காருங்க.... அட உக்காருங்க அய்யா... உங்க பையம் மாதிரித்தான் நானும்.’ அவரை அமர வைத்துவிட்டு எதிரில் நாற்காலியில் அமர்ந்து பெரியவரை உற்றுப் பார்த்தார்.

‘ரெண்டு பசக... ஒருத்தனும் கஞ்சி ஊத்தறதில்ல. மகராசி போயி பத்து வருஷம் ஆச்சு... செத்துப்போகப் படாதுன்னு வெக்கங்கெட்டுப் போயி திண்ணயில கெடந்தா, மருமகளுக இடி கஞ்சி ஊத்துவாளுக.’ வயதானாலும் கண்ணீரில் உப்புச்சுவை குறைவதில்லை.

‘தோட்டம் இன்னம் எம்பேர்லதே... அவனுகளுக்கு ஒரு கைப்புடி மண்ணு இருக்கக்கூடாது...’

‘பேரம் பேத்தியெல்லாம் உண்டாய்யா உங்களுக்கு...’

‘இருக்குதுங்க...’

‘அப்படின்னா இப்படிப் பேச்செல்லாம் பேசப்படாதுங்க அய்யா... சரி, இருங்க...’ கார் ஸ்டேண்டுக்கு போன் அடித்து கார் ஒன்றை வரச்சொன்னார். ‘கிளம்புங்க போவம்...’ என்று பெரியவரைப் பார்த்துக் கூறினார். உடன் கிளம்பிய 712 இடம் ‘நீ வேண்டாம் செல்வா... ஸ்டேஷன்ல இருந்து பாத்துக்க. நான் மட்டும் போய்ட்டு வர்றேன்’ என்றார்.

வண்டி கஸ்தூரிபாளையத்தில் அவரது தோட்டத்தை நோக்கிச் சென்றது. அவருக்குப் போடப்பட்ட கட்டிலில் உட்கார்ந்து கொண்டு ‘இன்னம் ரெண்டு மூணு கட்டிலப் போடுங்க!’ என்றார். அவரைத் தேடிவந்த மகன்களிடம் ‘நாலுஊர் பெரிய மனுசனுகளக் கூட்டிக்கிட்டு வாங்க...’ என்றார்.

ஊர்க்காரர்கள் நான்கைந்துபேர் வந்ததும் முதியவரின் மகன்களைப் பார்த்துப் பேசியது இதுதான்.

‘பெருசு படியேறி போலீஸ் ஸ்டேசனுக்கு வர்றமாதிரி பண்ணி யிருக்கீங்க... எங்க அப்பனே வந்து நின்னமாதிரி உசுரு ஆடிப் போயிருச்சு... ப்ச்.. அதெல்லாம் எதுக்கு... ஒழுக்கமா அவருக்குக் கஞ்சி காச்சி ஊத்தி வயசான காலத்துல நிம்மதியா, மரியாதயா போய்ச்சேர்ற மாதிரி பாத்துக்கங்க. இல்லீனா சொத்தத் தரமாட்டேன் அப்படி இப்படின்னு அவரு பேசுனாரு. அதெல்லாம் கிடையாது.

நாளைக்கு அந்த அய்யன இதேமாதிரி நெலமைல பாத்தன்னா... நீங்க ரெண்டுபேரும் என்ன ஆவீங்கன்னு எனக்கே தெரியாது. கஞ் சாக் கேசோ, காணாப் பொணமோ விதிப்படி நடக்கும்.... என்ன புரிஞ்சுதா...'

ஊர்ப் பெரியவர்களைப் பார்த்து ஒரு கும்பிடு போட்டுவிட்டு காரைப் பார்த்து நடந்தார். கார் வரை இரண்டு மகன்களும் இன்னம் இரண்டுபேரும் தொடர்ந்து வந்தனர். கதவை அடைத்து உட்கார்ந்தார். மூத்தமகன் கண்ணாடிச் சந்தில் முகம் நுழைத்த போது டிரைவரிடம்,

'ஏப்பா... அந்த ஆளுகிட்ட கார் வாடகைய வாங்கிக்கப்பா...' என்றார்.

பிறகும் அந்த அய்யன் மாசம் ஒரு விசுக்காவாவது காவல் நிலையத்துக்கு வந்து போனார். தனது ஆசியையும் நல் இருப்பு பற்றிய விவர அறிக்கையையும் தந்துகொண்டிருந்தார்.

அடையாளம் தெரியாத பிணம் ஒன்று தாளக்கரை பிரிவில் கிடந்த போது, சடங்கார்த்த சங்கதிகள் முற்றுப்பெற்ற பின்னும் பிணத்தின் முகத்தைப் புகைப்படம் எடுத்து மூவாயிரம் நோட்டீஸ்கள் சொந்தச் செலவில் போட்டு திருச்சி, கோவை, ஈரோடு, வேளாங்கண்ணி என ரூட்டில் போகிற பஸ்களிலெல்லாம் ஒட்டச் செய்ததுடன் பண்பலையில் அங்க அடையாளங்களுடன் மரண அறிவிப்பை ஒலிபரப்பச் செய்தார்.

குசலம் விசாரித்துவிட்டுப் போக வந்திருந்த கஸ்தூரிபாளையத்து அய்யன், 'ஏந்தம்பி! சொந்தச் செலவுலயா இதெல்லாம் பண்றீங்க?' என வினவினார்.

'காணாப் பொணமாப் போறதே ஒரு கொடும. இதுல இல்லாத ஒருத்தர இருக்கறதா நம்பிக்கிட்டுச் சொந்தபந்தங்க ஏன் கால முச்சூடும் இருக்கணும். இல்லைனா இல்லைனு போயிரணும். வெட்டியா நம்பிக்கிட்டுருக்கறது ரொம்பப் பாவம். அதுனால இந்த விஷயத்துல நம்ம சத்துக்கு எட்டுனத நாம பண்ணியே தீரணும்' என்று, அந்தப் பெரியவரின் கையிலும் பத்து நோட்டீசுகளைக் கொடுத்துவிட்டார்.

சாலை ஆக்கிரமிப்புகளை அகற்றுகிறோம் என திடும் என யானை மெஷின்கள் ஊருக்குள் வந்து நின்று செயல்பாட்டைத் தொடங்கியபொழுது தகவல் கேள்விப்பட்டுப் பறந்தடித்து ஓடிவந்து தடுத்தார்.

இடிப்பதற்கான ஆணையை மூத்த அதிகாரி ஒருவர் காட்டினார்.

'சரி. இடிங்க... இங்க இருக்கறவங்க பாத்திரபண்டம் சாமான்கள் முடிஞ்ச அளவுக்கு எடுத்து எங்கியாவது பத்திரப்படுத்திக்கட்டும். ஒரு நாலு மணிநேரம் டயம் குடுங்க...'

‘ஏன் சார்... எவிசனுக்கு சப்போர்ட்டா வந்து நிப்பீங்கன்னு பாத்தா, வேணாம்னு சொல்ல வந்திருக்கீங்களே... இந்த ஜேசிபி பொக்லினுக்கு யார் வாடக கொடுப்பா...?’

‘நாந் தந்திடறேன். இப்படி ஓரமா ஒரு நிமிஷம் வாங்க...’ என்று மூத்த அதிகாரியை சற்றுத் தள்ளி கூட்டிப்போனார்.

‘ஏய்யா... நீயும், மண்ணு செங்கல்லு எல்லாம் வச்சுத்தான வீடு கட்டினே. கட்டில், மெத்தைன்னு பாத்துப் பாத்து வாங்கீருப்பீல்ல... உன்ன என்னய்யா கேட்டேன். ஒரு நாலு மணிநேரம் டயம் குடு, பொருளுக பாழாகாம முடிஞ்சவரைக்கும் எடுத்துக்கட்டும்னுதான சொன்னேன். சரி, பொக்லீன் வாடகய நான் கொடுத்திடறேன். சீரழிஞ்ச பொருளுக்கெல்லாம் காச நீ குடுத்திருவியா. அமைதியா சொல்றேன்... இந்த வேலய நாளைக்கு வச்சிக்கிட்டா நல்லது. இல்லீனா, போனமாசம் செல்லமுத்து கான்ட்ராக்டர்கிட்ட இருபத்தஞ் சாயிரம் வாங்கினது ஞாபகம் இருக்குதா... அந்த ஆள இப்ப சொல்லச்சொல்லி உம்ம உள்ளதள்ளிருவேன். ஆபீசர்ங்கறதுனால மதிச்சு இப்படி மெதுவாப் பேசறேன்... நாமளும் பப்ளிக்குகிட்ட கொஞ்சம் இதமா நடந்துக்கணும்... சரி வாங்க.... டீ சாப்பிடலாம்.’

ஆக்ரமிப்பு அகற்றும் நடவடிக்கை அந்த ஊரில் மட்டும் ஒரு நாள் பின்வலிக்கப்பட்டதன் பின்னிருந்த கதை இதுதான்.

இரவுநேரம் இளைஞர்கள் கூடிப் பேசிக்கொண்டிருப்பதை வேலாயுதன் ஒரு நாளும் ஆட்சேபித்ததில்லை. சமயம் கிடைத்தால் அவரேகூட அருகில் உட்கார்ந்துவிடுவார். யார் யார் என்னென்ன வேலை பார்க்கிறார்கள் என்று கேட்டுத் தெரிந்துகொள்வார். வேலை யில்லாதவர்கள் எண்ணிக்கை அதிகமாகத் தெரியும்போது, ‘சரிதான்... வேலையில்லீனா சரியாத் தூக்கம் வராது. அத இப்படிப் பேசிக் கழிக்கவேண்டியதுதான்’ என்பார். ஊரில் யார்மீதாவது குற்றச்சாட்டுகள் வந்து சேரும்பொழுது, அவர்களைப் பற்றி இளைஞர்களிடம் ஒரு தடவை விசாரித்துக் கொள்வார்.

போன வருடத்தில் அவர் மாற்றலாகிப் போவதற்குமுன் ‘ஒன்றாவது பால’த்தில் நாங்கள் உட்கார்ந்து பேசிக்கொண்டிருந்த இரவு பத்தரை மணிக்குச் சந்தித்தார்.

‘யோவ்... அந்த நரிக்கல்பட்டி சந்திரன்னு ஒரு பையன் இருந்தானல்ல... பாவம்ப்பா அவன். வீட்டுல ரொம்பநாளா ‘கல்யாணம் பண்ணிவைக்காத்துல கொஞ்சம் மதி பிசகிப் போயிட்டான். இந்த உண்மை தெரியாம, திமுருதான் பண்றான்னு நான்கூட ரெண்டு தட்டுத் தட்டீட்டேன். சீக்கிரம் டிரீட்மெண்டுக்கு ஏற்பாடு பண்ணணும். ‘காவல் நிலையம் வந்த ஒருத்தனுக்காக அனுதாபித்துக் கொண்டிருந்த அந்த இரவில்தான் கடைசியாக அவர் எங்கள்

ஊருக்கு வந்துபோனது. அப்புறம் அவர் முசிறிக்கோ, துறையூருக்கோ மாற்றலாகிப் போனதாகக் கேள்வி. ஆனால், எங்கள் கிராமத்துக்காரர்கள் லேசுப்பட்டவர்கள் இல்லை. அவருக்குத் தக்கதொரு பெயர்சூட்டி அனுப்பி வைத்திருக்கிறோமாக்கும்.

'கிறுக்கு வேலாயுதன்.'

காந்த ரூபன்

கோயிலை ஒட்டிப் பின்னாடியே வாய்க்கால் ஓடுகிறது. வாய்க்காலின் தென்கரையில் மாமரம். அருகிலிருந்தே சேவல் ஒன்று கூவுகிறது. மாமரத்தின் எதிர்க்கரையில் சாலையைக் கடந்தால் கொல்லன் பட்டறை. எப்போது அந்தத் தொழில்நுட்பர் விரும்பினாலும் வேல் அடிக்கலாம். இப்போது அந்தக் கோயில் முருகன் கோயில் என்று முடிவுக்கு வந்துவிடலாம்.

சின்னதாராபுரத்தில் பேருந்து நிலையத்துக்கு அருகில் அது இருக்கிறது. அங்கே அதிகாலையில் அறுபடை வீடு போவதற்கான மாலை போடும் பக்திப் பணி நடைபெற்றுக் கொண்டிருக்கிறது. பச்சை வேட்டி, பனியன், பச்சைத் துண்டு சகிதம் பக்தர்கள் இருவரிசையாக தெய்வம் தொழுது நிற்கிறார்கள். மேலே உச்சிக்கூம்பு லேடியாப்பொட்டி, 'மருதமலை மாமணியே முருகையா...யா...' பாடிக்கொண்டிருக்கிறது. எல்லோரும் முக்கியப் புள்ளி ஒருவருக்காகக் காத்திருக்கிறார்கள். அந்தக் கோயில் துவக்கம் கண்ட நாள் முதல் மாலை போட்டு அறுபடை வீடுகளில் தரிசனம் கண்டவர் அந்த முக்கிய அந்தஸ்தர். ஆகவே, அவரது வருகை அதி வசியமும் அத்யாவசியமும் கொண்டதாயிருக்கிறது.

அவர் வருகிறார். சிவந்த நிறம். அறுபதைத் தொட்டும் தொடாமலும் அகவை. காலில் பச்சை, மேலில் பனியன், தோளில் பச்சை என அவரும் வருகிறார். பனியனுக்குமேல் முருகமணி டாலரில் ஊஞ்சலாடுகிறான் முருகன். அவருக்கு முருகனுக்கு அருகிலேயே நின்றுகொள்ளும் வாய்ப்பை பக்தர்கள் வழங்குகிறார்கள். கையை தலைகளுக்கு மேலே தூக்கி முருகப்பெருமானை சேவிக்கிறார். பூஜை தொடங்கி அறுபடை பயணத்துக்கான மாலைசூட்டல் திவ்வியமாக நடந்துமுடிகிறது.

க.சீ.சிவகுமார்

தயாராக இருக்கும் தார்ப்பாலினால் பந்தல் பூண்ட லாரியில் அனைவரும் ஏறுகிறார்கள். 'இப்படி வாங்க... நீங்க!' என்று டிரைவர் கேபினுக்குள் ஏற்றப்படுகிறார். ஆறுபடை வீடுகளுக்கும் பாக்கிக் கொஞ்சம் ஸ்தலங்களுக்குமான பதினைந்து நாள் பயணம் அது.

அவர் முன்பக்கத்தில் ஏறியதைப் பார்த்தவுடன் அவருக்குக் காதுகேளாத தூரத்திலிருந்து ஒரு நாற்பது வயதுக்காரரின் குரல் கேட்கிறது. 'அப்பாடா.... இன்னம் ஒரு பதினஞ்சு நாளைக்கு இந்த ஊர் அமைதியா இருக்குமடா. சாமி!' அந்தக் குரலும் லாரியின் பின்கட்டில் அமர்ந்துள்ளவர்களது அகங்கூறுதல்களிலிருந்தும் எழுகிறார் காந்த ரூபன். பெற்றோரிட்ட பெயர் விஸ்வநாதன்.

விஸ்வநாதனின் தம்பி பெயர் லோகநாதன். இந்த இருவருடைய தகப்பனார் ராமசாமி, பையன்கள் உலகையெல்லாம் ஆள வேண்டும் என நினைத்தாரோ என்னவோ, இப்படிப் பெயர் வைத்துவிட்டார். உலகை ஆளுகிற அளவுக்கு இல்லாவிட்டாலும் கரூரில் மரியாதையாக வாழுகிற அளவுக்கு டெக்ஸ்டைல்ஸ் தொழிலை வளர்த்துத் தந்திருந்தார். கரூரின் செண்டிமெண்டுப்படி, 'அ'கரத்தில் ஆரம்பிக்கும் பெயரும் சூட்டித் தந்திருந்தார். இதுதவிர சொந்த ஊரான வெங்கிடாபுரத்தில் பூர்வாங்க நிலங்கள் தவிர, சில ஏக்கர்கள் காணிகளையும் வாங்கிப்போட்டு விருத்தி செய்திருந்தார்.

அண்ணனும் தம்பியும் பிரியமாக இருக்கவேண்டுமே தவிர, பிரியக்கூடாது எனக் கடைசி கடைசியாகச் சத்தியம் வாங்கிவிட்டுச் செத்துப்போனது விஸ்வநாதனின் அதிர்ஷ்டமன்றி வேறில்லை. விச்சுவுக்கு சொன்னால் சொன்னபடிக் கேட்கிற; ஏனென்று கேள்வி கேட்காத மனைவி உண்டு. அவரது பெயரை இங்கே குறிப்பிடாவிட்டால்கூட ஏனென்று கேட்கமாட்டார். அவ்வளவு அப்பாவி... சாரி... அம்மாவி. இந்த அம்மாவின் பெயர் அறிவொளி லோகாம்பாள். அறிவொளிக்குப் பிறந்தவன் ஆனந்தன்.

டெக்ஸ்டைல்ஸைக் கவனிக்கிறேன் என்று விஸ்வநாதன் பல நாட்கள் கரூரிலேயே தங்கிவிடுவதுண்டு. கரூரில் அப்படித் தங்கிக்கொள்வதும் ஊருக்கு அவ்வப்போது போவதும் ஒரு பெரிய காரியமாகக் கருதப்படவில்லை. ஏனென்றால் கரூருக்கும் வெங்கிடாபுரத்துக்கும் இடையே உள்ள புவித்தூர இடைவெளி வெறும் முப்பது கிலோமீட்டர்கள் மட்டுமே. ஆனால் முப்பது கிலோமீட்டர் சுற்றளவிலோ, பரப்பளவிலோ ஏராளமான பெண்கள் படைக்கப்பட்டிருப்பதும் விஸ்வநாதனைப் போன்ற சகல சபல சஞ்சல பரவச சரச சல்லாப விநோதன்கள் உலவுவதும் கொஞ்சம் சிக்கல்தான் இல்லையா.

அதுபற்றிய செய்திகள் ஊருக்குள்தான் உலவுகின்றன. வாயில்லா பிராணியான அறிவொளியிடம், யாராவது எடுத்துச் சொன்னார்களா,

தெரியாது. அப்படிக் கேள்விப்பட்டாலும் அவர் கணவனைக் கேள்வி கேட்கமாட்டார். அப்படி அவர் கேட்டால் விஸ்வநாதன் என்ன சொல்வார் என்பது யூகிக்கத்தக்கது.

'என்னம்மா... யார் உங்கிட்டச் சொன்னா. நா உனக்கு அப்பிடிப் பண்ணுவனா... வா... வா... எங்கூட வா. இப்பவே போயி என்னன்னு கேட்டுட்டு வந்திருவம்.' இதற்கு அறிவொளியின் மறுமொழி மிகச் சாதாரணமாக இருக்கும்.

'காச்ச மரத்துக்குக் கல்லடி உண்டுமுங்க. என்னமோ, யாரோ சொன்னாங்கன்னு கேட்டுட்டேன். உங்கமேல நானா சந்தேகப்படுவேன்.'

விஸ்வநாதன் போடுகிற வாய்ப்பந்தலின் முன்னால் எளிய உயிர்கள் தழைத்து நிற்கமாட்டா.

போன மாதத்தில் அவரது நாடகத்தில் ஒரு பகல் காட்சியும் இரவுக் காட்சியும் பின்வருமாறு அமைந்திருந்தன.

பகல் காட்சி: தன்னைக் காணவந்த ஒருவரிடம் விஸ்வநாதன் பேசியது:

'உம்... உம்... அந்தக் காசைக் கேக்கறீங்களா... அது வந்திரும். இன்னிக்குத்தான் அவனப் பாத்தேன்... என்ன இருந்தாலும் நம்ம பையன்தான... கார்ப்பரேஷன் ஆபீசுக்கு ஒரு வேலயாப் போனப்ப பாத்தேன். என்ன ஆர். வீ. எப்படியிருக்கீங்க அப்படின்னு கேட்டான். நல்லா இருக்கன்னு சொல்லீட்டுத் தனியாக் கூட்டிப்போனேன். கூட்டிப்போயி ஸ்டிராங்கா சொல்லிட்டேன், 'இத பாருப்பா, நீ வேண்ணா எம்.எல்.ஏ.வா இருக்கலாம். ஆனா எனக்கு அதப்பத்தி கவலயே கிடையாது. ஒரு வாரத்துல காசு வந்திரணும்னேன். 'அதுக்கென்னங்க ஆர்.வீ. உங்க காசை தராமப் போவனா... அடுத்த வாரம் தர்றேன்'னு சொல்லீட்டான்.'

இந்த உரையாடலைப் புரிந்துகொள்ள வேண்டுமானால் ஓரிரு நிலவரங்களைப் புரிந்துகொள்ள வேண்டும்.

நிலவரம் 1. விஸ்வநாதனின் நிறுவனத்துக்கு நூல் எடுத்தவகையில் சீனிச்சாமி என்பவரது பாக்கி ஐந்து லட்சம் ரூபாய் நின்றுவிட்டது. தறி ஓட்டுகிற தொழிலை விட்டுவிட்டு சட்டசபைத் தேர்தலுக்கு போட்டியிட்டு தற்சமயம் பக்கத்துத் தொகுதி ஒன்றுக்கு அவர் எம். எல்.ஏ. ஆகிவிட்டார்.

நிலவரம் 2. சீனிச்சாமியை ஒரே ஒரு தடவைதான் விஸ்வநாதன் நேரிலேயே பார்த்திருக்கிறார். டெக்ஸ்டைல்ஸைக் கவனித்துக் கொள்வது தவிர, சுவையான காரியங்கள் நிறைய இருப்பதால் விச்சு உண்மையில், இதுபோன்ற காரியங்களில் பட்டுக்கொள்வதில்லை.

மேற்படி ஐந்து லட்ச ரூபாய் சம்பந்தமாக லோகநாதனும் அவரது நண்பர் முத்தானந்தமும் முயன்றுவந்தார்கள். ஓரிரு நாளில் காசை தந்துவிடுவதாகச் சீனிச்சாமி சொன்னநிலையில்தான் பகல் காட்சியில் விச்சு பகர்ந்தவை.

இரவுக்காட்சி: எதிரில் அமர்ந்திருக்கிற முத்தானந்தத்திடம் விச்சு பேசுகிறார்... பேசுவது, என்ன பேசுவது அழுகைதான். அழுகை மழை. (கையில் மதுத் தம்ளர்)

‘ஏப்பா முத்தானந்து... அந்த சீனி தந்துருவானாப்பா. அஞ்சு லட்சமப்பா. அஞ்சு லட்சம். அவன் தந்திருவான்னுதான் தெம்பா இருக்கேன். அவன் மட்டும் தராமப் போய்ட்டா மானம், மருவாதி ஒன்னும் இருக்காது. காத்தோடு போயிரும். எப்பிடியாவது காசை வாங்கிப்புடணும்... நீதான்... நீதான் பாத்துக்கணும்.’ மடிமீது விழுந்து அழுகிறார். முழுப் பாட்டில் குடித்தவர் அதில் அரைப் பாட்டில் அளவுக்கு அழுது கண்ணீராகத் தீர்க்கிறார்.

முத்தானந்தம் இறுதியாக ஒன்றைச் சொல்லி விடைபெறுகிறார்.

‘நீங்க வாய வச்சுக்கிட்டு சும்மா இருந்தா சீக்கிரம் கிடைக்கும். இப்படியே பண்ணினா கஷ்டம்தான்.’

முத்தானந்தம் எழுந்துபோனதும் முகத்தை அலம்பிக்கொண்டு விச்சு எங்கோ செல்கிறார். இனி, அவர் அழுவாச்சி அசிங்கம் அல்ல. ஆம்பளை சிங்கம்.

மாலை நேரத்து மயக்கத்துடன்தான் பல நாட்களும் இருப்பது. அவருடன் இணைந்து திளைக்க நினைப்பவர்களுக்கு ஒரே ஒரு நிபந்தனைதான். அவரைப் போற்றித் துதிக்க வேண்டும். அவரது ஆன்மீகக் கருத்துகளைக் கேட்கவேண்டும். எது ஆன்மீகக் கருத்து என்று ஆச்சரியம் வேண்டாம். அவரது ஊருக்குள், ஊருக்கு வெளியில், அந்தச் சுற்று வட்டாரத்தில் கோயில் திருவிழா எதுவாக இருந்தாலும் அவரது நன்கொடையும் அன்பளிப்பும் உண்டு. ஐநூறிலிருந்து ஐந்தாயிரம் வரை, வாங்க வருகிறவர்களைப் பொருத்துத் தருவார். இதில், ‘நாம் வலது கைல குடுக்கறது எடது கைக்குத் தெரியக்கூடாது’ என்று கூறுகிறார் பாருங்கள், அது ஆன்மீகம். விழா நடக்கிற தினங்களில் அதிகாலையிலேயே சம்பவ இடத்துக்குப் போய்விடுவார்.

போய், அங்கு வருகிற தெரிந்தவர்களுக்கெல்லாம் பேட்டி தருவார். ‘நான் ஒரு பத்தாயிரம் கொடுத்தேன். இதுக்கு ஒரு அம்பது தரலாம்னுதான் பாத்தேன். புரக்ராமே சிறிசு... இதுக்கு எதுக்கு அம்பதுன்னு ஒரு இருவது குடுத்தேன்’ என்கிறரீதியில் அளந்துவிடுவார். புதிதாகக் காணுகிறவர்கள் நம்பிவிடுவார்கள். ஐநூறையெல்லாம் அஞ்சாயிரமாகச் சொல்வது நியாயமா என்று கேட்டால், அதற்கு அவர்

என்ன செய்ய இயலும். வலது கை கொடுப்பது இடது கைக்குத் தெரியாதபொழுது ஞாபகத்துக்கு எப்படித் தெரியும்?

அவர் அப்படியெல்லாம் சொல்லிக்கொண்டிருப்பது பற்றி வசூல் கமிட்டியினர் வருத்தப்படமாட்டார்கள். அவர்கள் அடுத்த ஆண்டும் வசூல் செய்யவேண்டும் அல்லவா? தவிர, ஆன்மீகம் வழங்குகிறவர்களுக்கு மட்டுமல்ல; வாங்குகிறவர்களுக்கும் சொந்தமானதுதான். ஆண்டவர்களும் அடுத்தடுத்த நிகழ்ச்சிகளும் அஸ்தமிப்பதில்லை என்பது அவர்களது ஆன்மீகம்.

கடந்த வாரம் நடந்தது இது.

எம்.எல்.ஏ. சீனிச்சாமி விஷயத்தைப்போலவே அதுவும் ஒரு இரண்டு லட்ச ரூபாய்ச் சங்கதி. அதேமாதிரி யாரிடமோ விச்சு, வாய்ச் சவடால் விட்டுக் கொண்டிருந்தது சம்பந்தப்பட்ட ஆளிடம் போய் அந்த ஆள், 'ஆனதைப் பாருங்கள்...' என்று குறுக்கே திரும்பிவிட்டான். அந்த இரவு டெக்ஸ்டைல்ஸின் அலுவலக அறையில் லோகநாதன் மற்றெல்லாரையும் வலிய அனுப்பிவைத்து விட்டார். அறையில் லோகு, விச்சு, முத்தானந்தம் மூவர் மட்டும் இருந்தனர். ஏதோ நடக்கக்கூடாதது நடக்கப்போகிறது என்பதை எதிர்பார்த்தமாதிரியே விச்சு இருந்தார். லோகு அறைக்கதவை தாழிட்டார்.

"ஒண்ணும் சம்பாதிக்க வேண்டாம்... எங்க போற, என்ன பண்றேன்னு ஒரு பேச்சுக் கேக்கறனா? தின்னு குடிச்சுக்கிட்டு பொத்திக்கிட்டுக் கெடக்கவேண்டியதுதான... ரெண்டு லட்சம்... இனி உங்கப்பன் வந்து தருவானா?'

'உங்கப்பன்தான் எங்கப்பன்...' சாத்தானும் சனியும் நாக்கில் சம்மணம்போட்டு அமர்ந்ததன் பலனை விச்சு அனுபவிக்க நேர்ந்தது. லோகு, ஒரு கன்னத்திலும் மறு கன்னத்திலுமாக மாறிமாறிமாறி அறைந்தார். ஆலயமணி ஓசை விச்சுவின் காதுக்குள் கேட்டது. டியூப்லைட் நட்சத்திரங்களாக பொடிந்து பொடிந்து விழுந்ததுமாதிரி இருந்தது. முத்தானந்தம் முன்வந்து விச்சுவை ஊனமாவதிலிருந்து காப்பாற்றினார்.

அன்றிலிருந்து அறைவாசம் கிடந்து கன்னத்தில் கன்றிய விரல் பதிவுகளை மறைத்துவிட்டு இன்றுதான் மாலை போட்டு அறுபடை காண வந்திருக்கிறார் விச்சு. அவர் லாரி ஏறும்போது 'இனி, பதினஞ்சு நாளுக்கு ஊர் நல்லா இருக்கும்' என்று ஒரு அசரீரி கேட்டதே அந்தக் குரலுக்குச் சொந்தக்காரர் முத்தானந்தமேதான்.

அறுபடையின் முதலாம் படைவீடு அந்தக் குழுவுக்கு பழனிதான். அங்கே சென்றதும் முத்தானந்தத்தைப் பிடித்துக்கொண்டார் விச்சு. இருவருமாக கிரி சுற்றி நடக்கையில், 'காலாற இப்படி உக்காரலாம்...' என்ற

வேண்டுகோளுடன் விச்சு ஒரு மரநிழலில் அமர்ந்தார். முத்தானந்தமும் அருகில் அமர்ந்தார். இருவரும் இப்போது இடும்பன்மலையைப் பார்த்து அமர்ந்தனர்.

ஆசன ஆண்டியப்பன் சொல்லிக்கொடுப்பது மாதிரி விச்சு, 'ஒரு நீண்ட நெடுமூச்சு' வாங்கினார். முருகானந்தனைப் பார்த்து முறுவலுடன் கூறினார்:

'ஏப்பா... நீ மட்டும் இல்லீனா அன்னிக்கு லோகு என்னய அடிச்சிருப்பானல்ல...?'

முத்தானந்தம், முப்பத்திரண்டு கோடியே தொண்ணூத் தொண்பது லட்சத்து தொண்ணூத்தொண்பதாயிரத்து தொள்ளா யிரத்தித் தொண்ணூற்றொன்பது பேரும் மற்றுள முருகனும் ஒப்புக்கொள்ளும்படியாக 'ஆமாங்க... ஆமாங்க...' என்றான். மூச்சு தேங்கிப் பிறகு சீரோட்டம் கண்டது. இன்னும் பாக்கியுள்ள அஞ்சு வீடுகளை எண்ணி அஞ்ச ஆரம்பித்தான்.

அதிபர்

வீட்டிலிருந்து கிளம்பிய ரங்கசாமி மளிகைக் கடை முன்பும் ஒரு கணம் நிதானித்தார். அவர் ஒவ்வொரு தப்படிக்கும் ஒருமுறை நிதானித்துத்தான் ஆகவேண்டும். அவரது கால்களின் அமைப்பு அத்தகையது. ஊரின் தலைவாசலான கோயில் முகப்புக் குறிஞ்சி மண்டபத்தில் அமர்வதற்காகச் சென்றுகொண்டிருந்தார். தலைவாசல் என்று குறிப்பிடப்படுகிற இடங்கள் தாயம் விளையாடு வது, பதினஞ்சாங்கல் விளையாடுவது, கொஞ்சம் வளர்ச்சிபெற்ற ஊரென்றால் கேரமும் சீட்டும் ஆடுவது, ஆண்டுக்கொருமுறை நோம்பு சாட்டுவதற்காகக் கூடுவது, கூடுதலாக இன்னாரை இன்னார் இது செய்கிறார்கள் என்கிற தகவல்களைப் பரிமாறிக் கொள்வது, இவைதவிர பெரிய ஆதாயங்கள் கொண்டிராத இடமாகும்.

மளிகைக்கடை முன்பு நின்றபொழுது மடியைத் தொட்டுப் பார்த்துக் கொண்டார். காசு இருந்தது. போய்ப் பொடி வாங்கலாமா என யோசித்தார். ஆனாலும் எண்ணத்தைப் புறக்கணித்துத் தொடர்ந்து நடந்தார். பொடி வாங்குவதற்கு யாராவது பொடியனை அனுப்பிக்கொள்ளலாம் என நினைத்தார்.

நீர்க்கட்டுக்கொண்ட கால்கள். அவர் நடக்கும்போது தூர இருந்து பார்த்தால் ஏகப்பட்ட ரோஜர்களை காற்றில் வரைந்துகொண்டு பின்னிப்பின்னி நடப்பார். அதற்காக 83இல் கபில்தேவிற்கு ரசிகனாயிருந்த காலகட்டத்து மகாலிங்கம், ரங்கசாமிக்கு ரோஜர் பின்னி என்று பெயர் போட்டிருந்தான்.

மெதுவாக நடந்துவந்து குறிஞ்சியில் அமர்ந்தவர் நாலாபுறமும் பார்க்க ஆரம்பித்தார். அவர் அறிவார், அவருக்கு மூக்குப்பொடி வாங்கிவந்து தர ஊர்

முச்சூடும் முயன்று ஏகப்பட்ட பதின்வயதுப் பையன்களைப் பெற்றுப் போட்டிருக்கிறது.

தூரத்தில் ஒரு தலை தெரிந்ததும் 'டேய் இங்க வா!' என அழைத்தார். ஒரு சிறுவன் ஓடிவந்தான்.

'புதுக் கடைய போய் பொடி வாங்கிக்கிட்டு வா' என்று காசைக் கொடுத்தார். பொதுவாக, பொடி என்றழைக்கப்படுகிற புகையிலைப் பொடிக்கே இருவிதப் பயன்பாடுகள் உண்டு. மூக்கிற்கு விட்டுக்கொள்ளுதல் கடைவாய்ப் பற்களின்கீழ் எயிற்றின்கீழ் அதக்கிக் கொள்ளுதல். பள்ளபட்டி மற்றும் அரவக்குறிச்சிப் பொடி மட்டைகளின் பயனாளிகள் இதை நன்கறிவர். இதில் பல்பொடி வகை நெய் மணத்துடன் கமழ்வதாகும். ரங்கசாமி வாயை மிக நேர்த்தியாகப் பயன்படுத்துகிறவராகையால் பற்களுக்குப் பொடிபோட்டு ஆரோக்கியத்தைக் கெடுத்துக் கொள்வதில்லை. மூக்கிற்குத்தான்.

காசை வாங்கிக்கொண்டு பையன் சென்றான். பத்து ரூபாயைக் கடையில் நீட்டிப் பையன், 'பொடி குடுங்க!' என்றதும் கடைக்காரர்,

'மஞ்சப் பொடியா, மிளகா பொடியா?' என்று கேட்டார்.

மூக்கிற்கும் வாய்க்கும் கீழாகக்கூட உலகிலும் மளிகைக் கடையிலும் எவ்வளவோ இருக்கின்றன.

பொறுப்புள்ள பையன் திரும்பவும் குறிஞ்சிக்கு ஓடி வந்தான்.

'ஐயா, என்ன பொடின்னு கடைல கேக்கறாங்க...'

'ஆமாடா... குறிஞ்சீல உக்காந்து நான் கொழம்பு வைக்கப் போறம்பாரு. நாங் கேட்டன்னு கேள்றா, எடுத்துத் தருவான்.'

பையனுக்கு ஐயனை அடையாளம் தெரியவில்லை.

'நான் னா?' என்று இழுத்தான். இந்தக் கேள்வி, கவிதை எழுதிக்கொண்டிருந்த அவ்வையிடம் நாவலைக் காட்டி, 'பாட்டீ, பழம் சுடுதா?' என குமரப்பெருமான் கேட்ட கேள்விக்கு ஒப்பானதே ஆகும். திகைத்துப்போவதற்கு அவரொன்றும் அவ்வை பிராட்டி அல்ல.

பையனையும் தனக்கு அடையாளம் தெரியவில்லை என்பதை மட்டும் உணர்ந்து, 'நீ யாரு மகண்டா?' என்றார்.

'கொத்துக்காரர் மகன்.'

'ராமம் பயனா நீ. அவனா இருந்தா காத முறுக்கி வாங்கிக்கிட்டு வரச் சொல்லீருப்பேன். போடா, போயி அரவக்குறிச்சி மட்டைன்னு கேட்டு வாங்கிக்கிட்டு வா... மூக்குக்குப் போடறதுக்குத்தான்.'

பையனுக்கு அப்பாவை எடுத்தெரிந்து பேசியதில் ஏகசந்தோஷம். அப்புறம் அப்பாவை இவ்வளவு உரிமையுடன் பேசியதால் குடும்பத்துக்கு மிக வேண்டப்பட்டவர் என்றும், அவர் எது சொன்னாலும் செய்யவேண்டியதுதான் என்றும் முடிவுக்கு வந்தவனாக கடைக்குச் சென்றவன், மூக்குப்பொடி வாங்கிக் கொண்டுவந்து கொடுத்துவிட்டு மிச்சக்காசை பவ்யமாக நீட்டினான்.

காசை வாங்கி வேட்டிமடியில் போட்டுக்கொண்டவர், 'அட்டா... உனக்கு முட்டாயி கிட்டாயி எதாச்சீம் வாங்கீருக்கலாமல்ல.' என்றார்.

ரங்கசாமியின் பையன்களை இப்போதைக்குக் கொடுத்து வைத்தவர்கள் பட்டியலில்தான் வைக்கவேண்டும். இரண்டுபேரும் தற்சமயம் அவருடன் இல்லை. ஒருவன் பாலக்காட்டில் கந்துக்கடை. பிறிதொருவன் மன்னார்குடியில் அரசு வேலை. நோம்பி நொடி, தீவுளி, பொங்கலுக்கு வந்தார்களென்றால் படுத்தி எடுத்துவிடுவார். மரபணு காரணமாக மகன்கள் தாங்கிக் கொள்வார்கள். மறுமகள்கள் பாவம்.

அதிகாரத்தொனியை நேரடியாக எறிந்தால்கூட மறு சரம் தொடுக்க வாய்ப்பிருக்கும். அதற்கும் வழியில்லாதவாறு காரியங்களை ஏவுவார்.

பெரிய மருமகள் நாரணாவலசுக்காரி. சின்னவள், கள்ளி மந்தயத்துக்காரி.

'பாரு. நாரணா வலசு பாரு. கண்ணுமாயமுட்டாப்புல ஒரு செரவு கள வெட்டீட்டுது. கள்ளிமந்தயமென்ன அதுக்கு உட்டதா... நீயும் மளமளன்னு வெட்டாயா...!' என, ஏவிவிட்டு சீராடலாம் என வந்த பெண்களை வெய்யிற் காட்டில் போட்டு வறுத்து எடுத்து விடுவார். மகன்களில் யாராவது, 'எதுக்கு அதுகளப் போயி...' என்று சப்போர்ட்டுக்கு வந்தால் 'இந்தியா எனது தாய்நாடு' என ஒப்பிக்கிற பள்ளிப் பையனின் தொனியில் 'இது நம்ம காடுடா' என்று கூறிவிடுவார்.

மகன்கள் இருப்பது வருடத்தில் பத்து நாளோ, பதினைந்து நாளோ. அவர்கள் இல்லாத நாட்களில் அவர் தோட்டத்தைப் பரிபாலனம் பண்ணுவதுதான் தனித்தன்மையானது.

தெக்காலுள்ள டீக்கடையை தாண்டியதும் முதல் தோட்டம் அவருடையது. அதற்கு அடுத்து எட்டு, பத்துத் தோட்டங்கள் உள்ளன. ஆகவே, அத்தனை தோட்டவாதிகளும் டீக்கடையையும் அதில் அமர்ந்திருக்கிற ரங்கசாமியையும் கடந்துபோவது தவிர்க்க இயலாததாகும்.

முதலாவது நபர் கடந்து போகும்பொழுது, 'நீ என்ன பண்றீனா... நம்ம தோட்டத்துல... ஒன்னும் பண்ண வேண்டாம். மோட்டார

மட்டு எடுத்துட்டுட்டு நீ போயி உம்பட வேலயப் பாரு.' என அனுப்பிவைப்பார்.

கொஞ்சநேரத்தில் அடுத்துவரும் நபரிடம், 'ஏப்பா... நம்ம இவன மோட்டாரு போட்டு உடச் சொன்னேன். அது ஓடுதான்னு பாத்துட்டு முதச் செரவுல... கடலக் காடு... ஒரு ரண்டு பாத்தி மாறி உட்டுட்டுப் போ!' சைக்கிள் மிதித்து அந்த ஆள் காதுத் தொலைவைக் கடந்தும் கடக்காமலும் போய்க்கொண்டிருக்கையில், 'ஏப்பா வா... ஒரு டீயக் குடிச்சுட்டுப் போ. ஒரு அவசரமுமில்ல.' என்பார்.

போகிற ஆள், 'உனக்கு எப்பவுந்தே ஒரு அவசரமுமில்ல. எங்குளுக்கு நூத்தி எட்டு வேல கெடக்குதல்ல.' என முனகிக்கொண்டே சென்றாலும், ரங்கசாமி சொன்னதுபோல் வேலையைச் செய்துவிட்டுத்தான் போவார்கள்.

இதில் துன்பத்தின் உச்சமோ என்னவென்றால்,

'நீ கடைசிப் பாத்தி தண்ணி கட்டி முடிச்சுரு. கரெக்டா இந்த நேரம் வடிவேல் வருவான். அவங்கிட்ட நாஞ்சொன்னன்னு ரெண்டே ரண்டு பாத்தி மொளகாக் காட்டுக்கு தண்ணி பாச்சீட்டு இங்க டீக்கடைக்கு வரச் சொல்லு... ஆமா, சம்சாரத்துக்கு சளீன்னு டாக்டருகிட்ட கூட்டிப்போனயே இப்ப தேவுலியா?' என பிஸ்கட் போட்டு டபுள் ஷாட் முறையில் ஏவுவதுதான். இருந்த இடத்தில் இருந்தே எங்கிருந்தோ வருகிற, வரப்போகிற ஆளுக்கு ஷிப்ட் போடுவது அவரது தனித்திறமாகும். இன்ன ஆள், இந்த நேரத்தில், இன்ன இடத்துக்கு வருவான் அல்லது போவான் என்பதைத் துல்லியமாகக் கணித்து வைப்பதனாலேயே அது அவருக்குச் சாத்தியப்பட்டது. கச்சேரி வித்துவான்களின் துல்லியத்துடன் அவர் காலப் பிரமாணத்தையும் காலப் பரிமாணத்தையும் பயின்றிருந்தார் என்றே சொல்லவேண்டும்.

துக்கத்தின் அதிஉச்சம் தோட்டப் புறத்திலிருந்து வருகிற ஆட்களிடம், 'தேனப்பா... அவன தண்ணி மாறச்சொல்லீருந்த. வாரப்பக்கிது பாத்தியா... நம்ம தோட்டத்துல இருந்தானா?' என அத்தனை ஆட்களையும் சூப்பரைசர்களாக நியமிப்பது.

ஏவலின் சூடு வெளித்தெரியாமலிருக்க பேச்சுக்குப் பேச்சு 'நம்ம தோட்டம் நம்ம தோட்டம்' எனக் குறிப்பிடுவார். இது மேடைகளில் 'எனதருமை அண்ணன்' என விளிப்பதற்கு ஒப்பான ஒரு சொல்வழக்கே ஆகும். தோட்டத்திலிருந்து ஒரு மண் துகளையும் யாருக்கும் தந்துவிடமாட்டார். யாராவது இரவல் கேட்டால், 'உனக்கென்ன இல்லாமயா கெடக்குது?' என்று கேட்டுவிடுவார். விதைக்கிற உழுகிற நேரங்களில் கூலிக்கு ஆள்போட்டு கூடவே இருந்து ஏவுவது தவிர, இப்படியான மேலாண்மைத் திறனையும் கொண்டு ஒரு வெற்றிகர விவசாயியாகத் திகழ்ந்துவந்தார்.

இவரது இருப்புக் காரணமாக, டீக்கடையைப் பார்த்தும் பாராத மாதிரி சிலர் தாண்டிப் போக முயற்சித்து வெற்றி அடைவதில் கடை வியாபாரம் மெலிதான பாதிப்படைவதில் கடைக்காரர் சடைந்து கொள்வதுண்டு.

'வேல சொல்றதுதான் சொல்றீங்க. தோட்டத்துக்குப் போயி கடவுக்கிட்ட உக்காந்துக்கிட்டு போற வர்றவன்கிட்ட சொல்ல வேண்டியதுதான?'

'அட... அது அப்படியல்லப்பா. இங்கிருந்துக்கிட்டு சொன்னா செய்வான். அங்க போய் நின்னுக்கிட்டு சொன்னா செய்வானா? உந்தோட்டம் நீயே தண்ணிபாயின்னு சொல்லீறமாட்டானா. இப்ப, நீ இருக்கறே... இப்ப டீத்தூள்காரன் வந்து காசு கேட்டுட்டுப் போறான். இதே நீ தெருவுல நடந்துபோகும்போதோ விசேஷங்கிசேஷத்துல பாக்கறப்பவோ கேப்பானா... கேக்கமாட்டான்ல. அப்படித்தான். இதத்தான் இடம் பொருள் ஏவல்னு சொல்றது. புரியுதா?'

'என்னய்யா... ஏவல் பில்லி சூன்யம்னுக்கிட்டு. உனக்கு எதாவது சொல்லவந்தா டீத்தூள் பாக்கியெல்லாம் சொல்லி மானத்தக் கெடுப்பே. சரி, இன்னொரு டீ போடவா.' என்கிற அளவில் அந்த உரையாடல் முற்றுப்பெறும்.

திருவிழாக் காலங்களில் திருப்பே'வத்தினை எட்டிவிடுவார். நோம்புச் சாட்டு முடித்துத் தேதியை அவர் கையில் அறிவிக்க வேண்டியதுதான் பாக்கி.

'தப்பு அடிக்க வந்தாலும் கரெக்டான டயத்துக்கு வரணும் பயலுகளா!'

'ஏப்பா... கீத்தக் கொண்டுகிட்டு தலையூர்ல இருந்துதான வர்றீங்க. லண்டன்ல இருந்து வாறமாதிரி என்ன இவ்வளவு லேட்டு. சரி, சட்டுப்புட்டுன்னு வேலய ஆரம்பிச்சு மத்தியானத்துக்குள்ள போடுங்க.'

முன்பு பார்த்து வைத்த பால மரத்துக் கவட்டையை ஊர்த் தலைகள் எல்லாம் இரவில் பெட்ரோமாக்ஸ் ஒளியில் நடந்து போய் வெட்டிக்கொண்டு வருகிற செயல்பாட்டின்போது நடை வேகத்திலேயே இவரை அழைத்துப்போகும் மொபெட்காரன் யாரையாவது ஏற்பாடு செய்துகொள்வார். மரம் வெட்டும்போது சும்மா வேடிக்கை பார்க்கிற பத்துப்பேரையாவது கல் பொறுக்க வைத்து விடுவார்.

'மேல பாத்து வெட்டறவனுக்கு கால் மமுட்டி விட்டறப் போகுது. நீ தோள்ல அண்டக்குடு. நீ கிளுவ முள்ள இழுத்துப் பிடிச்சுக்க...' என, அவர் கட்டளையிட்டு வழிகாட்டுவதில் அத்தனைபேருக்கும் கடைசியில் வேலையில் அணில் பங்காவது சேர்ந்துவிடும். அவர் பார்க்க எவனும் எவளும் சும்மாயிருந்துவிடக் கூடாது.

நாட்டில் வேலையில்லாத் திண்டாட்டம் எனப் பேசிக்கொண்டு இருக்கிறவர்கள் அவரைத் தலைமைக்கு நியமிக்கலாம். ஒரே வாரத்தில் அனைவருக்கும் வேலை உத்தரவாதம். 'வேலயத்தவனுக எல்லாம் ஒருத்தனுக்கு ஒருத்தன் மண்டப் போடா போட்டுக்கிட்டு சாகுங்கடா' என, அறிவிப்பை வழங்கிவிடுவாரோ என்பதுதான் ஒரே அச்சம்.

ஆலினால் அற்புத ராசா

தங்கராஜ். பிரமாதமாகத் திட்டங்கள் வகுப்பான். பிரமாதமாகச் சிக்கன் வறுப்பான். உள்ளபடிக்கே, உத்தரவாதமான சிக்கன் நமக்குக் கிடைத்துவிடும். இந்தத் திட்டங்கள் வகுக்கிற காரியத்தில்தான் ஏகப்பட்ட சிக்கல்கள் உருவாகி நட்டத்தில் முடிவடைந்துவிடும். நஷ்டம் என்றாலும் 'ஒரு தடவை பட்டாச்சு' என்பதாகப் போகாது. சரவெடி, ரயில்வண்டி மாதிரித்தான். நம்பிவந்தவர், போனவர் அவ்வளவுபேரையும் ஒரு தடவையாவது முக்காடு போட்டு விடுவான். இதெல்லாம் பாவம் திட்டமிட்டுச் செய்வதுமல்ல. திட்டங்களில் ஏற்படும் சறுக்கல். வியாபார, விவசாய, அரசியல், விலை விவகார நிலைமைகள் ஒன்றுபோலவே இருந்தால் இப்படியான தோல்விகள் நேராதுதான். ஆனால் நாட்டுக்கு நல்ல புத்தி கிடையாது. நிலையான புத்தி கிடையாது.

காலம் வந்து மாற்றிவிடாமல் இன்னும் முப்பத்தியாறு வயதைக் கடந்து வாழ்கிற சிலரில் அவனுமொருவன். இப்போதும் அவனது அறைக்குச் சென்றால் கட்டில்மீது 'யவனராணி' கிடக்கக் காண்பீர்கள். சாலேஸ்வரக் கண்ணாடி போடும் வயது வராத இளம் வாசகர்கள் உணர்ச்சிவசப்படாமலிருக்க, இந்த இடத்தில் தான் வரலாற்றுத் தகவல் அவசியப்படுகிறது. யவனராணி என்பது அமரர் சாண்டில்யன் எழுதிய சரித்திர நாவலாகும். ஆனால் அவர் படைத்து உலவவிட்ட ஆரணங்குகளுக்கு அமர கதி கிடையாது என்பதைத்தான் அவனது வாசிப்புக் காட்டுகிறது. யவனராணியையும் கடல்புறாவையும் இதுவரை நூறு தடவைகளுக்குமேல் படித்தாயிற்று என்கிறான். பாலகுமாரனின் இரும்புக்குதிரைகளும் இன்னும் குளம்பு தேயாமல் இருபது தடவை ஓடிவிட்டதாகச் சொல்கிறான்

தங்கராஜே நல்ல ஓட்டக்காரன்தான். பள்ளி நாட்களில் நூறு மீட்டர் முதல் எண்ணூறு மீட்டர்கள் வரை பல ஓட்டங்கள், பல பரிசுகள். அவனது ஓட்டத்துடன் குறி பார்க்கும் திறனும் ஊரில் விஜயபாஸ்கரன், வடிவேல், வல்லவன் ஆகிய இளைஞர்களும் இணைந்ததில் வேட்டைக்குப் போய்வருவதில் ஈடுபாடும் வெற்றிகளும் கிடைத்தன. ராமரிடம் கோடுகள் வாங்கிய அணில்கள் அவர்களிடம் தடியடியும் கல்குத்துகளும் வாங்கின. முயல்கள் மரித்தன. காட்டில் கிடந்த சுள்ளிகள்கொண்டு வீட்டாரால் புறக்கணிக்கப்பட்ட பாத்திரத்தை வைத்து யாராலும் புறக்கணிக்க முடியாத உப்பு, மிளகாய், வெங்காயம் ஆகியவற்றைக் கசக்கியும் நசுக்கியும் காடுகளிலும் ஊர் ஒதுக்குப்புறங்களிலும் பக்குவப் பாசகம் செய்து ஊனுடலை வளர்த்து வந்தனர்.

சாகச உணர்வினை வண்டியோட்டம் முதல் வாழ்க்கையோட்டம் வரை அவ்வளவுக்கும் ஒரேமாதிரி கடைப்பிடிப்பதுதான் சிக்கலில் முடிகிறது. ஊரின் சக இளைஞர்கள் லிட்டருக்கு எழுபது, எண்பது கிடைக்குமா என யோசித்து யோசித்து நூறு சி.சி. வண்டிகளை வாங்கியபொழுது தங்கராஜ் நூற்றைம்பது சி.சி. வண்டி வாங்கிக் கொண்டு ஊரில் வந்து சொன்னது,

'உலக பிக் அப்பா இருக்கணும். லிட்டருக்கு நாற்பது கிலோ மீட்டர்தான் கிடைக்கணும்னு சொல்லித்தான் வாங்கிக்கிட்டு வந்தேன்.'

வேகமாக வண்டிவிடும் அவனை யவனராணிகள் பலர் விரும்பத் தலைப்பட்டனர். ஆள் இருக்கிற நேரம், இல்லாத நேரம் என எல்லா நேரமும் இளம்பெண்கள், பெண்கள் இருக்கிற வீடுகளுக்குப் போய் பேசிக்கொண்டிருந்துவிட்டு வருவான். விகல்பமாகப் பேசுகிறான் என்றும் தோன்றாதபடித்தான் பேசுவான்.

ஆனாலும், ஆட்கள் இல்லாத நேரம் இளம்பெண்கள் தனித்திருக்கும் வேளைகளில் கூடுதலாக இவன் ஏதோ புரிகிறான் என்பதுமாதிரி சொல்லாடல்களும் ஊருக்குள் அவனைப்பற்றி எரிந்தது. பைக்கில் பிரமாதமாக வீலிங் போடுவான். வண்டி புறப்பட்ட உடன் சிலமீட்டர் தூரம் பின் சக்கரத்தினை மட்டும் ஓட்டிக் கடந்துசெல்வதுதான் வீலிங் போவது. அவனது திறமைக்கு முன் சக்கரத்தை மட்டும் வைத்தேகூட வீலிங் போகலாம்தான். ஆனால் பைக்குகளின் தயாரிப்பு ஏற்பாட்டில் ஏதோ குளறுபடி இருக்கக்கூடும்.

முதல்முறையாக ஊரைவிட்டுக் கிளம்பிப்போகும்போது உப்பிட மங்கலமோ மணப்பாறையோ போகிறேன் என்று சொன்னான்.

'என்னடா முறுக்கு விக்கப்போறியா?' என்று நண்பர்கள் கேட்டதற்கு, அங்கே எருமை மாடுகளுக்கு தீவனம் விற்கப்போவதாகக் கூறினான். சந்தையில் மாடு, எருமை வாங்கிப் போகிறவர்களுக்கு

கால்நடை வளர்ப்பில் அக்கறை இருக்குமாம். அப்படி வாங்கிப் போகிறவர்களை அங்கேயே பேட்டி கண்டு, பின்னாடியே அவர்களது வீடுகளுக்கு வாகனத்தில் கொண்டுபோய் தீவன சப்ளை செய்வதாக ஏற்பாடாம்.

தங்கராஜ், எந்த ஊரில் வியாபாரம் செய்யப்போந்தாலும் அந்த வட்டாரத்துக்காரன் ஒருவனோடு டீலிங் போட்டுக்கொள்வான்.

'நம்மளால அவன் முன்னேறணும். அவன்னால நம்ம முன்னேறணும்...' இது கோட்பாடு. இந்தக் கோட்பாட்டுக்குத் திருச்சி மாவட்டத்துக்காரன் ஒருவன் பலியானபிறகு தங்கராஜ் மீண்டும் ஊர் வந்து சேர்ந்தான்.

சிறப்பாகச் செலவு செய்யும் பழக்கம் அவனுக்கு இருந்தது. அதாவது, யாரிடமாவது கடன் வாங்கியாவது வருகிறவர்களை திகட்டத் திகட்ட உபசரிப்பான். அந்தப் பழக்கம், அவன் பிற்பாடு மேற்கொண்ட ஆயுள் காப்பீட்டுக்கு பாலிசி பிடிக்க உதவியது.

'எதைக் கொண்டுவந்தோம். எதைக் கொண்டுபோகிறோம்' என்று வியாபாரத் தலங்களில் செவ்வகமாய்த் தொங்கவிடப்படும் கீதையின் வாசகங்களைச் சொல்ல அவன் பொருத்தமானவனே. அதைக் கூறிமுடித்ததும் ஆட்கள் விரக்தி வயப்பட்டிருக்கிற தருணத்தில்... 'நமக்குப் பின்... நம்பிவந்த பெண். எதிர்பார்க்காமல் பிறந்து இப்போது நம்மை எதிர்பார்க்கிற குழந்தைகள்' என்று பேசுவான். பெரும்பாலும் பாலிசி பலித்துவிடும். பாலிசிபோடுகிற விவகாரத்தில் பெண்களின் போக்கு அலாதியானது. உண்டா, இல்லையா என்பதற்கு ஐந்து நிமிடத்துக்குமேல் எடுத்துக் கொள்ளாமல் முடிவு செய்வார்கள். அதற்குப் பிறகு பேசுகிற எதுவும் ஆயுள் காப்பீடு பற்றியதாக இருக்கவேண்டிய அவசியமில்லை. முகவர் வேலை என்பது முழுநேர வேலை என்று புரிந்துகொண்டுவிட்ட சிலர், பலபேரை தலைதெறிக்க ஓடச் செய்துகொண்டிருந்தனர். அவர்களை எல்லாம் விட வெற்றிகரமான செயல்பாட்டாளனாக தங்கராஜ் இருந்தான்.

ஆயுள் காப்பீட்டு முகவர் என்பது பகுதிநேர வேலை என்பதைத் தெளிவாகப் புரிந்துவைத்திருந்த அவன், தாராபுரம் விக்னேஸ்வரா ஹோம் நீட்ஸில் வேலை செய்யச் சேர்ந்தான். அடுப்பு, ஆட்டுக்கல், கட்டில், தொலைக்காட்சி, நாற்காலி, குளிர்ப்பெட்டி எனப் பலவற்றையும் உடனே முறையிலும் தவணை முறையிலும் அங்கே வழங்கிக் கொண்டிருந்தார்கள்.

அந்தக் காலகட்டத்தில், அவனது பைக் போய் வந்த திசைகள் அவ்வளவு நல்லதல்ல என்பது ஊருக்குள் பேச்சாக இருந்தது. அடுத்து எதிர்பாராத ஒரு தினத்தில் அவன் ஊரைவிட்டுப் போனபோது கொடுத்த காசுக்காகச் சிலரும் காப்பீட்டுத் தொகை என்ன ஆச்சோ என்ற கவலையுடன் பலரும் அவனைத் தேட ஆரம்பித்தார்கள்.

ஊருக்குள் இருந்தாலும், ஊருக்கு வெளியில் இருந்தாலும் அந்தச் சுற்று வட்டாரத்திலுள்ள முக்கிய கோயில் திருவிழா நாட்கள், தேர்த் திருவிழா, தேர்தல் திருவிழா நாட்களில் அவனை ஆங்காங்கே காணலாம்.

ஒரு உள்ளாட்சித் தேர்தலில் எரிந்த கட்சி, எரியாத கட்சி இரண்டு பேருடனும் கோயில் மேட்டுப்பாறையில் அடுத்தடுத்த தினங்கள் கோழிக்கறி வறுத்துக் கொண்டாடினான். வேட்பாளர்களின் ஈசு ரோஷங்கள் அங்கே தற்காலிகமானவை. தங்கராஜைப் பொறுத்த வரையில், எந்தக் கோழியைப் பொசுக்குவதாக இருந்தாலும் அதைப் பத்துப்பேரையாவது புசிக்க வைத்து, ரசிக்கவும் வைத்து வெந்த கோழிகளின் இறக்கை மண்ணில் கிடக்க அவற்றுக்கு வான் மோட்சம் அளிப்பான்.

கோட்டார்பட்டி மாரியம்மன் கோவில் கும்பாபிஷேகத்துக்கு 'தன்னாலே... தில்லானா' குழுவினரின் ஆடல் பாடல் நிகழ்ச்சியை பக்தியும் சமுதாய உணர்வும்மிக்க அந்த ஊர் இளைஞர்கள் ஏற்பாடு செய்து அட்வான்ஸ் கொடுத்துத் திரும்பியிருந்தார்கள். அட்வான்ஸ் கொடுத்தானபின் வேறு தகவல்களே இல்லாததால் அவர்கள் மேற்படி இரவில் சூரிப்பாளிக்கு ஆடிக்காட்டப் போய்விட்டார்கள். விழா இரவில் அவர்கள் வருவார்கள் என எதிர்பார்த்துப் போடப்பட்ட பந்தல் காலியாக இருந்தது.

ஊர்ப் பெருசுகள், 'நாங்க அம்பிகா செட்டக் கிது கூப்பிட்டு நாடகம் போடோணுமின்னு சொன்னாக் கேக்கறீங்களாடா... ஒரு நிகழ்ச்சி வச்சு ரத்தானது நம்ம ஊர் சரித்திரத்திலயே இல்லயேடா...' என்று, புலம்பிப் புலம்பி இளைஞர்கள் தலைகுனியுமாறு செய்துகொண்டிருந்தனர். அதிலும் நம்ம ஊர்ச் சரித்திரம் என்றெல்லாம் பேசியது கோட்டார்பட்டி ஏதோ 'பானிபட்' என்கிற அளவுக்கு இருந்தது. இளைஞர் குழாம் தங்கராஜை கடும் பொறுப்பேற்கப் பணித்தது. அவன், 'ஒரு வேன் மட்டும் புடிங்க...' என்று கட்டளையிட்டதும் வேன் வந்தது. 'கட்றா வண்டிய... அட்றா மாட்ட... ஓட்றா வேகமா' என்கிற ரேஞ்சுக்கு அவனது ஆணைகளை ஏற்று தெற்குநோக்கி வண்டி பறந்தது. அந்த மாதிரியான ஆட்டபாட்ட நிகழ்ச்சிகள் பொதுவாகப் பல்வேறு அளவுகளிலும் நோக்குகளிலும் ஒரு இரவில் இரண்டு ஊரில் நடைபெற ஏதுவானவை அல்ல.

முதலில் சென்று அவ்வூர் இளைஞர்களிடமும் பிறகு நடனக் குழுவினரிடமும் பேசி அமைத்துவிட்டான். பதினொன்றரைக்கு அந்த நிகழ்ச்சியை அந்த ஊரில் நிறைவுசெய்து கொடுத்துவிட்டு பனிரெண்டு மணிக்குள் கோட்டார்பட்டி திடலுக்கு வந்துவிட்டது நடன பார்ட்டி.

இடைப்பட்ட நேரத்தில் வேனுக்குள் தங்கராஜ் நடனர்கள், நடன ராணிகள் ஆகியோருக்கு ஆளுக்கொரு குவார்ட்டரைக் குடிக்கக் கொடுத்து,

'அங்க... தூள் கௌப்பிப்புடோணும்... ஆமா!' என்று அன்புக் கட்டளை போட்டான். அரச கட்டளை, ஆண்டவன் கட்டளைகளைக்கூட மீறலாம். அன்புக் கட்டளையை மீற முடியுமா?

கந்துக்கடை பிசினெஸில் வெவ்வேறு ஊர்களில் வாழுகிறவர் களின் வருங்கால குலக் கொழுந்துகளை விட்டு அதுவரை ஆட்டங்காட்டி உள்ளூர் இளைஞர்கள் சமாளித்திருந்தனர். நடனக்குழு விரைந்து ஒப்பனையை முடித்துவிட்டு தமது முதலாவது பாட்டை ஒலிக்கவிட்டது.

'ராத்திரி நேரத்துப் பூஜையில்.... ரகசிய தரிசன ஆசையில்.... ஆஹ் ஹா தினமாராதனை...' தெய்வங்களும் தலைகுனியும் படியாக ஆட்டம் இருந்தது. காலை மூன்று மணிவரை நடந்தது. விழித்திருந்து மொத்த நிகழ்ச்சிகளையும் நடன அசைவுகளையும் பார்த்த பெருசுகள் காலையில் இளைஞர்களிடம்... 'ஆனாலும் அசிங்கமப்பா... நம்ம ஊருச் சரித்திரத்துல...' என்றார்கள். இளைஞர்கள் அவரவர் வீடுகளில் ஏற்பாடு செய்யப்பட்ட கிடாவெட்டுகள் சிறப்புற நடைபெறுவதற்கான மதிய ஏற்பாடுகளை நோக்கிச் சென்றுகொண்டிருந்தனர்.

தங்கராஜுக்கு அங்கே ஆறேழு வீடுகளுக்கு அழைப்பு இருந்தது. இரவு தந்த வெற்றியின் உற்சாகம், தூக்கக் கெடுதி, மதிய எதிர்பார்ப்பு இவ்வளவோடும் பைக்கை வீலிங் போட்டதில் இடறி விழுந்து காலை முறித்துக்கொண்டான். கரூர் வேலுச்சாமி ஆஸ்பத்திரியில் படுத்திருந்தபொழுது கால்முறிவைப் பற்றி கவலை தெரிவிக்காமல் 'கெடாக் கறிக்கு இல்லாமப் போயிட்டனே' என வருந்திக் கொண்டிருந்தான்.

அந்த முறிவுக்குப் பிறகும் லோக்கல் கிரிக்கெட் ஆட்டங்களில் மிடில் ஆர்டர் பந்தடியாளனாக ஆடிக்கொண்டிருக்கிறான். கோபால் பல்பொடி நிறத்தில் முட்டிக் கவ்வி (Kneecup) போட்டிருப்பான். கழன்று இடம் பெயரும் மூட்டுகளை அவனாகவே பழைய இடத்தில் பொருத்திக்கொள்வான்.

கடன் மற்றும் உடன் தொல்லைகளைக் கருத்தில்கொண்டு வெளியூரில் வசிக்கும் அவன், 'காலப்போக்கில் நடந்த விஷயங் களுக்கு கணக்கு இல்லை' என்று கூறுவதுடன், தவறாகப் புரிந்து கொள்ளப்படுவதற்கு சுமோ என்கிற ஜப்பானிய சண்டையை உதாரணம் காட்டுகிறான். அது தங்கராஜின் கல்லூரி நாளில் நடந்த நிகழ்ச்சி. அவ்னும் இன்னொருத்தனும் தங்களது கல்லூரி சார்பாக ஒரு போட்டிக்குச் சென்றிருந்தார்கள். இருவர் கலந்துகொள்ளும் நிகழ்ச்சி. ஒருவருக்கு பேப்பரில் வருவது என்ன என்று அவரது சமிக்ஞைகளை வைத்து மற்றவன் கண்டுபிடித்துக் கூறவேண்டும். தங்கராஜுக்கு பேப்பரில்

'சுமோ வீரர்' என்று வந்தது. அன்று நடந்தவைகளின் விவரத்துடன் அடைமொழி விமர்சனங்களையும் தங்கராஜ் தருகிறான்.

மேடையில் நின்று இரண்டு தோள்களையும் தட்டிக் காட்டுகிறான். வலது கையால் இடதுதோள், இடது கையால் வலது தோள். எதிராளி 'சண்டை... சண்டை' என்கிறான். ஆமாமா... என்று தலையாட்டிவிட்டு, கீழ்ப்பாச்சு கட்டுவது போன்ற செய்கை. எதிராளி 'விவசாயி... விவசாயி' என்கிறான். (எந்த விவசாயி சண்டை போடுகிறான்?) அவன் சீக்கிரம் கண்டுபிடித்துவிட வேண்டும் என்பதற்காக மறுபடியும் தோளைத் தட்டிவிட்டு சுமோ வீரனின் ஆரம்ப பொசிஸனில் உட்கார்ந்து காட்டவும் எதிராளி சொன்ன பதில் அவையோரைக் குலுங்க வைக்கிறது.

'ஒரு ஆள் வெளிக்குப் போறான்.' (எவனாவது தோளைத் தட்டி விட்டு வெளிக்கிப் போவானா?)

இப்படிப் பலவிஷயங்கள் புரிந்து கொள்ளப்பட்டுவிடுகின்றன என்று தங்கராஜ் கூறுகிறான். அவனது தோல்விகள் அல்லது லீலைகளைப்பற்றி கேள்விப்படும்போது நண்பர்களின் தாயார் களாகிய கிழவிகள் எளிதில் ஒப்புக்கொள்வதில்லை.

'அவனா செய்தான்...? இருக்காது...'